I0604699

Ta rảo quanh làng hóng chuyện phiếm
Đời người cũng chuyện phiếm mà thôi
(Tô Thùy Yên)

NHÂN ẢNH

2023

Phiếm 30

Song Thao

NHÂN ẢNH xuất bản

Bìa: Khánh Trường

Kỹ thuật: Tạ Quốc Quang

www.songthao.com

Copyright © 2023 by Song Thao

ISBN: 978-1-0881-8493-6

MỤC LỤC

PHIẾM

VIẾT TỪ BÈ BẠN

PHỤ LỤC

PHIẾM

BẠC ĐẦU

Tuổi già có nhiều cách vỗ vai con người để thông báo. Cách tệ nhất là bạc đầu. Cái râu cái tóc là gốc con người, hai thứ đứng ở tiền sảnh để trình diện con người chúng ta. Nhìn vào cái đầu bạc là một cái nhìn không vui. Nó chứng tỏ sự suy tàn của một thân xác. Các ông coi bộ không *care* lắm tới cái chuyện…hình thức này. Có ông phi tang bằng cách chơi láng cóong cái đầu. Không một sợi tóc lấy chi mà bạc. Có ông điệu đàng nhuộm đen bóng nhưng cũng có ông kệ mẹ nó, muốn bạc cho bạc, muốn trắng cho trắng coi thằng nào thua thằng nào. Tôi thuộc loại cuối cùng. Tóc tôi chưa một lần giao du cùng thuốc nhuộm. Riết rồi bạn bè, hàng xóm láng giềng cũng quen. Tuổi này mà không bạc đầu mới là lạ.

Các bà thường không có cái dũng khí như vậy. Loe hoe vài sợi bắt đầu trở chứng là tinh thần tụt xuống như hàn thử biểu mùa đông. Khi mái tóc muối tiêu đã bắt đầu mằn mặn hơn cay cay là vội vàng kiếm thuốc chữa. Vào bất cứ một siêu thị hay cửa hàng tạp hóa nào, dãy chai thuốc nhuộm nằm dài miên man bất tận. Màu chi cũng có. Nhiều bà tồn cổ nhất định chỉ chơi màu đen huyền ảo thời thanh xuân khiến nhiều người tưởng là…ma. Thuốc nhuộm như cánh màn sân khấu, chỉ được vài cảnh là hạ màn, đâu lại vào đấy. Nhưng sân khấu cuộc đời là một màn kịch liên tu bất tận nên các bà cứ đều đều chi tiền cho các chai thuốc không giúp mái tóc đứng vững với thời gian.

Bạc đầu là chỉ dấu của tuổi già. Tuổi già chẳng ai ưa nhưng cũng chẳng ai từ chối được. Người ta không thích bạc đầu vì chẳng ai thích già. Nhưng bạc đầu cũng có thể không phải là già. Chúng ta có vài trường hợp được ghi trong sử sách.

Ngày 20/6/1791, Hoàng Hậu nước Pháp là Marie Antoinette và nhà vua Louis XVI đang bị săn đuổi, cố gắng chạy trốn khỏi nước Pháp. Khi họ tới thành phố Varennes, một người quản lý bưu điện đã chạm mặt vị vua khi đó đang cải trang chạy trốn. Anh ta lấy một tờ tiền có in chân dung vua ra đối chiếu. Chính hắn! Anh ta buộc hai người quay lại Paris dưới sự hộ tống của một toán vệ binh và dân quân vũ trang. Sau đó nhà vua bị đưa ra tòa, bị kết án tội phản quốc và bị tuyên án tử hình. Bản án được thi hành vào năm 1793. Không lâu sau đó, Hoàng hậu Marie Antoinette cũng chịu chung số phận. Chuyện đáng nói là sau khi bị giải về Paris, chỉ trong một đêm, mái tóc của hoàng hậu đã bạc trắng một cách đáng kinh ngạc. Henriette Campan, một thị nữ của hoàng hậu, đã xác nhận: "Lần đầu tiên tôi nhìn thấy bà sau thảm họa trên đường đến Varennes. Bà không thay đổi nhiều lắm nhưng khi bà cởi mũ lưỡi trai ra, tôi lấy làm kinh ngạc vì chỉ trong một đêm, mái tóc của bà đã trở nên trắng bệch như của một phụ nữ 70 tuổi!". Khi đó Marie Antoinette mới vừa 35 cái xuân xanh.

Hoàng Hậu Marie Antoinette và bộ tóc trắng.

Luật sư Thomas More là một nhà hoạt động xã hội và văn hóa người Anh (1478-1535) không chấp nhận việc vua nước Anh Henry VIII chấm dứt cuộc hôn nhân đầu tiên và rời khỏi giáo hội Công Giáo La Mã. Bị ép uổng, ông khẳng khái chọn hình phạt chém đầu chứ không thay đổi ý kiến. Vào đêm trước khi bị hành quyết vào năm 1535, tóc của ông đột nhiên bạc trắng.

Nữ Hoàng Mary ở Scotland bị hành hình vào năm 1587. Tóc bà cũng bạc trắng trong đêm trước khi bị thi hành án tử.

Trong lịch sử Trung Hoa có Ngũ Tử Tư cũng nổi tiếng vì bạc đầu một cách gấp rút. Ông là một nhân vật lịch sử có thật, người nước Sở, không rõ năm sanh, mất vào năm 484 trước công nguyên. Cha và anh của Ngũ Tử Tư bị vua nước Sở giết chết, ông phải trốn qua nước Tống để mưu cầu phục thù cho cha và anh. Trong cuộc đời lưu lạc qua nhiều nước, ông phải vượt quan ải Chiêu Quan. Ngũ Tử Tư thân cao một trượng, mày dài một thước, mắt sáng như điện, rất dễ lộ diện. Nhìn vào là biết ngay là chàng! Đêm trước khi vượt quan ải, Ngũ Tử Tư cảm thấy có cái chi như đâm vào tim, ngủ không được, suốt đêm thức thức ngủ ngủ, đi loanh quanh trong phòng cho tới sáng. Sáng hôm sau, tóc bạc trắng. Chúng ta quen nhân vật Ngũ Tử Tư này qua truyện Đông Chu Liệt Quốc của Phùng Mộng Long. Chuyện có thể có thật nhưng cũng có thể là hư cấu. Nhưng không quan trọng. Quan trọng là các nhà khoa học đã cố lý giải chuyện bạc đầu một đêm.

Theo Giáo sư chuyên về da liễu tại Đại học Dublin, Tiến sĩ Desmond Tobin, thì hội chứng bạc đầu một đêm khó xảy ra. Ông giải thích: "Không có tế bào sống trong tóc. Căng thẳng tâm lý không thể ảnh hưởng đến sợi tóc đã hình thành, nó chỉ có thể ảnh hưởng đến tóc đang mọc". Vậy là những mái tóc trắng sau một đêm là thứ…giả. Có thể là do nhuộm.

Trường hợp Luật sư Thomas More, thân tù tội lấy đâu ra thuốc nhuộm tóc mà sao vẫn bạc đầu sau một đêm. Các nhà khoa học giải thích là có hiện tượng rụng tóc khi bị căng thẳng. Tóc rụng là tóc có sắc tố. Vậy các mảng tóc đen của luật sư More có thể rụng để trơ ra các mảng tóc trắng khiến người ta tưởng là tóc bị bạc. Mới đây, năm 2020, trên tạp chí

Nature có cho phổ biến một nghiên cứu trên chuột. Khi tạo sự căng thẳng cho chuột, các tế bào sản xuất sắc tố trên lông chuột có thể bị phá hủy khiến đột nhiên có những mảng lông trắng.

Đang nói chuyện bạc đầu một đời, tôi quẹo qua nói chuyện bạc đầu một đêm, gọi là thêm mắm thêm muối cho đủ. Giờ trở lại chuyện bạc đầu vì tuổi tác. Tuổi tác làm cho bạc đầu là chuyện đương nhiên, khỏi bàn cãi. Mấy ông thi sĩ nhìn thấy những chiếc đầu bạc dưới con mắt khác. Con mắt thơ. Nhà thơ Nhất Tuấn vẫn chung tình với tóc bạc:

> *Tóc mây Hà Nội năm nào*
> *Em đem từng sợi buộc vào đời anh*
> *Bây giờ tóc bạc, tóc xanh*
> *Tình xưa anh vẫn quẩn quanh tìm hoài.*

Nhà thơ Thanh Nam nhìn tóc bạc, nghĩ tới thời gian:

> *Chớp mắt mười năm gặp lại nhau*
> *Ngậm ngùi tóc bạc ngó lòng đau*
> *Nụ cười như muốn tan thành lệ*
> *Trong mắt ân tình rộn biển dâu.*

Tóc bạc không chỉ là mái tóc trên đầu, nhà thơ Phan Khôi mượn tóc bạc để trút tâm sự:

> *Tuổi già thêm bệnh hoạn*
> *Kháng chiến thấy thừa ta*
> *Mối sầu như tóc bạc*
> *Cứ cắt lại dài ra.*

Chúng ta đang ở tháng 4, tháng năm chết trong lòng dân Việt. Thanh Nam viết: *Mỗi năm người có mười hai tháng / Ta trọn năm dài một tháng tư.* Người lính Quan Dương, tóc mỗi năm mỗi bạc, nhưng vẫn đau đáu nhìn về quê hương mỗi khi tháng tư tới.

Nhiều năm sau buổi tan hàng
Giờ đây còn sót hai hàng lệ đu
Trong mơ thấy ngọn cỏ sầu
Lá về quê cũ lòng đau như vầy
Tháng tư ta đứng nơi này
Ngó lên mái tóc mỗi ngày bạc thêm.

Tháng tư năm đó, chúng tôi bị lùa vào tù. Chỉ ít ngày sau, nhìn nhau mà rã rời. Mái tóc của những con người mới hai, ba chục tuổi, ngả sang màu muối tiêu. Những sợi tóc bạc mà cụ Phan Khôi gọi là mối sầu thi nhau nở rộ. Vào một ngày cuối tuần, không phải lao động, một bạn đồng tù len lỏi vào đám cây trong rừng để tìm ít rau rừng về cải thiện. Đang lúi húi tìm rau, anh nhìn thấy cây hà thủ ô. Chúng tôi rỉ tai nhau đã có thuốc…xanh tóc. Vậy là như một phong trào, chúng tôi mày mò trong rừng tìm hà thủ ô. Chúng tôi phổ biến cho nhau nhận diện anh chàng sống trong rừng này. Thân cây như một dây leo, xoắn vào nhau, mặt ngoài thân cây có màu xanh tía, có vân. Đào xuống phần rễ thấy phình to như củ. Có hai loại: hà thủ ô đỏ và hà thủ ô trắng. Loại đỏ tốt hơn loại trắng. Đây là một loại thảo dược có công dụng làm xanh tóc, đỏ da, thắm thịt, có tác dụng làm trẻ hóa. Trong tình cảnh chúng tôi hồi đó, hà thủ ô là…thần dược. Mỗi khi tìm được một thân cây hà thủ ô, chúng tôi họp thành toán thi nhau đào. Rễ của chúng dài cả thước, một người đào có mà phờ râu bạc tóc. Trên mỗi đầu chỗ nằm của chúng tôi, củ hà thủ ô nằm dài ngoằng ngoẵng như con rắn.

Con rắn ơn phước nằm đó nhưng chúng tôi rất mù mờ trong việc chế biến hà thủ ô thành thuốc chống bạc tóc. Mỗi người bàn một phách. Các trường phái ra đời: phơi khô uống như uống trà, nấu như nấu canh, nhai sống cho khỏi mất chất bổ dưỡng. Trong hoàn cảnh bệ rạc, chúng tôi đặt tất cả niềm tin vào hà thủ ô. Kết quả tóc anh nào anh nấy vẫn cứ trắng ra. Tình cảnh tù không án, không tội, chẳng biết ngày về khi nào, nửa đầu lo nghĩ tới vợ con sống sao trong một xã hội thay đổi đến tận gốc rễ, nửa đầu lo nghĩ tới phận mình, hà thủ ô làm chi được!

Cây hà thủ ô   Củ hà thủ ô

Chuyện bạc tóc trong tù không phải là chuyện lớn. Đầu nào cũng giống nhau. Hà thủ ô rộ lên rồi phai nhạt dần. Thuốc tiên cũng chẳng giữ được màu xanh của mái tóc. Thôi thì mặc con tạo xoay vần. Ta chẳng "quản lý" được đời ta. Coi như pha!

Vài ngày trước đây, ông bạn Bác sĩ Hoàng Hà, bạn viết từ Thời Nay cũ, có gửi cho tôi một *e-mail* nói về chuyện bạc tóc. Theo Viện Y Tế Quốc Gia (NIH) thì các tế bào trong cơ, máu hoặc dây thần kinh của chúng ta không tái tạo được. Nhưng các tế bào gốc thì tái tạo được. Các tế bào *melanocyte* trong nang tóc là một loại tế bào gốc. Chúng có thể sản xuất và duy trì sắc tố trên tóc của chúng ta. Theo một nghiên cứu mới, các nhà khoa học cho rằng bí mật về việc tại sao tóc chúng ta chuyển sang màu xám có thể nằm ở một loại tế bào gốc nào đó bị "mắc kẹt" trong các nang tóc của chúng ta.

Theo nghiên cứu mới của Tiến sĩ Mayumi Ito, Giáo sư tại Khoa Da Liễu và Sinh Học Tế Bào của Đại Học New York cho biết: "Việc mất chức năng giống tắc kè hoa trong các tế bào gốc, tế bào hắc tố, có thể là nguyên nhân gây ra hiện tượng bạc và mất màu tóc".

Kết quả nghiên cứu đã được công bố trên tập san Nature ngày 19/4/2023 vừa qua, theo đó thì bình thường, khi tóc già đi, rụng và mọc lại, các tế bào gốc này liên tục nhân lên trong các nang tóc. Nghiên cứu trước đây cho rằng tóc bạc xảy ra khi các tế bào gốc *melanocyte* ngừng hoạt động. Tác giả nghiên cứu nói với Fox News Digital: "Nghiên cứu này được xây dựng dựa trên các nghiên cứu trước đây cho thấy rằng việc duy trì các tế bào gốc *melanocyte* khỏe mạnh là chìa khóa để giữ màu tóc".

Nhưng chuyện làm sao để duy trì các tế bào gốc *melanocyte* khỏe mạnh thì không thấy bài báo đề cập tới. Vậy là chuyện huề vốn, biết cho vui vậy thôi. Mỗi ngày tóc chúng ta vẫn bạc, đầu chúng ta vẫn đội một thúng muối trộn tiêu. Tiêu mỗi ngày mỗi hao hụt trong khi muối ngày càng mặn chát. Chúng ta đã chấp nhận như vậy. Có sinh có diệt, có xanh tóc rồi có bạc tóc, chuyện cứ thế mà tiếp tục.

Tôi mới đọc được bài viết "Mùa Xuân, Nói Chuyện... Tóc Bạc" của Mục sư Nguyễn Đình Liễu. Ông viết trong một trích đoạn như sau: *"Mỗi khi nói đến chuyện tóc, tôi luôn nhớ tới lời của chính Chúa Giê-Xu đã phán: "Tóc trên đầu của các ngươi cũng đã đếm hết rồi" mà kinh ngạc về sự toàn trị, sự quan phòng kỳ diệu của Chúa dành cho con dân Ngài. Và tôi dâng lời tạ ơn Chúa vì mình được ở trong Ngài, được làm con cái của Ngài. Thật là một phước hạnh không gì so sánh bằng. Lời Kinh Thánh trong sách Mathieu cũng viết về tóc như thế này: "Lại cũng đừng chỉ đầu ngươi mà thề, vì tự ngươi không thể làm cho một sợi tóc nên trắng hay đen được". Câu kinh thánh này dạy cho chúng ta một chân lý thật sâu sắc. Việc tóc trên đầu chúng ta đen hay trắng ấy là quyền của Chúa chứ không phải do chúng ta muốn mà được".*

Đã trao việc cho Chúa thì chúng ta chỉ nên khoanh tay chịu trận. Bạc đầu hay không, đó là chuyện của Chúa! Cái đầu là của chúng ta nhưng Chúa 'quản lý'. Phận người chúng ta lo chi con bò trắng răng!

04/2023

BỊT MIỆNG BỊT MŨI

Chuyện khẩu trang nay hầu như đã là chuyện…cổ tích. Chẳng ai thèm nhắc nhở tới. Ai cũng biết khẩu trang dùng để làm chi. Đó là thứ chúng ta bịt miệng bịt mũi khi con nhỏ Covid 19 hoành hành cướp đi hàng triệu mạng sống trên khắp thế giới. Hầu như mỗi chúng ta đều thấm thía nỗi mất mát này. Tôi mất một anh bạn chí cốt khi chưa có *vaccine* chích ngừa, một cậu em họ nhất định không chịu chích khi *vaccine* thừa mứa. Cả hai sống tại Mỹ, nơi có đủ phương tiện cản bước con *virus* quái ác này. Tại nhiều quốc gia khác, chuyện chích ngừa không được như vậy.

Chuyện mới xảy ra chỉ vài năm trước nhưng chúng ta hầu như quên bẵng đại nạn này tuy chiếc khẩu trang ngày nào còn là thứ mọi người lùng sục. Ngày đó đã có nhiều người ngày đêm may khẩu trang để cung cấp *free* cho người thân. Thứ một thời như vàng ngày nay đã biến thành bùn. Tại những nơi công cộng, khẩu trang hầu như biến mất. Có lẽ nó chỉ còn xuất hiện tại các chợ Á Đông. Tôi khi đeo khi không. Có cũng được, không có cũng chẳng sao. Ông Luân Hoán khác. Tới giờ này ông vẫn nghiêm chỉnh bịt miệng bịt mũi. Vì khẩu trang đã thành cái mốt, như chiếc mũ kiểu này kiểu nọ lúc nào cũng sùm sụp trên đầu. Ông thơ thẩn này mũ nào khẩu trang đó, hợp màu hợp kiểu.

> *riêng tôi vẫn giữ mốt chơi*
> *mang trang sức lạ hợp thời lâu nay*
> *giữ thân mỏng mảnh dễ bay*
> *tiện thể chắn gió lạnh đầy không gian*
> *giấu tốt cặp môi dã man*
> *từng*
> *chạm*
> *tứ tán*
> *ngàn vàng*
> *cõi tiên*
> *mang khẩu trang hiền thêm hiền*
> *đôi khi bất tử có duyên bất ngờ*
> *mặt mo tôi vốn khá thô*
> *thường dễ nhiễm bệnh vu vơ cõi trần*

Mặt ông Luân Hoán tôi không lạ. Dân khắp năm châu bốn biển chắc cũng không lạ vì ông nhà thơ này rất thích *post* hình trên Facebook. Ông tự nhận là "mặt mo" chứng tỏ sự khiêm nhường hiếm có.

Chuyện tốt phô ra xấu xa đậy lại là chuyện thường tình của nhân loại. Vậy mà mấy ông bà trong đài NPR của Thụy Sĩ làm chuyện ruồi bu khi thực hiện cả một cuộc nghiên cứu hỏi tới 1030 người mà họ không nói rõ gồm bao nhiêu nữ

Nhà thơ Luân Hoán sau mùa dịch.

bao nhiêu nam. Cuộc nghiên cứu được công bố trên tạp chí Frontiers of Psychology vào tháng 2 vừa qua. Người nào nghĩ mình đẹp đều không muốn đeo khẩu trang vì khẩu trang che mất cái đẹp của họ. Ngược lại những người ít đẹp lại khoái đeo khẩu trang mỗi khi ra ngoài dù là đi làm, đi phỏng vấn xin việc hoặc dắt chó đi dạo. Nhóm nghiên cứu kết luận: "Kết quả của chúng tôi cho thấy, từ biện pháp bảo vệ bản thân trong dịch Covid-19, đeo khẩu trang có thể trở thành cách trình bày bản thân sau đại dịch". Thiệt tình! Tôi chưa bao giờ thấy một cuộc nghiên cứu vô duyên cỡ này. Bộ các nhà khoa học, sau khi cô nàng nhí Covid lui binh, không còn chuyện gì làm nên làm chuyện ruồi bu. Cỡ tôi, chẳng cần hỏi tới 1030 người, cũng biết tỏng tòng tong như vậy.

Người Nhật thường bị chê là lùn. Đó là chuyện in vào óc chúng ta từ lâu. Giờ thì họ không lùn nữa nhờ chế độ dinh dưỡng đầy đủ. Nhưng dân Nhật được tiếng là đẹp. Ít nhất tôi nghĩ như vậy khi gặp các cô gái Nhật. Không cần chờ tới khi có dịch bệnh họ mới đeo khẩu trang mà họ đã có thói quen bịt mặt bịt mũi từ khuya. Tôi đã tới Nhật nhiều lần và cũng đã nhiều lần bắt gặp khẩu trang trên các khuôn mặt thanh tú từ rất lâu trước khi có dịch. Nhà văn Mỹ Mark Frauenfelder đã tới Nhật sáu lần đã viết trên trang blog Boing Boing của ông là ông rất ngạc nhiên khi thấy nhiều người đeo khẩu trang ngoài đường phố. Ông dò hỏi và được biết đó là những người đang bị cảm cúm và không muốn lây lan cho người khác. Tôi cũng đã dò hỏi và rất khâm phục tinh thần "mình vì mọi người" của họ.

Loài khỉ chắc không có tinh thần đó nhưng cũng khoái

Khỉ học theo người!

đeo khẩu trang. Chuyện được cô Sharon Benade *post* trên mạng và được tới 2 triệu 600 ngàn người thú vị theo dõi. Cô Sharon là dân thành phố Durban ở Nam Phi. Một bữa cô đang ngồi bên vệ đường thì một bầy khỉ tới gần. Chúng chơi đùa với nhau như một bầy trẻ hiếu động. Bỗng một chú khỉ nhìn thấy một chiếc khẩu trang bên lề đường, vội chạy tới nhặt và cố đeo lên mặt. Cô Sharon vội thu hình cảnh tượng hiếm có này. Chú khỉ mở rộng khẩu trang, khéo léo đeo lên mặt. Chiếc khẩu trang quá lớn cho mặt khỉ nên che kín cả mắt. Không nhìn thấy gì nhưng khỉ ta vẫn chập choạng bước tới. Chỉ vài bước, chiếc khẩu trang rơi ra, khỉ nhặt lại, đeo tiếp trông rất buồn cười và đáng yêu. Cô Sharon say mê quay cảnh hiếm có. Cô cho biết: "Những con khỉ đã học được cách đeo khẩu trang khi con người sử dụng nó hàng ngày để đối phó đại dịch". Một dân mạng *comment*: "Con khỉ này thông minh hơn một số người. Chúng còn biết phòng chống bệnh dịch mà nhiều người lại vô ý thức".

Khẩu trang là một cách phòng chống dịch bệnh bên cạnh việc chính ngừa. Nhưng có nhiều người không chịu chích ngừa. Họ đưa ra đủ mọi lý do. Ồn ào nhất có lẽ là danh thủ quần vợt Djokovic. Anh chàng này nhất định em chã dù bị cấm thi đấu tại giải US Open năm 2022. Chích *vaccine* và đeo khẩu trang là hai phương cách phòng chống dịch bệnh căn bản. Tháng 3/2023, tổ chức Dịch Vụ Truyền Thông Thiểu Số tổ chức một cuộc hội thảo về hiệu quả của khẩu trang sau ba năm đại dịch bùng phát. Hội thảo thì ông nói bà nói, mỗi người một phách. Tuy nhiên với khẩu trang, các chuyên viên đồng ý là thứ đứng sau *vaccine* trong việc phòng ngừa dịch. Cứ chích ngừa là an toàn trên xa lộ. Theo Bác sĩ William Schaffner của Đại học Vanderbilt ở Nashville, tiểu bang Tennessee, các nghiên cứu về sự hữu hiệu của khẩu trang ít chính xác vì có nhiều người đeo không đúng cách làm sai lệch kết quả. Ông nói: "Nếu đeo khẩu trang không che mũi thì chẳng khác gì không đeo". Chuyện đeo khẩu trang nhưng chỉ che miệng, chừa mũi ra để thở, tôi thấy hà rầm, nhất là các ông bà đi chợ Á Đông. Có lẽ đi chợ lâu, khó thở, nên kéo khẩu trang xuống dưới mũi cho dễ chịu! Bác sĩ Wikkiam Schaffner nhấn mạnh: "Khẩu trang không phải là phép thuật và không thể thay thế chích *vaccine* và các mũi tăng cường được". Tuy nhiên ông khuyên mọi người, nhất là những người có tuổi hoặc có bệnh nền, nên đeo khẩu trang.

Từ ngày con covid-19 gây náo động thế giới, chúng ta vất vả với khẩu trang. Những ngày đầu khẩu trang là thứ chúng ta loay xoay tìm kiếm. Tới các cửa hàng chẳng thấy bóng dáng một chiếc khẩu trang nào. Tôi chạy tứ tung, tới đâu cũng có bảng thông báo hết khẩu trang. Nhà nhà may khẩu trang tự chế. Trong nhà có vải vụn mang ra xài hết chẳng cần biết có phải vải *cotton* như yêu cầu không. Đang lúc lúng túng, ông Luân Hoán tới đưa cho tôi vài cái do bà xã ông may, cái đỏ cái xanh, miễn có cái đeo trên mặt là mừng rồi. Sau đó khẩu trang bằng vải được các hãng may danh tiếng tung ra thị trường, giá vài chục đô một cái. Muốn rẻ hơn có loại…vô danh chỉ mười tì. Tiếp theo là các khẩu trang bằng giấy, dùng một lần rồi dục đi. Nói là dùng một lần nhưng thiên hạ đâu có phí phạm như vậy được. Dùng xong, tháo ra bỏ vào túi để dùng lại. Có ông dùng tái đi tái lại tới quăn queo, lấy ra vuốt vuốt dùng tiếp. Cứ có cái bịt miệng bịt mũi là yên tâm, chẳng cần biết có ngăn được con vi khuẩn bé tí teo không. Thực ra phần lớn loại khẩu trang này rất ít hiệu quả. Thứ có hiệu quả nhất phải là N95, thứ chỉ có các bác sĩ trong bệnh viện được cung cấp. Khi dịch làm tới, khẩu trang N95 cạn kiệt, các bác sĩ phải hà tiện, giặt đi giặt lại để dùng tiếp. Tôi nhớ khi đó các hội đoàn phải kêu gọi dân chúng ai còn giữ được khẩu trang N95 thì hy sinh hiến cho các bệnh viện.

Thứ khẩu trang loại xịn này ra sao? Chỉ cái tên cũng nói lên được đẳng cấp. N95 có thể ngăn ngừa được 95% các loại hạt trong không khí, kể cả *virus*. Khẩu trang N95 được chế tạo để ôm khít vùng mũi, miệng người đeo hơn là các loại khẩu trang khác. Đây là loại khẩu trang được khuyến khích sử dụng hiện nay. Khẩu trang N95 giá còn khá cao, người ta đã chế ra thứ tương tự là khẩu trang KN95. Tôi vẫn đeo loại KN95 này dù không được thẩm mỹ lắm. N95 hay KN95 có hình dáng phồng lên như chiếc cốc, nhiều người chê bai là trông như mõm chó. Nhưng N95 ngày nay được coi là gọn gàng hơn hồi khởi thủy rất nhiều. Thoạt kỳ thủy N95 được dùng trong ngành khai thác mỏ nhằm ngăn bệnh phổi đen, một bệnh do bụi phổi gây ra khi công nhân phải làm việc trong môi trường đầy bụi than. Nikki McCullough, chuyên viên hàng đầu về an toàn sức khỏe của công ty 3M, công ty chuyên sản xuất khẩu trang N95, cho hay: "Tất cả các loại mặt nạ phòng độc đều khá lớn, trông như mặt nạ khí *gaz* công nghiệp vậy". Nó cồng kềnh như vậy vì bộ lọc khí có lớp sợi thủy tinh dày và phần trùm kín đầu khiến người đeo luôn cảm thấy nặng nề và nóng nực. Nhận thấy sự bất tiện của cái…cùm phòng độc, bà Sara Little Turnbull, biên tập viên chuyên về trang trí của tạp chí House Beautiful, nảy ra sáng kiến tạo ra xơ sợi nhẹ nhàng hơn sợi thủy tinh nhiều. Ban kỹ thuật của công ty 3M đã nấu chảy *polymer* và thổi chúng vào xơ sợi. Bà Turnbull liền thử nghiệm xơ sợi này vào việc chế ra miếng đệm vai cho áo phụ nữ. Năm 1958, bà phát triển kỹ nghệ này vào việc chế ra khuôn chiếc nịt ngực. Năm 1961, sản phẩm ra đời. Khi đó người ta còn nghi ngờ khả năng ngăn chặn vi khuẩn của loại khẩu trang mới này nên chỉ dám gọi là mặt nạ chống bụi.

Thập niên 1970, Tổng Cục Mỏ và Địa Chất hợp tác với Viện Sức Khỏe và An Toàn Lao Động Quốc Gia tạo ra các tiêu chuẩn đầu tiên cho cái mà họ gọi là "mặt nạ phòng độc dùng một lần" *(single use respirators)*. Dựa vào tiêu chuẩn này, khẩu trang N95 được phê duyệt vào ngày 25/5/1972.

Dưới kính hiển vi, lớp vải trông như hàng ngàn sợi chỉ đan chéo với nhiều khoảng hở li ti. Các loại bụi mịn hay *virus* đều bị chặn lại. Khẩu trang N95 có chứa một lượng điện nhỏ trên lớp lưới để các hạt bụi nhỏ hơn không thể chui qua. Vì khẩu trang có nhiều khoảng hở li ti nên việc hít thở khá dễ dàng, tạo cho người đeo sự dễ chịu khi hít thở. Các bác sĩ có thể đeo N95 trong thời gian 8 tiếng mà không gặp khó chịu khi thở. Điều này là chính xác. Mới đây, trong suốt thời gian 6 tiếng bay, tôi luôn đeo khẩu trang mà vẫn hít thở dễ dàng.

Bộ lọc tốt là phần quan trọng nhưng chưa đầy đủ cho một khẩu trang hoàn hảo. Phần quan trọng khác là sức bám chặt vào mặt sao cho *virus* không thể lẻn qua những khoảng

Tượng cũng bịt.

hở này để tấn công vào mũi miệng người đeo. Công ty 3M vẫn nghiên cứu để hoàn thiện phần này. Họ phải áp dụng nhân trắc học vào việc chế tạo vành ngoài của khẩu trang. Nhân trắc học là bộ môn khoa học chuyên nghiên cứu về kích thước và tỷ lệ các bộ phận trên cơ thể con người nhằm thiết kế các máy móc, thiết bị sao cho thích hợp. Khẩu trang N95 cũng đã dựa vào nhân trắc học để có độ kín tối đa mà không làm khó chịu người dùng. Khẩu trang N95 hiện nay vẫn còn vấn đề với những người để râu. Cái râu xồm xoàm quanh miệng đã tạo ra những kẽ hở cho *virus* lợi dụng chui vào.

Không có thứ khẩu trang nào có thể bảo vệ chúng ta trăm phần trăm kể cả thứ xịn nhất hiện nay là N95. Nhà vi sinh học nổi tiếng người Anh Catherine Makison Booth đã thử làm một thí nghiệm vào năm 2008 để đánh giá khả năng bảo vệ của các loại khẩu trang y tế khác nhau. Bà tạo một hình nhân được gắn máy thở và mang khẩu trang. Trước hình nhân là một máy hắt xì hơi có gài *virus* cúm vào. Cho máy hắt xì hơi vào hình nhân lần lượt mang nhiều loại khẩu trang khác nhau. Kết quả cho thấy tất cả các loại khẩu trang đều không ngăn được *virus* cúm nhưng số lượng *virus* thâm nhập giảm xuống đáng kể tùy theo loại khẩu trang. Vậy đeo khẩu trang không chưa đủ để bảo vệ chúng ta khỏi *virus*. Nếu cộng thêm với việc chích *vaccine* phòng dịch và thường xuyên dùng các chất khử trùng, chúng ta có nhiều khả năng tránh được sự lây nhiễm của vi khuẩn.

Trong một bài viết, Bác sĩ Võ Xuân Quang kết luận: *"Khẩu trang y tế không bảo vệ chống coronavirus rõ ràng là vì nó không được thiết kế làm điều đó. Nó mỏng và thưa, chứa đầy những lỗ, nhỏ hơn mấy giọt bắn li ti nhưng lớn hơn nhiều so với cô Vy. Các giọt bắn tới từ ai đó hắt xì có thể bị giữ lại, nhưng bạn hít thở vài cái thì đám cô Vy lúc nhúc trên đó sẽ bay cả vào phổi. Mặt khác, bất kể bạn cột chặt đến đâu, luôn có chỗ hở. Đó có thể là hai bên má, là dưới cằm v.v... và tạo cửa ngách cho các cô đang lượn chung quanh đến làm quen khi bạn hít vào. Rõ ràng, đeo khẩu trang y tế hoàn toàn có thể bảo vệ một cách tuyệt đối nếu như bạn đừng hít thở. Rất tiếc, vậy cũng tương đương với hết thở rồi...Theo một cách nhìn khác, nếu bạn chỉ mong mỏi chúng làm giảm bớt rủi ro và hạn chế khả năng bị nhiễm, dù không hoàn toàn. Câu trả lời là có. Rất đơn giản, việc lây nhiễm là mạnh nhất khi các giọt bắn thẳng vào mặt bạn với vận tốc lớn nhất. Khẩu trang y tế đơn giản là làm giảm vận tốc, tăng trở ngại trên đường đua của bọn virus. Mặt khác, tuy WHO và CDC một mực khẳng định khẩu trang y tế không bảo vệ được chúng ta khỏi cô Vy, đồng thời họ gián tiếp công nhận khẩu trang y tế là một công cụ hữu hiệu. Đây thôi, không sờ mắt, mũi, miệng. Rõ rồi nhé! Đeo khẩu trang lên, không phải để ngừa virus mà để ngừa bạn sờ, tự sờ hay sờ người khác...Tóm lại, khẩu trang y tế không loại trừ nhưng làm giảm bớt rủi ro. Thời ôn dịch, giảm một chút là cũng tốt lắm rồi".*

Tôi phải tự nhận mình là một tên chết nhát. Chuyến bay chót của tôi thời tiền *covid* là từ Vancouver về Montreal vào đầu tháng 2 năm 2020, khi dịch bắt đầu lan rộng. Từ đó tôi co cẳng nằm nhà, không dám đằng vân giá vũ nữa. Cho mãi tới giữa tháng 3 năm 2023, tôi mới lại lò dò leo lên máy bay sau khi thiên hạ đã bay nam bay bắc tá lả. Hành trình chuyến bay ngược lại: từ Montreal tới Vancouver. Như một cách dằn mặt con *covid* hỗn hào.

Trên máy bay, tôi vẫn nghênh ngang với chiếc rọ như mõm chó, mặc thiên hạ nghĩ sao. Bởi vì trong lòng tôi luôn nghĩ chiếc "mõm chó" này chính là phiên bản của chiếc nịt ngực, tác phẩm của bà Sara Little Turnbull năm xưa. Nghe mà thấy mềm người!

03/2023

BƠ BRETEL

Dân Việt thế hệ tôi chừ vẫn còn mùi bơ Bretel dính trên miệng. Thứ bơ chi mà thơm thơm, mằn mặn, mở hộp ra đã sực nức mùi…thực dân. Bơ Bretel do Pháp chế tạo, được các quan thuộc địa Pháp mang qua Việt Nam làm dân trung lưu và thượng lưu Việt mê mẩn. Dân ta xài bơ Bretel để rang cà phê, chấm vào cà phê pha hoặc quệt lên bánh mì.

Nhà văn Nguyễn Tường Giang kể lại về chuyện bơ Bretel hồi đó: *"Tôi chỉ nhớ một lần Thế Uyên được bố sai đi mua bánh mì* baguette *mang về, được bố cho một phần bánh mì với bơ Bretel, Thế Uyên bẻ cho tôi một miếng nhỏ và đó là lần đầu tiên tôi được thưởng thức món ăn tây phương. Gia đình tôi và gia đình Thế Uyên là hai gia đình nghèo nhất họ, và vì thế chúng tôi là học sinh và sinh viên nghèo kinh niên. Nhưng với Thế Uyên thì cái nghèo đã đeo đuổi suốt cuộc đời"*.

Một cô gái thế hệ sau, cô Andrea Nguyen, viết về ông

bố. Bài viết bằng tiếng Anh, tôi phỏng dịch một trích đoạn: *"Người Việt thế hệ "bố già" thích thứ bơ nổi tiếng được đựng trong một hộp màu đỏ in chữ màu kim nhũ. Bơ Bretel được đánh giá cao vì hương vị của nó. Trong một đất nước mà số lượng trâu nhiều gấp bội số lượng bò sữa, thứ bơ nhập cảng từ Pháp được coi như một thứ thực phẩm xa xỉ"*.

Trong cuốn truyện "Ru" của Kim Thúy, một tác giả sống tại thành phố Montreal chúng tôi, bơ Bretel cũng được một nhân vật truyện ca tụng hết lời. Phan Huy Đường, trong cuốn "Một Hành Trình Tư Duy 2", cũng nhắc tới một quán cà phê ở Hà Nội có bán thứ cà phê chấm một đầu tăm bơ Bretel và một muỗng cà phê *cognac* nhỏ.

Nhà báo Vũ Thế Thành nhớ lại: *"Hồi năm 1960, có phong trào uống cà phê bỏ bơ Bretel của Pháp vào. Người bán một ly xây chừng (cà phê đen nhỏ) lấy cây tăm xỉa răng chấm vào lon bơ rồi chấm vào ly cà phê. Nước cà phê đen sẽ nổi màng trên đó, uống cảm thấy béo ngon! Hồi năm rồi, tôi có óc hoài cổ định ra siêu thị hay tiêm chạp phô nào đó trên đường Nguyễn Thông tìm xem có bán hay không, nhưng không thấy, thế mà kỳ đi về Bến Tre, vào quán cà phê nhỏ thấy trong tủ kính chưng đầy"*.

Bơ Bretel do hãng bơ Maison Bretel Frères của hai anh em Eugène Bretel và Adolphe Bretel thành lập vào năm 1871 ở Valognes. Bơ được làm ở vùng Manche của Normandy. Loại bơ họ sản xuất là *"beurre de Isigny"* được làm bằng nguồn sữa bò ở các khu vực xung quanh vùng Isigny-du-Mer thuộc miền Nam nước Pháp. Hãng phát triển nhanh chóng. Năm 1871 sản xuất 95 tấn. Chỉ tám năm sau nhảy vọt lên tới 1840 tấn. Bơ của hãng đã nhận được nhiều huy chương trong các hội chợ quốc tế 1878, 1889, 1900 ở Paris và 1893 ở Chicago, Hoa Kỳ. Trên 80% sản phẩm được xuất cảng. Việt Nam là một thị trường tiêu thụ bơ của hãng Maison Bretel Frères. Dân Việt rất khoái vị mặn và thơm của bơ Bretel, thứ bơ được đóng trong hộp màu đỏ đậm, có in nhiều huy chương màu vàng kim nhũ. Dân ta đã nhầm và gọi là bơ "đồng tiền". Sau khi dùng hết bơ, lon bơ bằng kim loại còn được dùng để làm lon đong gạo rất phổ thông thời đó. Trong tuần báo Bradstreet's Weekly một người đã kể khi thăm viếng hãng bơ Bretel. Bơ được mua từ những người chăn nuôi bò sữa trong vùng, sau đó được phân loại và chế biến. Bơ được cán phẳng thành từng khối hình chữ nhật rồi đóng hộp. Người ta gọi loại bơ này là "bơ cán phẳng Normandy".

Thế hệ "bố già" của cô Andrea Nguyen say mê thứ bơ này. "Bố già" Hoàng Xuân Sơn là một. Các chợ Việt Nam đều có bán nhưng thứ bơ này sao không giống thứ bơ ở Việt Nam hồi xưa. Bơ Bretel là một hộp kỷ niệm của chúng tôi. Ly cà phê đen mà không có tý bơ Bretel dính vào đầu tăm nhúng vào thì chẳng ra cái thể thống gì. Ông bạn họ Hoàng được tiếng là sành sỏi nhất định không hài lòng với thứ bơ Pháp vong thân nơi xứ người. Trong một dịp đi tắm biển với tôi tại đảo St Martin, chúng tôi đi săn kỷ niệm. Đảo nhỏ xíu nhưng được phân chia làm hai vùng. Vùng thuộc Hòa Lan và vùng thuộc Pháp. Khách sạn của chúng tôi nằm bên phần thuộc Hòa Lan, uống bia Heineken mút chỉ, rẻ như ở Hòa Lan. Một bữa chúng tôi "vượt biên" qua bên phần thuộc Pháp để tìm Magie chính hiệu và bơ Bretel chính gốc. Magie thì có nhưng bơ Bretel thì biệt vô âm tín. Kể cũng buồn nhưng chúng tôi được bù lại một đặc sản khác của Pháp: các bãi biển khỏa thân!

Tôi cố tìm các tài liệu tiếng Anh về loại bơ này nhưng không có nhiều. Kể cũng kỳ. Thứ bơ "thần thoại" của dân Việt Nam chúng tôi sao không lưu dấu vết nào trên các trang mạng. Rút cục chúng ta cứ loanh quanh hỏi nhau. Theo tác giả Vũ Hồng Liên, trong cuốn *"Rice and Baguettes"* thì phải mất một thời gian bơ Bretel mới thâm nhập thị trường Việt Nam nhưng một khi đã đến với đất nước này, nó không bao giờ rời đi. *"Thật vậy, trong khi công ty Maison Bretel Frères không còn tồn tại nữa và khái niệm bơ đóng hộp đã bị phai mờ thì những hộp bơ Bretel vẫn tiếp tục được tiêu thụ bởi thị trường người Việt tại Việt Nam lẫn hải ngoại, đóng vai trò như một lễ vật hoài cổ của cả một thế hệ. Các lon bơ có mặt trên thị trường hiện nay có dòng chữ cái đầu là "N.V.T.", viết tắt tên Ngô Văn Thế, người đã nộp đơn đăng ký nhãn hiệu quốc tế của Bretel vào năm 1964".*

Vậy đây là cái tổ con chuồn chuồn của việc dân thế hệ "bố già" chúng ta quay quắt tại sao Bretel xưa khác với Bretel nay. Trong một bài viết của tác giả Kim Khánh, một người sống tại vùng đặt cơ xưởng của bơ Bretel, có kể lại: *"Nhà phân phối N.V.T. in trên hộp bơ Bretel là chữ viết tắt của tên Ngo Van The, tôi có vào trong Immeuble (building) để xem bảng tên đó, vì tôi cũng làm việc trong quartier gần lắm. Thật ra N.V.T. chỉ là nhà phân phối thôi, văn phòng ở địa chỉ 30 rue de la Montagne, Sainte Geneviève, chỉ là cái văn phòng nhỏ để liên lạc, còn entrepot ở đâu tôi không biết.*

Cái hộp bơ bây giờ không giống cái hộp ngày trước, không có các mề-đay trúng tuyển trong các hội chợ, và cái hộp nhỏ hơn, mà nó không còn được sản xuất bởi Maison Bretel Frères nữa, vì nó đã bị mua lại rồi".

Lon bơ Bretel có in tên tắt N.V.T.

Năm 1960, hãng bơ Bretel chính gốc dẹp tiệm. Công ty Carnation mua lại và tiếp tục sản xuất cho tới năm 1964. Ông Ngô văn Thế mua lại cái tên Bretel từ Carnation và đăng ký bản quyền ở *World Intellectual Property Organization (WIPO)* có hiệu lực trong 60 năm. Tính ra tới năm 2024 là hết hạn.

Sau khi mua cái tên Bretel, ông Ngô Văn Thế chơi trò treo đầu dê bán thịt chó. Ông ta điều đình với hãng Briois, cũng chuyên sản xuất bơ, xử dụng thứ bơ cũng có 3% muối giống bơ Bretel, đóng vào hộp có in nhãn hiệu Bretel nhưng dùng địa chỉ mới, có đề *made in France* đàng hoàng. Số *licence* trên hộp là: FR.62.510.102 CE. Người tiêu dùng tay mơ như chúng ta chẳng có ý niệm chi về con số có vẻ vô tội này trên hộp bơ. Theo Bộ Canh Nông Pháp *(Ministère de l'Agriculture)*, mã số này là của hãng Briois ở vùng Liévin. Bơ của Briois có tên là Francelia là thứ bơ rẻ tiền, bán đầy trong các chợ ở Pháp.

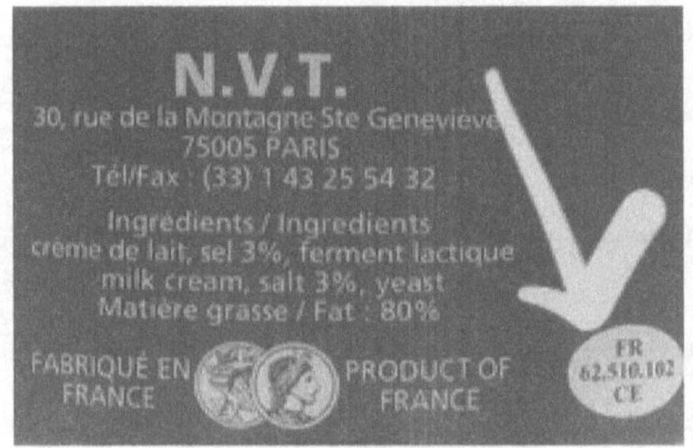

Mã số FR.62.510.102 CE.

Có lẽ ông Ngô Văn Thế biết dân ta cả trong lẫn ngoài nước đều vẫn còn là "thần dân" của bơ Bretel nên cho sản xuất loại bơ này để phân phối trong một vài siêu thị Á đông ở Pháp và một số nước khác có nhiều Việt kiều như Mỹ, Canada và Úc. Thực ra chỉ có thế hệ "bố già" còn mê mải với bơ Bretel chứ con cháu chúng ta ở hải ngoại chúng đâu có *care*. Ngay dân Pháp, quê hương của bơ Bretel, họ cũng chẳng biết bơ Bretel là cái chi chi.

Tại Sài Gòn ngày xưa thứ bơ được tôn sùng này chỉ có ở những tiệm hạng sang, chuyên bán các sản phẩm nhập cảng như cá hộp Sumaco, tương Magie và không thể thiếu bơ Bretel. Như tiệm Thái Thạch chẳng hạn. Sau này Thái Thạch có mở một chi nhánh trên đường Công Lý. Tôi không nhớ còn những tiệm nào nữa. Có lẽ còn nhưng tôi không biết.

Cho tới ngày nay, dân Việt hải ngoại chúng ta vẫn tìm kiếm bơ Bretel như dân đi đào vàng ngày xưa. Một phụ nữ trẻ viết trên Facebook: "Mẹ chồng tôi ở Toronto qua chơi với gia đình tôi tại San Francisco cố liên lạc với một cậu ở Los Angeles để mua bơ Bretel. Cậu chuyên bán sỉ từng thùng với giá 10 đô một hộp. Loại bơ này trước đây được nhập cảng từ Pháp vào Việt Nam. Người Việt say mê nhưng người Pháp ở chính quốc chẳng ai biết thứ bơ này".

Theo một dân Montreal thì năm ngoái, 2022, có người đã rao bán bơ Bretel với giá 25 đô một lon. Thiên hạ xúm vào mua. Chỉ nội trong ngày họ đã bán hết 200 lon. Người bán cũng như người mua đều hí ha hí hửng, vui mừng thấy rõ!

Thiệt khổ cho những người còn bị quá khứ bám chặt. Họ coi hộp bơ Bretel như một "hộp kỷ niệm". Đã là kỷ niệm thiệt khó xua đuổi, nhất là những kỷ niệm của một thời phơi phới thanh xuân. Ai đã từng ngồi với người tình nhấm nháp cà phê Bretel, đã từng chia nhau những mẩu bánh mì quết bơ thơm phức nơi phố xưa, có chết cũng chẳng quên được.

Phố xưa chúng ta đã rời bỏ để tới sống tại những nước tân tiến. Của ngon vật lạ thiếu giống chi. Có cả chục thứ bơ thơm tươi hơn bơ Bretel. Bơ Bretel là thứ bơ chỉ để xuất cảng sang các xứ nhược tiểu trong thời tiết của các xứ nóng nên được trộn tới 3% muối để dễ bảo quản khi hàng hóa được trưng bày trên những sập hàng của miền nhiệt đới.

Tác giả Kim Khánh, sống ở Pháp, ngay gần nhà máy của bơ Bretel, đã than thở: *"Lâu lâu tôi có vài người quen từ Mỹ đến Pháp chơi, và bắt tôi dẫn đi mua bơ Bretel, tôi phải kêu lên: 'Chị đến từ một siêu cường như Hoa Kỳ, đồ ăn thừa mứa, bơ sữa tràn đồng, bơ mặn thiếu gì, tội chi phải qua bên Tây ăn bơ Bretel?'. Bà chị tôi trả lời tỉnh bơ: 'Tại chị ăn bơ Bretel quen rồi em ạ. Hồi nhỏ ưa ăn bơ Bretel quẹt lên bánh mì. Ông già chị uống cà phê phải cho một chút bơ vô tách cho thơm ổng mới chịu. Với lại chị muốn mua chút ít về làm quà cho mấy người quen ở Mỹ'. Thiệt hết chỗ nói! Tôi cũng có mua thử một hộp về ăn coi hương vị nó có thay đổi hay không? Quả thật! Nó dở hết chỗ chê! Thua xa lắc mấy thứ bơ mặn trong siêu thị, mà bây giờ thì tôi đâu dám ăn bơ, sợ bị cholestérol thấy bà! Hay là bây giờ tôi sống lâu ở Pháp nên cái goût cũng thay đổi, hoặc bụt nhà không thiêng, nên ăn beurre Bretel không thấy ngon như lúc còn trẻ chăng? Chớ còn tôi nói chuyện với mấy bà chị ở Mỹ, mấy bả khen bơ Bretel đáo để, nói là nó thơm ngon và đậm đà hơn bơ Mỹ, không có mùi. Bây giờ bơ Bretel chỉ được bán ở tiệm Thanh Bình ở khu Maubert Mutualité thôi, chớ mấy chỗ khác không thấy bán. Tôi chỉ giữ hộp bơ làm kỷ niệm, là hình ảnh của những năm tháng cũ ở Việt Nam, và xin góp thêm vài ý với Quí Vị đồng hương Việt Nam, để bà con "fan" của bơ Bretel có cái nhìn rõ hơn về loại bơ mà mình đã gắn bó từ bấy lâu nay".*

Thiệt tức mấy anh Tây cà lồ khi xưa đã mang bơ Bretel

Bơ Francelia của hãng Briois.

tới xứ thuộc địa để dân đen chúng ta quen mồm quen miệng kéo dài cái khổ tới tận ngày nay. Ông Hoàng Xuân Sơn và tôi đã từng có lúc lê bước trên đảo Saint Martin đi tìm cái thứ đã làm nhức nhối con tim. Khi đó chúng tôi không biết bơ Bretel N.V.T. không còn là thứ bơ của tuổi xuân chúng tôi. Nếu biết giờ chúng chỉ là thứ dỏm do một anh láu cá lừa cả nước, từ trong nước ra ngoài nước, thì chắc chúng tôi chỉ cần chửi thề một câu là xong. Nghĩ thế nhưng chửi xong chắc vẫn còn tức. Người ta đã bức bách cả một quá khứ đầy thơ mộng của thế hệ chúng tôi. Cái mất mát này sao mà chịu thấu.

Nghĩ đi thì như dzậy nhưng nghĩ lại thì thấy vô duyên. Bơ Bretel đâu có phải thứ quốc hồn quốc túy chi đâu. Tới cái thứ quốc hồn quốc túy thứ thiệt như nước mắm mà ngày nay người ta còn công nghệ hóa thành thứ nước chấm đầy hóa chất thì còn hận tới đâu. Cũng đành chịu thôi. Cuộc sống luôn đầy biến động. Quá khứ là thứ chúng ta tiếc nuối nhìn lại. Nhưng cũng tới lúc chúng ta phải bỏ chúng sau lưng. Như bỏ mấy anh tây thực dân đáng ghét vào cái túi quên lãng.

Chỉ tội cho đồng bào chúng ta. Mua được mấy hộp bơ Bretel dỏm với cái giá cao gấp ba gấp bốn trị giá thật của chúng mà lòng vui mừng khoan khoái.

May mà ngày đó, ông Hoàng Xuân Sơn và tôi, dù đã cất công tới mảnh đất thuộc địa của Pháp, đi tìm cái thứ tưởng là "hộp đựng quá khứ" mà không thấy. Nếu thấy và biết ra sự thực chắc cục tức còn vương ở cổ tới ngày nay.

Thực ra chúng tôi chẳng có chi bực dọc vì đã tình cờ thấy được vô số cái nõn nường tô hô cùng đất trời. Tương lai hiện hình trước mắt xua đuổi cái quá khứ, dù trân quý cách mấy cũng chịu xếp ve. Khi đó đầu óc chúng tôi đâu có dính tí bơ Bretel nào đâu!

04/2023

HIẾN TẠNG

Năm 2010, một thanh niên ở miền Tây Việt Nam bị tai nạn giao thông nặng, đưa tới bệnh viện Chợ Rẫy nhưng các bác sĩ bó tay. Anh bị chết não. Các bác sĩ xin gia đình hiến tạng của anh. Bà mẹ và người em đồng ý, hy vọng vài phần cơ thể của người thân cứu sống được nhiều người khác. Khi gia đình mang xác về quê an táng, họ hàng ngăn cản không cho vào nhà. Gia đình phải dựng lều ngoài bãi đất trống chờ chôn cất. Họ hàng làm vậy vì cho rằng hai mẹ con bà bán nội tạng của người chết. Để chứng tỏ sự trong sạch, bà nhất định không nhận tiền phúng điếu. Người chết đã nằm trong đất, tưởng hết chuyện, nhưng không. Lời ong tiếng ve của xóm làng khiến hai mẹ con phải bỏ xứ ra đi, thay đổi số điện thoại. Khi bệnh viện Chợ Rẫy làm lễ vinh danh các người hiến tạng, họ liên lạc với hai mẹ con bà nhiều lần nhưng không được. Họ phải tìm đầu mối, lần mãi mới ra số điện thoại mới của bà. Bà cho biết vẫn giữ số điện thoại của bệnh viện trong suốt 5 năm qua nhưng không dám gọi. Sau khi bỏ xứ ra đi, bà bị sốc nặng, suốt ngày la cà trên đường phố, có lần bị xe đụng gãy tay. Tết năm 2015, các bác sĩ của bệnh viện Chợ Rẫy tới thăm bà tại nơi ở mới. Họ bị dân trong xóm ngăn cản, đuổi đánh. Nguyên nhân vì hai mẹ con bà dành dụm mua trả góp gần xong một căn nhà nhỏ. Nhưng vì giá đất tăng cao, chủ nhà muốn lấy lại nhà để bán cho người khác với giá cao hơn. Họ làm áp lực bằng cách phá khóa, ném đá, đập rào. Nhà còn bị cúp điện. Họ như sống trong địa ngục của sự thù ghét nhưng không thể bỏ đi vì bỏ đi là lại trắng tay.

Năm 2016, một ông bị tai nạn giao thông rất nặng được mang vào bệnh viện Chợ Rẫy điều trị. Bệnh viện chịu thua, ông bị chết não, rút ống thở ra là đi. Bệnh viện xin bà vợ hiến hai giác mạc, hai trái thận. Bà đồng ý. Bốn người được cứu nhờ những tạng hiến này. Một thời gian sau, nhân dịp tết, bệnh viện cho người tới thăm cám ơn bà. Họ nhận thấy bà phờ phạc, xuống sắc, gầy yếu hơn cả thời gian khi chồng mới mất. Bà buồn bã cho biết bà bị cả gia đình chồng nghi bà bán tạng của chồng. Họ từ mặt mấy mẹ con bà và rêu rao khắp xóm làng. Ngay cả người bán vé số dạo cũng khinh thị bà. Sau đó, bà nhận được nhiều thư nặc danh đòi tiền chồng bà nợ trước khi bị tai nạn. Toàn là thư giả mạo. Họ nghĩ bà bán nội tạng của chồng nên có nhiều tiền. Cả làng xóm quay lưng khiến bà tủi phận lên chùa làm công quả. Không giao tiếp, không giãi bày được với ai khiến bà bị trầm cảm nặng. Bà nói với người của bệnh viện: "Nếu biết như thế này, có chết tôi cũng không bao giờ đồng ý hiến tạng chồng".

Ông Phùng văn Hinh, ngụ tại huyện Định Quán, tỉnh Đồng Nai, là người không muốn những rắc rối xảy ra khi ông nằm xuống. Ông là một nông gia nhưng đã có những hiểu biết về việc hiến tạng khá đầy đủ. Mười năm trước ông đã làm di chúc tặng thân xác cho Đại học Y Dược Sài Gòn khi ông tạ thế. Ngoài ra ông còn tìm tới bệnh viện Chợ Rẫy để hiến tạng. Ông tự tay viết giấy dán trên vách tường để nhắc nhở người nhà biết về ước nguyện của mình. Khi ông mất, nội tạng của ông đã cứu được bốn bệnh nhân thập tử nhất sinh. Noi gương cha, ba trong số năm người con của ông cũng đã ghi tên hiến nội tạng sau khi chết.

Làm ơn mắc oán, câu nói xưa không biết có áp dụng được vào hai hoàn cảnh của hai người đàn bà nói trên không. Nguyên nhân có lẽ vì lối suy nghĩ đã thành nếp của người dân Việt. Thân thể ta khi cha mẹ sanh ra thế nào, lúc trở về phải nguyên vẹn như vậy. Thiếu một chút cũng không được. Một mẩu cũng không OK. Chúng ta đã biết chuyện các thái giám bị hoạn đã cắt giữ cái mẩu thịt bị cắt rời để khi về với tổ tiên cho đủ bộ sậu. Chuyện đi sao về đầy đủ vậy này phát xuất từ cổ nhân Trung Hoa, dân ta bắt chước theo. Nhà văn Nguyễn Mộng Giác, trong một truyện ngắn tôi đọc đã lâu, không nhớ tên truyện, giờ cố tìm lại không được, đã miêu tả chuyện này. Một bà mẹ có con trai bị thương ngoài chiến trường, được đưa về bệnh viện Cộng Hòa và bị cưa chân. Bà năng nặc xin bác sĩ cho bà giữ lại chiếc chân này để khi con chết, chôn theo cho đủ thân xác nguyên vẹn về trình diện tổ tiên. Chính vì có suy nghĩ như vậy nên dân Á châu chúng ta ngại hiến tạng.

Theo một bài viết của Bệnh Viện Trung Ương Quân Đội 108 vào năm 2019, Việt Nam có hơn 10 ngàn người cần ghép gan và thận, 300 ngàn người cần ghép giác mạc nhưng vẫn phải chờ đợi vì không có người hiến tặng. Tại một số bệnh viện lớn trung bình mỗi ngày có khoảng từ hai đến bốn người bị chết não. Có ngày nhiều hơn. Theo thống kê của Ủy Ban An Toàn Giao Thông Quốc Gia, mỗi năm có khoảng 10 ngàn người tử vong vì tai nạn giao thông. Chỉ cần 1% trong số người chết đó hiến tặng thì sẽ có hàng ngàn người được cứu sống. Bởi vì một người chết não có thể hiến được toàn bộ nội tạng. Số nội tạng này có thể cứu sống được tám người khác. Trên thế giới có tới 90% nội tạng được hiến từ người chết não trong khi Việt Nam, ngược lại, có tới 90% nội tạng được hiến từ người còn sống.

Người Tây phương thoải mái hơn trong việc hiến tặng. Một ông bạn tôi có vợ người Canada không may bị ung thư. Cô ký giấy hiến toàn bộ cơ thể cho y khoa sau khi chết. Đám tang của cô tại nhà thờ chỉ có tấm hình tươi cười nhìn xuống người thân và bạn bè ngồi bên dưới. Người dân đã ý thức được việc hiến tặng nhưng tại nhiều quốc gia chính phủ làm tới, ra luật bắt buộc hiến tặng. Mới đây nhất là Iceland. Theo luật mới toanh này, kể từ ngày 1/1/2019, toàn thể dân chúng sẽ trở thành những người hiến tặng mặc định sau khi chết. Nội dung của luật khá đơn giản. Mọi công dân mặc định hiến tặng sau khi chết, ngoại trừ hai trường hợp: hoặc người chết đã thông báo trước họ không muốn hiến tặng, hoặc người chết không để lại nguyện vọng gì nhưng những người thân nhất của họ phản đối. Trước khi có luật này, chỉ có 10% dân

Iceland ghi danh hiến tạng sau khi chết.

Với luật này, Iceland đã theo gót các nước đã có luật mặc định hiến tạng trước đây gồm: Áo, Bỉ, Ý, Hy Lạp, Thụy Sĩ, Tây Ban Nha và Singapore. Singapore là một nước châu Á nhưng luôn đi trước các nước lân cận. Quốc gia thuộc châu Âu lẹt đẹt nhất trong vụ hiến tạng này là Anh. Số tạng thiếu tại Anh là 80% so với nhu cầu.

Đài Loan tuy là một nước Á châu nhưng cũng đã có hẳn một ngày Kỷ Niệm Hiến Tạng vào ngày 19/6 mỗi năm. Năm nay ngày này đánh dấu một sự kiện quan trọng: phát hành thẻ hiến tạng bằng giọng nói. Đây là một hình thức tôn trọng quyền tự chủ của người hiến tạng khi họ đã chết. Trước đây người muốn hiến tạng chỉ cần ký vào giấy đồng ý hiến và được phát cho một tấm thẻ nhỏ. Sau này thông tin về người hiến tạng được lưu trữ trong kho dữ liệu y tế cho chắc ăn. Trong trường hợp người có nguyện vọng hiến bị chết bất ngờ mà không mang theo thẻ trong người, như trong một tai nạn giao thông chẳng hạn, bệnh viện cũng biết được để thi hành ý nguyện. Nhưng có những trường hợp gia đình không biết người thân có nguyện vọng hiến tạng nên khi nhân viên y tế hỏi để thi hành việc lấy tạng của người đã khuất, họ không bằng lòng. Rắc rối xảy ra. Thẻ hiến tạng bằng giọng nói được thực hiện để giải quyết những trường hợp này. Người muốn hiến tạng, sau khi ghi tên bằng văn bản, vẫn được cấp một thẻ như trước đây, nhưng họ có thể ghi âm nói lên nguyện vọng hiến tạng của mình. Bản ghi âm sẽ được lưu giữ và cho người thân trong gia đình nghe để thấu hiểu suy nghĩ của người hiến tạng và thuận theo nguyện vọng của người thân nay không còn nữa.

Tại Mỹ, thăm dò cho thấy có tới 95% người Mỹ trưởng thành ủng hộ việc hiến tạng nhưng chỉ có 48% làm giấy hiến. Con số thực hiện không theo kịp con số "lý thuyết" nhưng cũng có thể cho là khá.

Cô Abbey Conner.

Trong khi người thân quyết định hiến tạng của người đã khuất tại Việt Nam bị họ hàng, xóm làng hắt hủi như bà mẹ và người vợ đau khổ nói ở trên thì tại Mỹ chuyện khác hẳn. Tháng 6 năm 2017, người ta tìm thấy cô Abbey Conner, 20 tuổi, và người anh tên Austin, 23 tuổi, nằm bất tỉnh, mặt úp xuống nước trong một hồ bơi của một khách sạn. Hai anh em đang đi nghỉ đông tại Cancun, Mexique. Người anh được cứu sống nhưng cô Abbey không may mắn như người anh. Mang vào bệnh viện, cô bị chết não, sống được nhờ sự trợ giúp của ống thở. Tới khi các bác sĩ rút ống thở, họ lấy được một số nội tạng của Abbey. Trước đây, Abbey đã ký hiến nội tạng trên bằng lái xe vào lúc 16 tuổi. Nội tạng của cô được chia cho bốn người tuổi từ 20 tới 60. Anh Loumonth Jack Jr. là người may mắn nhận được trái tim của cô. Anh bị đột quỵ và các bác sĩ chẩn đoán anh chỉ còn sống được 10 ngày nếu không nhận được trái tim thay thế.

Năm tháng sau ngày con gái chết, ông bố Bill Conner quyết định đạp xe đạp từ Wisconsin tới bệnh viện Broward Health Medical Center ở Fort Lauderdale, Florida, nơi lấy nội tạng của Abbey phân phối cho các người thụ hưởng, để tưởng niệm cô con gái rượu. Đoạn đường dài tới 2.600 dặm. Trên đoạn đường thiên lý này, ông sẽ ghé thăm anh Jack Jr. tại Lafayette, Lousiana, người đang mang trái tim của con gái ông trong lồng ngực, vào đúng ngày Father's Day. Trái tim còn đập là con gái ông còn sống, ông Conner tin như vậy. Gặp lại trái tim của con gái trong lồng ngực của anh Jack Jr. cũng như gặp lại con gái. Vậy là ông hăm hở gò lưng trên chiếc xe đạp Trek với tấm bảng gắn sau xe: *"Abbey's Ride for Life"*. Đoạn đường tới với trái tim con gái dài 1.400 dặm. Ông phải mất 4 tuần lễ để vượt qua. Ông hăng hái: "Có gì ghê gớm đâu! Thấm chi với nghĩa cử của con gái tôi".

Cuối cùng, sau những vất vả gian truân, ông tới đích đúng vào ngày Father's Day như dự tính. Trước mặt ông là chàng thư sinh da màu quần áo chỉnh tề. Họ ôm nhau. Cái ôm kéo dài tới hơn một phút. Jack khẽ nói: *"Happy Father's*

Phía sau chiếc xe đạp của ông Bil Conner.

Day!". Anh trao cho ông một gói quà. Quà là một chiếc ống nghe của nhân viên y tế. Ông khựng lại nhưng hiểu ra: "Cám ơn cháu. Cái này hay đấy". Jack cởi nút áo để lộ ra một vết sẹo dài trên ngực. Ông Conner gắn ống nghe vào tai, ấn sát đầu kia vào ngực trái của cậu trai. Ông nhắm mắt lắng nghe. Rồi gỡ ống nghe, ông nói: "Trái tim vẫn còn đập!". Jack đáp: "Dạ vâng! Đúng vậy!". Ông bố Conner ứa nước mắt: "Đúng thế Abbey con. Bố đến thăm con đây *"baby girl"* của bố". *"Baby girl"* là chữ thân thương ông vẫn dùng với con gái khi Abbey còn sống. Jack cúi đầu nói: "Thật là một phép lạ. Abbey giống như một cô tiên có phép mầu trong chuyện cổ tích. Cháu đã chết đi và được sống lại. Cháu mang ơn Abbey mà không biết có cách nào để trả". Ông Conner mỉm cười với chàng trai mang trái tim con gái ông: "Cháu đừng nghĩ tới chuyện trả ơn. Cách trả ơn tốt nhất là hãy sống thật tốt. Sống như Abbey vậy. Giúp đỡ người khác và mang niềm vui đến cho mọi người". Tạm biệt trái tim con gái, ông tiếp tục đạp xe tới Florida, nơi nội tạng của con gái ông được bệnh viện Broward Health Medical Center phân phát cho mọi người.

Nhưng người ta không phải chờ tới chết mới hiến được nội tạng. Ngay khi còn sống, chúng ta có thể chia sớt nội tạng cho người khác. Nhiều người có lòng đã leo lên bàn mổ cho các bác sĩ lấy nội tạng tặng người khác. Người được tặng

Ông Bill Conner đang nghe trái tim con gái đập.

có thể là người thân, có thể là người dưng khác họ. Nhiều trường hợp cho/nhận rất cảm động.

Ông Larry Swilling tuy đã 78 tuổi nhưng đã đeo tấm bảng *"Need Kidney 4 Wife"* đi cùng khắp thị trấn quê hương ở Nam Carolina để xin thận cho vợ. Vợ ông, bà Jimmie Sue, bẩm sinh chỉ có một trái thận, nay đã bị suy, cần một trái thận mới để ghép. Cả ông Larry lẫn ba người con đều không có thận tương thích. Hai ông bà đã kết hôn được 57 năm và ông không thể tưởng tượng nổi nếu sống không có vợ. Hàng trăm người đã cảm động về tình yêu vợ của ông nên đã thử coi thận của họ có hợp với bà không. Họ không có duyên. Phải sau hơn một năm lang thang đi tìm thận cho vợ, ông mới toại nguyện. Tháng 9/2013 một Đại Úy Hải Quân đã về hưu tên Kellt Weavering có thận tương thích và tình nguyện chia cho bà Jimmie Sue một trái xài đỡ.

Một chuyện khác cảm động không kém. Anh Kyle Froelich ở tiểu bang Indiana cần thay thận nhưng không có hy vọng nhận kịp được thận thay thế. Năm 2009, khi mới 19 tuổi, anh tới coi một cuộc triển lãm xe hơi, thú vui mà anh rất thích. Tại đây anh tình cờ gặp cô Chelsea Clair, 22 tuổi. Họ tâm sự với nhau. Cô Chelsea cảm động và cho biết sẵn sàng chia bớt cho anh một trái thận. Trước đó, cả trăm người đã sẵn sàng hiến thận cho anh nhưng không tương thích. Nhưng lần này họ vẫn tới bệnh viện thử. Biết đâu! May mắn làm sao, cuộc thử thành công. Cuộc ghép thận cũng thành công. Không biết có phải vì trái thận của người này trong bụng người kia không mà họ yêu nhau lúc nào không biết. Ngày 12/10/2013, hai người dẫn nhau lên bàn thờ làm lễ thề

Ông Larry Swilling đeo bảng tìm thận cho vợ.

thốt chồng vợ.

Tôi kể mấy chuyện này với các ông bạn già của tôi và khích tướng coi các ông ấy có sẵn lòng hiến một phần cơ thể của mình khi sống hay lúc đã ngỏm cù tì không, ông nào cũng ầu ơ ví dầu. Thứ già quá đát ai mà thèm. Tôi lại "trăm năm trong cõi người ta / cái gì không biết thì tra gu gồn" và bắt bí được các ông. Người già nhất hiến tạng là một phụ nữ người Scotland. Bà hiến giác mạc khi bà mất vào năm 2016, khi đó bà sơ sơ mới 107 tuổi. Người nhiều tuổi nhất hiến nội tạng là một ông người Texas. Khi ông mất vì xuất huyết não ở tuổi 92, gan của ông đã được hiến tặng. Người già nhất hiến tạng khi còn sống là một phụ nữ người Anh. Bà đã hiến thận cho một người lạ vào năm 2014.

Nghe xong các ông bạn tôi làm lơ!

07/2023

HOA ĐÀO

Từ giữa tháng 3 tới giữa tháng 4/2023, tôi lang thang ở Vancouver có ý đợi hoa đào nở. Tôi đợi hoa đào như một người yêu hoa chứ không lôi thôi như chàng Thôi Hộ ngày xưa.

Thôi Hộ là một danh sĩ thời nhà Đường bên Tàu đi dự hội Đạp Thanh, lạc tới một xóm trồng toàn hoa anh đào. Chàng khát nước, gõ cửa một gia trang để xin nước uống. Người đưa nước cho chàng là một thiếu nữ đẹp, duyên dáng, e lệ, đôi má hây hây đỏ như đóa hoa đào. Thôi Hộ ra về không quên được bóng hình người đẹp. Năm sau, cũng ngày hội Đạp Thanh, chàng trở lại, loanh quanh trước ngõ, mong gặp lại người xưa. Cảnh vẫn như xưa, hoa đào vẫn tươi cười với gió, nhưng người đẹp mất bóng. Nàng đã đi lấy chồng hay không còn trên cõi đời này nữa? Thất vọng, Thôi Hộ lấy giấy bút, đề mấy câu thơ, dán trên cổng:

Khứ niên kim nhật thử môn trung

Nhân diện đào hoa tương ánh hồng
Nhân diện bất tri hà xứ khứ
Đào hoa y cựu tiếu đông phong.

Bài thơ của Thôi Hộ có nhiều bản dịch. Tôi chọn bản dịch của Nguyễn Quảng Tuân:

Năm ngoái ngày này trong cánh cửa,
Hoa đào mặt ngọc ánh đua hồng
Năm nay mặt ngọc đi đâu vắng
Chỉ thấy hoa đào cợt gió đông.

Người thiếu nữ năm xưa vẫn còn đó. Nàng chỉ theo cha đi thăm người thân. Buổi chiều, trở về nhà, nàng sững sờ thấy bài thơ dán trên cổng. Đọc thơ, lòng xao xuyến, nàng nhớ tới người xin nước năm ngoái. Ngày lại ngày, nàng tựa mình bên cổng, hy vọng chàng sẽ trở lại. Nhưng chàng vẫn bóng chim tăm cá khiến nàng tương tư, bỏ ăn bỏ ngủ, thân hình tiều tụy, dung nhan võ vàng. Cha nàng tìm thầy chữa bệnh nhưng vô phương cứu chữa. Biết không sống được, nàng thổ lộ mối tình u uẩn với cha và xin tha tội bất hiếu. Người cha thương con, cho người đi tìm chàng trẻ tuổi nhưng hạc nội mây ngàn, biết đâu mà tìm. Rối trí, người cha chạy ra đường mong ý trời run rủi tìm được người đề thơ. Trời không phụ lòng người, ông gặp được người ông đang tìm kiếm. Hai người chạy vội về nhà. Nhưng thiếu nữ đã trút hơi thở cuối cùng. Chàng áp mặt vào mặt nàng khóc nức nở, nước mắt ràn rụa. Hơi ấm của chàng đã làm thiếu nữ mở mắt. Nàng sống lại. Hai người nên vợ nên chồng.

Tôi không mang họ Thôi nên không lôi thôi với hoa đào như me-sừ Thôi Hộ. Tôi cũng không mang họ Kim nên không "ăn theo" Thôi Hộ như chàng Kim Trọng. Trong truyện Kiều, Kim Trọng lần về nhà cũ của Kiều để thấy hoa đào còn đó nhưng người yêu đã lưu lạc phương nao.

Đầy vườn cỏ mọc lau thưa
Song trăng quạnh quẽ vách mưa rã rời
Trước sau nào thấy bóng người
Hoa đào năm ngoái còn cười gió đông
Xập xè én liệng lầu không
Cỏ lan mặt đất rêu phong dấu giày

Hai hoàn cảnh, hai nỗi nhớ, một cho người con gái chỉ lấp loáng mặt hoa, một cho tình nhân đã từng trong vòng tay nhau, tất cả chỉ có những cánh hoa đào còn đó, nhởn nhơ cùng gió đông.

Hoa đào năm cũ, nhắc lại để ngậm ngùi. Hoa đào tôi đi tìm không ủ những cuộc tình như vậy. Tìm hoa chỉ vì sắc hồng của hoa. Nơi tôi đến năm nay dự tính có tới hai hội hoa đào: một tại Vancouver, một tại Garry Point bên Richmond. Nhưng ông trời phá bĩnh thỉnh thoảng mới có một ngày nắng ráo, cành đào trơ khắc khẳng khiu. Nhìn cây, thiên hạ cố moi móc ra nụ hoa nhưng đào còn ở nơi nao. Tôi "vượt biên" qua Seattle, Portland bên Mỹ, đào vẫn giấu mặt. Có những con phố hai bên trồng đào, một bên nở hoa, một bên vẫn phong kín nhụy. Nguyên do một bên có nắng, một bên không. Cho tới giữa tháng 4, khi tôi sắp rời Vancouver, vài ngày nắng đã thắp sáng ánh đào. Tôi tới công viên Queen Elizabeth, nơi nổi tiếng có những gốc đào cổ thụ mới được thấy đào khoe sắc. Thiên hạ lũ lượt kéo nhau tới thưởng thức vớt vát, có còn hơn không.

Hoa đào là hoa của Nhật Bổn nhưng ngày nay đã biến thành thứ hoa…quốc tế. Hầu như nơi đâu cũng có anh đào. Nhật Bổn không giữ độc quyền hoa anh đào mà tặng các gốc anh đào cho nhiều nước trên thế giới. Ngày nay, từ Âu sang Á, từ Úc tới Tân Tây Lan, nơi nào cũng có hoa anh đào. Năm 1912, chính phủ Nhật tặng cho nước Mỹ ba ngàn gốc anh đào được trồng bên bờ sông Potomac ở thủ đô Washington D.C. Thực ra cây anh đào đầu tiên đã tới Mỹ từ hai năm trước, năm 1910, và gặp một rắc rối ngoại giao. Washington D.C. đã phải đốt cây này vì sâu bệnh. Chuyện khá ly kì kể cũng nên nói qua.

Năm 1909, Tổng Thống William Howard Taft của Mỹ muốn nhập hoa anh đào về Mỹ. Bà vợ Helen Taft ủng hộ liền một khi. Bà vốn thích hoa. Nhưng dưới con mắt ngoại giao của Tổng Thống, ông Taft nghĩ đây có thể là cầu nối ngoại giao với Nhật. Ông liên lạc với Tokyo và chính phủ Nhật sẵn lòng tặng các gốc anh đào cho Mỹ. Thị trưởng Yukio Ozaki là người đích thân chọn 300 cây anh đào đẹp nhất, nhổ gốc và chuyển bằng tàu tới Mỹ. Nhưng ông Thị trưởng hăng hái quá nên chọn tới 2 ngàn cây thay vì 300 cây. Với số lượng tăng bất thường này, tàu bị quá tải. Thuyền trưởng buộc lòng phải cắt bớt rễ và cành cây. Tháng 12 năm 1909, tàu cặp bến Seattle. Công nhân đóng gói chúng cẩn thận và cho lên xe lửa chạy về thủ đô Washington. Chuyến tàu mất 13 ngày mới tới. Tại đây, Trưởng ban Côn Trùng học của Bộ Nông Nghiệp Hoa Kỳ là ông Charles Marlatt e ngại các gốc đào này có thể mang côn trùng, cỏ dại và bệnh tật cho toàn thể mùa màng Hoa Kỳ. Khi mở lớp niêm phong cây ra, Marlatt ghi nhận

Năm 1950, Thị Trưởng Yukio Ozaki, 92 tuổi, cùng hai con tới thăm thủ đô Washington, 38 năm sau khi gửi những gốc đào tới thủ đô Hoa Kỳ.

có "những sự lây nhiễm nghiêm trọng". Phần rễ có mụn cây, một loại sâu đục thân cây và 6 loại sâu có hại khác. Khi đấm vào thân cây, Marlatt còn phát hiện ra nhiều ấu trùng sâu bướm. Báo cáo của Marlatt khiến Tổng Thống Taft phải đi tới quyết định hủy số cây anh đào này. Ngày 28/01/1910, toàn thể số cây bị đốt. Tờ New York Times và The Washington Post đồng loạt đưa tin. Thị Trưởng Yukio Ozaki đã tức tốc tới Washington và có một cử chỉ khiến người Mỹ hiểu rõ hơn về người Nhật. Ông nhận thấy lỗi là ở chính món quà đó. "Chúng tôi cám ơn các Ngài đã làm vậy với gốc cây anh đào. Thực lòng tôi đau vô hạn khi biết chúng là nguồn gốc của sự rắc rối lần này. Và nếu Tổng Thống Taft đồng ý, Nhật Bản sẽ gửi một chuyến tàu khác ngay lập tức. Chắc chắn cây lần này sẽ tốt hơn, tuyển chọn bởi những chuyên gia hàng đầu của Nhật". Sau đó các chủ vườn và kỹ sư nông nghiệp trên khắp các đảo của Nhật đã tề tựu về thủ đô Tokyo tuyển chọn ra 3 ngàn cây anh đào tốt nhất. Một chiếc tàu lớn hơn, chạy nhanh hơn đã mang số cây này vượt Thái Bình Dương. Số cây này hoàn toàn mọc trên cỏ, rễ được bọc trong rêu ẩm, được khử trùng hai lần với khí *acid hydrocyanic* để làm chết ngạt côn trùng, sau đó đặt trong kho lạnh để làm chậm quá trình chuyển hóa của cây. Ngày 27/3/1912, Đệ Nhất Phu Nhân Taft tự tay trồng cây anh đào đầu tiên ven bờ sông Potomac trong một buổi lễ được tổ chức hết sức trang trọng. Phu nhân của Đại sứ Nhật trồng cây thứ hai. Chỉ hai năm sau, những cây anh đào đã cho hoa rợp hai bên bờ sông tạo thành một nơi "hành hương" hoa anh đào mà mọi người mong ước có lần được tới chiêm ngưỡng.

Chuyện "hành hương" từ Montreal qua Washington D.C. của mấy anh già về hưu là chuyện dễ ẹt. Một chiếc xe, vài tay lái, chúng tôi đi hẹn hò với hoa đào vào năm 2012, đúng dịp kỷ niệm 100 năm hoa đào nở bên hồ Potomac. "Mỗi năm hòa đào nở", tưởng cứ nghểnh cổ lên ngắm là xong. Đào là thứ con nhà nên không dễ tiếp cận như vậy. Mấy người bạn ở địa phương cho biết là đào nở tùy theo thời tiết. Có năm sớm, có năm muộn. Nhưng vào khoảng cuối tháng 3 đầu tháng 4.

Những nhà dự báo thời tiết ngày ngày cho biết tình hình em đào cười cợt với nhân gian. Lại còn anh mưa phá rối. Đào nở mà gặp một trận mưa là tiêu tan sự nghiệp. Đi coi anh đào còn quá đi cày. Phải tới sớm mới không bị kẹt xe và còn hy vọng có chỗ đậu xe. Sáng sớm, mới 6 giờ, chúng tôi đã có mặt. Công khó được đền bù khi được coi mặt trời mọc giữa những cội đào mọc kín ven hồ Tidal Basin nơi dòng sông Potomac. Du khách tới nườm nượp, chen chân nhau mà đi. Báo chí ước lượng có tới một triệu người tới với lễ hội hoa đào năm nay.

Hoa ngút ngàn nhưng tuyệt không thấy hương hoa. Chỉ có hoa đào tại Nhật mới có hương. Hoa đào…vong quốc chỉ có sắc. Người ta không biết tại sao. Chắc cũng như bước chân của Huyền Trân Công Chúa năm xưa. Ra đi mà lòng ở lại. Hay như nàng Kiều khi trao kỷ vật cho Kim Trọng. *Rằng trăm năm cũng từ đây / Của tin gọi một chút này làm ghi.*

Muốn hít hà hương đào phải tới Nhật. Lại phải cất công đi thôi! Tháng 4 năm 2016, tôi tìm tới hoa đào Nhật. Đào nơi đất tổ muôn hình vạn trạng. Có trên 200 loại anh đào tất cả. Đây là một loài hoa mong manh, từ khi nở tới lúc tàn chỉ vỏn vẹn chục ngày. Hoa không héo. Đang tươi bỗng rụng. Không rụng từng đóa mà chỉ rụng từng cánh. Cái chết khi còn tươi của hoa khiến các *samurai* Nhật coi như tượng trưng tinh thần võ sĩ đạo: biết chết một cách tươi đẹp. Dân Nhật có câu: *"A flower is a cherry blossom / A person is a samurai"*. Nếu là hoa xin làm hoa anh đào / Nếu là người xin làm một võ sĩ đạo. Câu này chúng ta nghe quen quen!

Sakura là tên tiếng Nhật của hoa anh đào. Tên này nghe

Cánh đào rụng ven sông ở Nhật.

cũng quen quen. Bởi vì chúng ta đã biết có một bản nhạc tên Sakura. Tôi có một kỷ niệm khá lúng túng với cái tên này. Trong một công viên đầy hoa đào tại Osaka, một ông già vui tính ngồi đàn *guitare* vui chơi với khách nhàn du. Có lẽ ông cũng đã về hưu, ngày ngày ra công viên tìm vui. Tuy đàn chơi chơi nhưng ông cũng có loa khuếch âm đàng hoàng. Tôi ngồi trên vách bồn nước nghe ông đàn. Đàn xong, ông nhìn tôi cười, xổ một tràng tiếng Nhật. Tôi khoái chí nói : *"Sakura"*. Ông ngớ người ra có vẻ không hiểu. Ông này coi bộ không phải người Nhật! Tôi nhắc lại, ông vẫn nghệt mặt lắc đầu. Tôi chỉ lên cây hoa anh đào, nhắc lại *"Sakura"*. Ông gật đầu. *"Sakura"*. Nghe ông phát âm mới thấy khác với phát âm của tôi một trời một vực. Tôi nói thẳng băng trong khi ông uốn éo lên xuống, chỗ nhấn mạnh, chỗ buông nhẹ. Hóa ra tôi mới không phải người Nhật. Hai bên hiểu nhau. Ông ôm đàn, âm điệu quen thuộc của bài *Sakura* vang lên. Giữa vườn hoa đào, nghe *Sakura* có hồn hẳn lên, đời tôi được coi như có diễm phúc.

Lễ hội hoa anh đào được tổ chức khắp nơi khắp chốn trên đất Nhật. Hoa nở theo thời tiết kéo dài từ Bắc tới Nam nên kéo dài cả tháng. Nơi tôi tới là vườn hoa quốc gia Shinjuku Gyoen ở thủ đô Tokyo. Nơi đây tập trung không biết cơ man nào các gốc đào. Có những gốc cổ thụ xòe tán hoa ra cả chục thước. Dân chúng quần là áo lượt đi dự hội. Nhiều thiếu nữ diện những bộ *kimono* thiệt đẹp. Họ đứng chụp hình dưới rừng hoa màu đào làm ngơ ngẩn du khách. Những cánh đào

Một giống đào lạ tại Nhật Bản.

sớm lìa cành phủ màu hồng tía trên cỏ xanh. Có những gia đình hay từng tốp bạn bè trải chiếu ngồi dưới cội đào mở rượu *sake* ra ăn uống vui chơi. Cuộc sống đậm màu hồng sao an bình, tươi mát đến thế. Mặt người nào cũng là mặt hoa. Tôi đi quanh quẩn trong vườn, ngắm nhìn từng gốc cây. Có những gốc già nua, bị vạt hết cành, giơ lên một thân gỗ cằn cỗi, vậy mà hoa vẫn chui ra cười cợt với mọi người. Viết về tình khắng khít giữa hoa đào và người dân Nhật, nhà thơ Ariwara no Narihira đã viết: *"Nếu đời chẳng có hoa anh đào / Xuân tới chẳng đợi hoa nở / Xuân tàn chẳng tiếc hoa rơi / Lòng này chẳng có mùa xuân"*.

Người ta đã đồng hóa anh đào với đất nước Nhật, ai cũng nghĩ đây là thứ quốc hoa của con dân xứ Phù Tang. Nhưng không phải vậy. Hoa cúc vàng mới là biểu tượng của hoàng gia Nhật. Huy hiệu hoàng gia Nhật có hình hoa cúc vàng, trên đồng 50 yen và các bộ *kimono* thường có hình hoa cúc vàng. Thần dân Nhật vẫn mang cuốn hộ chiếu có in hình hoa cúc vàng mỗi khi xuất ngoại. Trong văn hóa Nhật, hoa cúc vàng mang ý nghĩa tượng trưng cho những phẩm chất tốt đẹp và cao quý nhất. Hoa cúc vàng cũng mang ý nghĩa sức khỏe, sự trường thọ, vẻ đẹp mùa thu và thể hiện thiện chí tứ hải giai huynh đệ. Trong các sự kiện văn hóa của Nhật đều có bóng dáng hoa cúc vàng. Người Nhật tặng nhau hoa cúc vàng để chứng tỏ sự tôn trọng hay bày tỏ tình cảm thân thiết với người khác.

Nhiều người như tôi đều thấy hụt hẫng khi hoa đào không phải là quốc hoa của Nhật. Thứ hoa xinh đẹp, nhiều hương sắc, chỉ thị đất nước Nhật mà không cần lý lẽ, có bị oan ức không? Tôi nghĩ là có. Nhưng dân Nhật luôn thần phục Thiên hoàng và hoàng gia, họ cam chịu. Tôi chẳng phải là dân Nhật sao lại uất ức cho những cánh đào như những sứ giả đến từ miền tiên cảnh. Thật vô duyên. Nhưng vô duyên thì vô duyên. Tôi vẫn kết hoa anh đào.

04/2023

KHI GIÁO HOÀNG MẤT

Năm cùng tháng tận, vào đúng ngày cuối của năm 2022, cựu Giáo Hoàng Benedict XVI qua đời ở tuổi 95, chấm dứt một thời kỳ hiếm hoi trong lịch sử giáo hội La mã là có hai Giáo Hoàng tại thế cùng một lúc. Năm 2005, Hồng Y Joseph Aloisius Ratzinger, 78 tuổi, được hồng y đoàn bầu lên ngôi Giáo Hoàng, tạo nên lịch sử một người Đức được bầu sau cả ngàn năm. Tám năm sau, năm 2013, Ngài từ chức vì lý do tuổi cao, sức yếu giữa khi những vụ bê bối tình dục của hàng giáo phẩm gây khủng hoảng cho giáo hội. Chính Ngài trước đây đã không có biện pháp gì với bốn vụ quấy nhiễu tình dục trong giáo phận khi Ngài còn làm Tổng Giám Mục Munich từ năm 1977 tới 1982. Sau đó Ngài có xin lỗi về cách giải quyết những vụ đó nhưng Ngài biện minh không làm gì sai.

Đây là lần đầu tiên sau 598 năm, mới có một vị chủ chăn của Công giáo từ chức. Vị Giáo hoàng từ nhiệm gần nhất là Giáo Hoàng Gregory XII, từ nhiệm vào năm 1415. Thường thì các Giáo Hoàng ở ngôi cho tới lúc lìa cõi thế.

Sự ra đi của vị Giáo Hoàng Danh Dự này tạo nên một lễ tang đặc biệt. Một Giáo Hoàng chủ trì một đám tang của một vị Giáo Hoàng khác. Thường thì vị Hồng Y chủ tịch Hồng Y Đoàn thực hành nghi lễ này. Đây là một tình huống mới. Nhà nghiên cứu về Vatican Ulrich Nersinger cho biết: "Những nghi thức sau cái chết của một vị giáo hoàng đương nhiệm rất rõ ràng và được chuẩn bị kỹ lưỡng. Vấn đề lớn là: nếu một Giáo Hoàng Danh Dự qua đời, điều gì sẽ phải làm. Đó là một tình huống mới".

Thường thì Giáo Hoàng đương nhiệm tự chỉ định vị trí chôn cất của mình. Một số giáo hoàng chọn các nhà thờ quan trọng ở Rome hoặc các giáo xứ địa phương nhưng phần lớn đã chọn Vương Cung Thánh Đường Thánh Phêrô. Trong tổng số 266 vị đã qua đời, có tới 148 vị đã an nghỉ tại đây. Cựu Giáo Hoàng Benedict XVI đã từng nói ý nguyện của Ngài là được chôn cất tại hầm mộ trước đây đã đặt hài cốt của cố Giáo Hoàng John Paul II. Chính Giáo Hoàng Danh Dự Benedict XVI là người đã chủ tọa lễ an táng vị tiền nhiệm này. Ngôi mộ này là nơi an nghỉ của Giáo Hoàng John Paul từ ngày 8/4/2005 tới 29/4/2011. Năm 2011, Giáo Hoàng John Paul II đã được phong thánh, hài cốt của Ngài đã được bốc lên nằm ở tầng trên. Trong lịch sử trên hai ngàn năm của giáo hội Công giáo, chỉ có khoảng một phần ba giáo hoàng được phong thánh.

Thường khi viếng thăm Thánh đường Thánh Phêrô ở Rome, du khách hoặc các tín đồ hành hương phải viếng thăm khu nhà mồ dưới hầm thánh đường. Năm 2008, tôi đã tới và cũng xuống viếng thăm hầm mộ. Mộ phần của các giáo hoàng bằng đá cẩm thạch loại đặc biệt có kích cỡ na ná bằng nhau nằm san sát dọc theo hai bên hầm mộ. Mỗi mộ là một ô vuông được soi chiếu bằng những ánh đèn vàng tạo nên khung cảnh âm u nhưng không mang vẻ chết chóc. Trên nắp mộ thường có tạc tượng vị giáo hoàng nằm trong mộ với kích thước bằng người thật. Riêng mộ của Giáo Hoàng John Paul II lại rất giản dị. Không có tượng. Đó là theo ý nguyện của Ngài, một người sống rất giản dị và tiết kiệm. Trên nắp mộ chỉ ghi một dòng chữ La Tinh: *"Ioannes Paulus PP.II"* và một dòng chữ nhỏ ghi ngày lên ngôi và ngày mất: "16-X-1978 2-IV-2005". Tuy giản dị nhưng đây là ngôi mộ được nhiều tín đồ viếng thăm nhất. Có lẽ vì là mộ của giáo hoàng mới nhất. Dòng người đông đảo phải xếp hàng khi tới viếng ngôi mộ này. Nhân viên an ninh chỉ cho mỗi người đứng vài giây trước mộ để nhường chỗ cho người kế tiếp.

Có một điều ít người biết. Trong hầm mộ của nhà thờ Thánh Phêrô, ngoài 148 ngôi mộ của các giáo hoàng còn có bốn ngôi mộ của phụ nữ. Họ không có chức vụ chi trong Tòa Thánh, không phải là những nữ tu, vậy mà họ được chôn cất trong nhà mồ của các giáo hoàng, tất cả đều là phái nam. Đó là các bà Christina von Sweden, Charlotte von Lusigman-Savoyen, Mathilde von Canossa và Maria Clementina Stuart.

Bà Christina von Sweden sanh năm 1626 và mất năm 1689, là con gái của vua Thụy Điển Gustav Adolf. Bà nối ngôi cha vào năm 1632 khi mới 6 tuổi. Sau đó bà từ bỏ đạo Tin Lành, theo đạo Công Giáo và thoái ngôi vào năm 1654.

Thuở đó đang có sự chia rẽ nặng nề trong giáo hội. Vì thế việc nữ hoàng Thụy Điển cải đạo được coi như "chiến lợi phẩm" của Vatican. Sau khi theo đạo Công giáo bà không còn chốn dung thân tại Thụy Điển nên phải chạy trốn sang Roma. Khi qua đời, bà được chôn cất trong nhà thờ Thánh Phêrô. Hậu thế cho rằng bà được phép chôn cất tại nơi chỉ dành cho các giáo hoàng vì bà đã đổi tín ngưỡng.

Bà Charlotte von Lusigman-Savoyen là người Hy Lạp, sanh năm 1444 và mất năm 1487. Bà cũng nối ngôi cha lên làm nữ hoàng trị vì từ năm 1458 tới 1463. Bà là người nối nghiệp chính thống nhưng người em cùng cha khác mẹ đã mưu toan soán ngôi của bà. Ông này tập hợp quân, vây hãm bà tại pháo đài Kyrenia suốt ba năm liền. Năm 1463, bà chạy trốn về Roma. Giáo hoàng lúc đó là Sixtus IV tìm mọi cách giúp bà trở về Chypre dành lại ngôi báu nhưng không thành công. Bà đã được tới ba đời giáo hoàng giúp đỡ. Bà mất năm 1487 và được chôn cất tại Vatican.

Bà Mathilde von Canossa là một trong số những phụ nữ Ý quyền lực và nổi tiếng. Bà sanh năm 1046 và mất năm 1115 tại Bondeno, Ý. Bà Mathilde trị vì tại vùng lãnh thổ rộng lớn ở Toscana và Lombadei. Khi đó có sự tranh dành quyền lực giữa Giáo Hoàng Gregor và hoàng đế Đức-La Mã Heinrich IV. Bà đã làm thuyết khách khuyên nhủ hoàng đế Heinrich IV sám hối và làm hòa với giáo hoàng. Bà đã thành công. Năm 1077, hoàng đế Heinrich đã được giáo hoàng ân xá. Nhưng sự thần phục này kéo dài không lâu. Chỉ được vài năm, hoàng đế Heinrich IV trở mặt, phát động chiến tranh chống lại Vatican. Bà Mathilde mất năm 1115 nhưng phải hơn 500 năm sau thi hài mới được chuyển về chôn cất ở Vatican. Khi đó là thời của Giáo Hoàng Urban VIII. Ngài đã thực hiện việc xây mộ cho "người Italy nổi tiếng nhất". Mộ của bà được xây cất rất cầu kỳ.

Người phụ nữ thứ tư được chôn cất tại Vatican là bà Maria Clementina Stuart. Bà sanh năm 1702 và mất năm 1735 khi mới được 33 tuổi. Bà là công chúa của hoàng tộc Ba Lan, kết hôn với đông cung thái tử Anh bị thất sủng James III. Cuộc hôn nhân không hạnh phúc tuy họ có với nhau hai con trai. Thất vọng về gia đình, bà trốn vào ở tại một tu viện. Hai năm sau gia đình mới tìm ra bà khi sức khỏe của bà đã rất tồi tệ. Sau khi bà qua đời, Giáo hoàng Clemens XII đã tổ chức đám tang hết sức trang trọng và quy mô mà người đương thời cho rằng còn hơn cả đám tang các giáo hoàng. Trong thông báo chính thức, Vatican đã viết: "Con mắt của Nhà Thờ Thiên Chúa Giáo khóc về cái chết này".

Bốn người phụ nữ không là tu sĩ lại được chôn cất tại nơi trang trọng của Tòa Thánh làm nhiều người thắc mắc. Nhưng lịch sử của từng thời có những lý lẽ riêng để các vị giáo hoàng hành động như vậy. Nếu đã thắc mắc thì xin nêu lên một thắc mắc khác. Tại quảng trường của giáo đường Thánh Phêrô có dựng một dãy 140 bức tượng trong đó có tới 40 tượng phụ nữ. Họ là ai, chúng ta chưa có câu trả lời!

Từ trước tới nay, lễ hạ huyệt các giáo hoàng thường chỉ có một số người thân cận được chứng kiến. Dân đen chúng ta không biết chi về những nghi thức này. Đặc biệt năm nay, trong tang lễ Giáo Hoàng Danh Dự Benedict XVI, buổi an táng đã được trực tiếp truyền hình cho khắp thế giới coi. Tôi đã không bỏ qua dịp đặc biệt này. Trong mộ huyệt kim tĩnh được xây vuông vức bằng đá, quan tài bằng gỗ tùng bách trong có thi hài được mang tới. Đó là chiếc quan tài giản dị mà chúng ta thấy trong đám tang. Người ta cột chiếc quan tài bằng *ruban* màu đỏ giống như gói một món quà chúng ta tặng nhau trong dịp lễ. Các đầu *ruban* này được một người cầm đèn cầy, dí vào một thỏi xi, đốt cho xi chảy ra, nhỏ xuống niêm phong. Một người cầm con dấu bằng đồng, ấn xuống chỗ xi lỏng tạo thành hình tròn có ghi chữ. Trông giống như dấu xi gắn trên các bằng cấp Đại học. Ống kính không quay gần nên tôi không biết con dấu có ghi những chữ chi. Chiếc quan tài được niêm phong bằng xi này được bỏ vào một chiếc hòm kẽm có trang trí bằng một cây thánh giá và khắc tên giáo hoàng, năm tại chức giáo hoàng và huy hiệu giáo hoàng. Người ta dùng hàn xì để hàn kín. Lại đóng dấu niêm phong. Cuối cùng chiếc quan tài bằng kẽm lại được bỏ vào trong một quan tài lớn hơn bằng gỗ dụ hoặc gỗ cây óc chó được đóng kín bằng những chiếc đinh vàng.

Tại sao lại phải chôn cất trong ba quan tài, báo New York Times đã từng đưa ra câu hỏi này. Theo nhà sử học Christopher Bellitto của Đại học Kean, đây là một truyền thống bí ẩn. Bí ẩn ra sao, ông không cho biết. Theo Giáo sư Faggioli thì việc chôn cất với ba lớp quan tài là để tăng cường khả năng bảo vệ thi hài của giáo hoàng. Chuyện này có lẽ liên quan tới việc giáo hoàng là một nhân vật chính trị nên hài cốt cần phải được bảo vệ nghiêm ngặt, tránh sự phá hoại của kẻ thù. Tôi thấy hai giải thích trên rất lơ mơ, không vững chắc. Có lẽ giải thích của Giáo sư Gabriel Radle, giáo sư thần học

Hàn xì quan tài kẽm của cựu Giáo Hoàng Benedict XVI.

của Đại học Notre Dame, hữu lý hơn. Theo ông, quan tài bằng gỗ chứng tỏ giáo hoàng cũng là người bình thường như các giáo dân khác: "khi chết họ cũng giống như bất kỳ người nào khác trên đường tới giờ phút sinh thì của đời mình". Còn quan tài bằng kẽm giúp bảo quản thi hài vốn sẽ được khai quật nếu vị giáo hoàng đó được phong thánh.

Theo truyền thống, thi hài giáo hoàng không được hỏa táng hoặc hiến tạng tuy giáo hội không cấm tín đồ công giáo làm như vậy. Từ năm 1963, người công giáo được phép hỏa táng. Ngoại trừ giáo hoàng, các bậc tu sĩ khác có thể hiến tạng. Cả hai giáo hoàng Benedict XVI và Francis đều ủng hộ chuyện hiến tạng. Theo một bức thư do thư ký của Giáo Hoàng Benedict XVI viết vào năm 2011 thì Giáo Hoàng Benedict XVI trước đây có ký vào thẻ hiến tạng nhưng khi Ngài được bầu lên ngôi giáo hoàng, thẻ này hết hiệu lực.

Chuyện này có lý do: nếu vị giáo hoàng được phong thánh thì nội tạng đó sẽ trở thành thánh tích trong cơ thể người khác. Tuy nhiên trước đây tim và ruột của thi hài các giáo hoàng đã từng được lấy ra như một thủ tục ướp xác. Hiện thánh đường Saints Anastasio và Vincent, nằm gần đài phun nước Trevi nổi tiếng của Rome, còn chứa trái tim đã được ướp của 22 vị giáo hoàng, kể từ thời Giáo hoàng Sixtus V, năm 1590, như những thánh tích. Tuy nhiên tới thế kỷ 20, việc lưu giữ trái tim đã bị hủy bỏ.

Tang lễ Giáo Hoàng Danh Dự Benedict XVI đã được cử hành vào ngày 5/1/2023 dưới sự chủ tọa của đương kim Giáo Hoàng Francis. Giáo hoàng Benedict XVI người Đức trong khi Giáo Hoàng Francis người Argentina. Cả hai đều mê môn túc cầu. Năm 2014, hai đội Đức và Argentina gặp nhau trong trận chung kết của giải World Cup, hai ngài ngồi coi tại hai nơi gần nhau: điện Vatican và tu viện Mater Ecclesiae, cùng nằm bên trong khuôn viên Vatican. Kể ra đây cũng là một dịp hãn hữu.

Trong khi Vatican chỉ đánh một tiếng chuông báo tử khi Giáo Hoàng Danh Dự Benedict XVI về với Chúa thì các nhà thờ tại Đức đã đổ từng hồi chuông thông báo sự kiện này. Bắt đầu tang lễ tại Vatican, Tổng Giám Mục Đức Georg Gaens-wein đã hôn linh cữu trong khi Tổng Thống Đức Frank-Wal-ter Steinmeier và phu nhân Elke Budenbender có mặt trong hàng ghế quan khách.

Điều khá ngạc nhiên là Chủ Tịch Miguel Diaz-Canel của Cuba đã tuyên bố quốc tang trong ngày tang lễ của cựu Giáo Hoàng Benedict XVI. Tất cả các tòa nhà công cộng và đơn vị quân sự tại Cuba treo cờ rũ trong ngày 5/1/2023 để tưởng nhớ. Sở dĩ có chuyện khá ngạc nhiên này là vì vào năm 2012, Đức Giáo Hoàng Benedict XVI đã tới thăm Cuba và gặp cựu Chủ Tịch Fidel Castro. Ngài đã bày tỏ lòng cảm mến với đất nước cộng sản này và lên tiếng phản đối lệnh cấm vận của Mỹ.

Giáo Hoàng Benedict XVI gặp cựu Chủ Tịch Cuba Fidel Castro vào năm 2012.

Ngược lại, Tổ chức *"Survivors Network of those Abused by Priests"*, viết tắt là SNAP, đại diện cho những nạn nhân sống sót sau các vụ lạm dụng tình dục bởi các giáo sĩ, có trụ sở tại Mỹ và có chi nhánh tại Úc, đã cho biết họ không thương tiếc chi về sự ra đi của cựu giáo hoàng. Họ viết trong một thông báo: "Theo quan điểm của chúng tôi, sự ra đi của Giáo Hoàng Benedict XVI là một lời nhắc nhở rằng, giống như Giáo Hoàng John Paul II, Benedict chỉ quan tâm đến hình ảnh xấu đi của giáo hội hơn là lời xin lỗi thực sự và sau đó là sự đền bù thực sự cho các nạn nhân của sự lạm dụng… Đã đến lúc Vatican phải tập trung lại vào sự thay đổi: nói lên sự thực về các giáo sĩ lạm dụng, bảo vệ trẻ em và người lớn, và mang lại công lý cho những người bị tổn thương. Tôn vinh Giáo Hoàng Benedict XVI không chỉ là sai lầm mà là điều đáng xấu hổ".

Trong suốt 8 năm triều đại của Giáo Hoàng Benedict XVI là sự ám ảnh của các vụ bê bối tình dục của các giáo sĩ. Ngài được ghi nhận là người đã khởi xướng việc kỷ luật, giáng chức các giáo sĩ bê bối này.

Giáo Hoàng Benedict XVI, người vừa nằm xuống, được coi là một giáo hoàng bảo thủ. Khi tự thấy bất lực trước những vấn đề xã hội thay đổi quá mau chóng, Ngài đã xin từ chức, nhường ngôi lại cho người có khả năng hơn. Trong tang lễ, người kế vị Ngài, Đức Giáo Hoàng Francis, đã nói: "Benedict, chúc niềm vui của Ngài được trọn vẹn khi Ngài nghe thấy giọng nói của Chúa, bây giờ và mãi mãi".

01/2023

LÀM NAIL

Ông bạn tôi quả quyết: "Muốn hỏi thăm về người Việt tại một địa phương nào, cứ vào bất cứ tiệm nail nào mà hỏi. Bảo đảm 90% tiệm là của người Việt". Tôi nghĩ ông bạn tôi nói không ngoa. Có lần tôi qua chơi Plattsburg, một thị trấn nho nhỏ nằm gần biên giới Canada, thuộc tiểu bang New York, thấy một tiệm nail, vào hỏi thăm, y chang là Mít ta. Ngay tại Montreal, tiệm nail hầu như đều do con rồng cháu tiên cầm trịch. Tôi có một ông bạn già, rất nhạy bén với thương trường, từ Việt Nam qua Canada, ông xoay nhiều nghề, nghề nào cũng thành công. Qua Canada, ông ngửi thấy nghề nail, xua con cái học nghề, làm thợ một thời gian rồi bỏ vốn làm chủ, cô nào cũng trúng hết.

Trong một lần qua California, tôi được một bà bạn làm chủ nhiều tiệm nail mời tới nhà. Nhà to đùng, cửa sắt bấm điện chạy lung tung trước nhà. Trong nhà bể cá nằm từ phòng khách tới nhà để xe, nuôi rặt một giống cá rồng đủ màu. Chủ nhà cho biết giá mỗi con từ vài ngàn tới cả chục ngàn.

Vài chiếc xe loại xịn đậu trong sân khẳng định cái túi tiền không nhỏ của chủ nhân. Hình như ai dính vào nghề nail đều khá giả.

Bà Tippi Hedren (phải) cùng minh tinh Kiều Chinh (trái) và đạo diễn Jan Arnold trong chương trình diễu hành Tết tại Westminster, California năm 2016 (Hình: Rachel Murray/Getty Images).

Trước năm 1975, nghề nail tại Mỹ trị giá khoảng 8 tỷ đô do người Mỹ, người Hoa và người Đại Hàn nắm giữ. Nhưng chỉ trong hai thập niên, người Việt đã làm…cách mạng, lật đổ thị phần này. Người cầm đầu cuộc cách mạng này lại là một người Mỹ: nữ minh tinh Tippi Hedren. Bà này tôi biết từ khi tôi còn ở Việt Nam nhưng chỉ thấy bóng trên màn ảnh. Chắc nhiều người trong chúng ta đều đã hồi hộp theo dõi bà trong cuốn phim nghẹt thở "The Birds" của đạo diễn "nhát ma" Hitchcock. Coi phim của ông này thiệt toát mồ hôi nhưng thiệt đã. Cứ như ăn ớt. Cay thì cay nhưng vẫn khoái ăn. Năm 1975, khi làn sóng đầu tiên của người Việt di tản qua Mỹ, bà Tippi Hedren là một thành viên trong phong trào thiện nguyện *Food for the Hungry*. Bà Hedren tới thăm, nhận thấy nhu cầu tìm việc cho các phụ nữ Việt xơ xác chạy loạn là ưu tiên số một. Bà nghĩ nghề may và nghề đánh máy thích hợp với họ. Nhưng sau cuộc thử nghiệm bà thấy may vá đòi hỏi khéo léo và kiên trì không dễ làm, đánh máy cần phải biết tiếng Anh. Trong lúc đi coi các mẫu may và văn bản đánh máy của những phụ nữ tị nạn, bà thấy các bà các cô nhìn chăm chăm vào móng tay bà. Bà Lê Đồng Thị Thuần, một trong những người có mặt vào thời điểm đó kể lại: "Nhóm chúng tôi đứng gần bà ấy và nói với nhau khen móng tay của bà rất đẹp. Tôi nhìn vào mắt Hedren và biết bà ấy đang suy nghĩ điều gì đó. Rồi bà ấy nói: 'À, có lẽ các chị nên học nghề làm móng tay'". Vậy là bà đã…ngộ ra. Khi họ thích thú điều gì, họ sẽ chú tâm và chịu khó làm giỏi chuyện đó. Bà tạo điều kiện cho một số người trong trại tị nạn ở Bắc California theo học nghề làm móng. Bà gửi họ tới học nghề tại một trường thẩm mỹ. Bà Thuần nhớ lại những ngày ban sơ đó. Khi đó họ đang ngụ tại trại tị nạn Hope Village ở Weimar, Bắc California, cách Sacramento khoảng 45 dặm. Cả trại có khoảng 600 người Việt tị nạn. Bà Tippi lui tới trại hàng tuần, khi một mình, khi cùng với nữ tài tử Kiều Chinh. Nhóm 20 người đầu tiên đi học nghề nail phải học mỗi tuần 5 ngày. Họ đi xe của trại hoặc xe của những người địa phương tình nguyện chở họ tới trường thẩm mỹ Citrus Heights nằm gần Sacramento. Họ học suốt ngày. Các ông chồng ở nhà lo trông giữ con cái. Khi học đủ 350 giờ, họ được đưa đi thi. Tất cả 20 người đều đậu.

Bà Tippi Hedren và lớp phụ nữ Việt Nam đầu tiên học nghề làm móng ở California, năm 1975

Sau khi hoàn tất khóa học, bà Tippi Hedren giúp họ kiếm việc làm. Chúng ta tiếp tục theo bước chân nhân ái của bà Tippi với gia đình bà Thuần như một trường hợp điển hình. Khi bà Thuần cùng chồng, Trung Tá Không Quân Lại Quốc Trang, và ba con nhỏ rời trại về định cư tại Santa Monica dưới sự bảo lãnh của nhà thờ St. Augustin By The Sea. Họ được ở trong một *apartment* hai phòng ngủ. Khi đã an cư, bà Thuần liên lạc ngay với bà Tippi theo lời dặn của bà. Bà Thuần kể lại: "Lập tức bà Tippi tìm đến thăm gia đình mình. Nhà hai phòng ngủ, một phòng tắm, trẻ con chạy quanh ồn ào náo nhiệt. Bà Tippi bảo mình làm thử móng cho bà coi".

Bà Thuần đã làm xong trong vòng một tiếng. Bà Tippi hài lòng và hứa ngày hôm sau sẽ dẫn đi xin việc. Hôm sau, giữ đúng lời hứa, bà Tippi dẫn bà Thuần tới xin việc tại một *salon* ở Brentwood. Chủ nhân đã có đủ ba thợ nhưng nể bà Tippi nên vẫn nhận bà Thuần vào làm. Bà Thuần đã làm tới 10 năm tại tiệm này "vì đây là việc bà Tippi đã giới thiệu cho mình nên mình muốn giữ và hãnh diện về nó".

Năm 1978, một người bạn của gia đình bà Thuần là ông Nguyễn Diễm, nguyên sĩ quan Hải quân, tới thăm bà Thuần tại nơi làm việc. Ông đang làm nghề điện tử nhưng có đầu óc kinh doanh. Quan sát việc bà Thuần làm, ông cùng vợ liền đi học về thẩm mỹ. Sau một thời gian hành nghề, họ quyết định mở trường dạy thẩm mỹ. Trường mang tên *Advance Beauty College*, trường thẩm mỹ đầu tiên do người Việt thành lập ở Nam California. Một thời gian sau, trường phát triển thành hai trụ sở, một ở Garden Grove và một ở Laguna Hills. Tới nay trường đã đào tạo được 25 ngàn thợ, phần lớn về nghề làm móng. Theo chân trường *Advance Beauty College*, các trường thẩm mỹ do người Việt thành lập phát triển như nấm mùa mưa.

Nhiều người Việt đã trở thành triệu phú nhờ nghề nail. Tỷ phú có Charlie Tôn Quý, tên Việt đầy đủ là Tôn Thất Khương Quý. Năm 1986, sau khi học xong lớp 8 tại Việt Nam, anh qua Mỹ một mình, định cư tại tiểu bang Lousiana khi mới 14 tuổi. Năm 1995, anh tốt nghiệp kỹ sư hóa học. Anh lập gia đình và bước vào thương trường với số vốn nhỏ nhoi. Vợ anh làm nail nên anh nảy ra ý định mở tiệm cung cấp linh kiện và hóa chất cho các tiệm nail. Hai năm sau,

Tỷ phú Charlie Tôn Quý

nhân một lần đi mua sắm tại Walmart, anh quan sát và nhận thấy khoảng 70% khách hàng của Walmart là phụ nữ. Anh nảy ra ý định thành lập các tiệm nail ngay bên trong cửa hàng Walmart. Anh thương thuyết với Walmart thành công và các tiệm Regal Nails ngày môt phát triển. Tính tới nay đã có tới 1200 tiệm. Theo anh Charlie Tôn Quý, thị trường nail tại Mỹ đạt khoảng 6 tỷ đô mỗi năm, tại Âu châu và Úc châu khoảng 1 tỷ rưỡi. Mục tiêu anh muốn đạt trong 10 năm tới là 20% thị phần! Doanh thu mỗi năm hiện nay của hệ thống Regal Nails đã lên tới 450 triệu đô.

Từ hai chục người tốt nghiệp đầu tiên, con số người thạo nghề tăng lên theo nhịp độ chóng mặt. Họ tỏa ra hành nghề khắp nước Mỹ, nâng cấp thẩm mỹ, cải tiến quy trình làm việc và phá giá! Từ 50 đô xuống còn 20 đô. Trước đây chỉ có những người giầu có mới có đủ tiền làm nail, giờ những người trung lưu khác cũng có thể hiên ngang bước vào tiệm.

Nghề nail bùng phát và chỉ trong 20 năm, từ 1975 tới 1995, người Việt đã thống lãnh thị trường với tay nghề vững chắc và tinh xảo của những người ty nạn. Các chủ tiệm nail người Mỹ và các sắc dân khác mất thị phần nên đã liên minh tấn công kể cả dùng ngón đòn kỳ thị chủng tộc. Nhưng thành trì của người Việt vẫn vững chắc. Sau bốn thập niên kể từ năm 1975, 51% thợ nail ở Mỹ là người Việt. Đặc biệt ở California, thủ đô của người Việt ty nạn, tỷ lệ lên tới 80%! Nhiều người Việt đã có những sáng chế đáng kể để cái tiến nghề nail, từ phẩm chất sơn móng tay cho tới các dụng cụ hành nghề. Từ một nghề không có chi vẻ vang, người Việt ty nạn làm nail đã cung ứng tiền bạc cho các thế hệ sau theo học các ngành khoa học, kỹ thuật với biết bao người trẻ tuổi đạt được các học vị cao nhất trong các trường đại học Mỹ.

Thế hệ trẻ lớn lên và thành công trong xã hội nhờ sự cặm cụi của những bậc cha mẹ vất vả với nghề nail đã tri

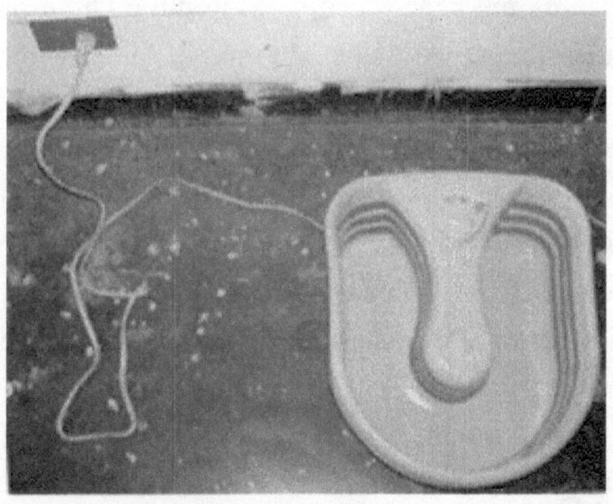

Tranh chậu ngâm chân của Huỳnh Thủy Châu trên báo Người Việt.

ân những hy sinh của thế hệ tỵ nạn thứ nhất. Trong số báo Xuân Người Việt năm 2008, cô sinh viên Huỳnh Thủy Châu, dưới bút hiệu Trần Thủy Châu, đã có một bài viết ngắn vinh danh bà mẹ chồng làm nail nuôi cho ăn học. Kèm theo bài viết là một bức tranh do chính cô vẽ. Bức tranh là một chiếc chậu rửa chân, một dụng cụ hành nghề của những thợ làm nail, màu vàng, được điểm thêm hai giải cờ ba sọc đỏ chạy theo hai bên chậu. Ai cũng nhìn ra đây là quốc kỳ của Việt Nam Cộng Hòa trước đây, nay là lá cờ biểu tượng của người Việt quốc gia ở ngoài Việt Nam. Bức tranh bị một số người coi là lăng nhục lá cờ thân yêu của người Việt và họ tổ chức biểu tình phản đối. Ông Vũ Ánh, nay đã qua đời, là chủ bút của báo Người Việt, bày tỏ ý kiến: "Khi tôi nhìn lại cái khay đựng nước ngâm chân vẽ màu vàng ấy tôi nghĩ ngay là tác giả mô tả và ẩn dụ lòng hy sinh bao la của bà mẹ chồng làm nghề móng chân. Sự hy sinh đó rất tinh khôi cũng giống như bao nhiêu bà mẹ khác dù sống trong nước hay ở hải ngoại phải làm cái nghề vất vả này dù rằng hàng ngày họ phải đổ mồ hôi và phải nhúng tay vào cái chất nước rửa chân không còn sạch sẽ ấy". Ông Vũ Ánh sau đó đã xin lỗi độc giả nhưng nhiều người vẫn không thỏa mãn. Họ tiếp tục biểu tình chống đối. Báo Người Việt phải cất chức chủ bút của ông Vũ Ánh và chức thư ký tòa soạn của ông Vũ Quý Hạo Nhiên.

Tôi thiển nghĩ đây là một hệ quả của "khoảng cách thế hệ". Thế hệ trước nghĩ khác thế hệ sau. Thế hệ chúng ta tôn vinh lá cờ như một biểu tượng…thánh. Thánh ngồi trên cao cho chúng dân tôn thờ. Khi tôi còn ở Việt Nam sau 1975, tôi đã phẫn nộ khi nhìn thấy bộ đội lấy những lá cờ quốc gia may quần đùi mặc. Đó là một sự xúc phạm…thánh thần. Qua bên này, tôi thấy các thanh niên thiếu nữ Mỹ và các quốc gia tự do khác may quần đùi, áo lót và thậm chí cả *bikini* bằng vải cờ nhởn nhơ đi ngoài đường và nơi các bãi tắm. Họ coi đó là chuyện thường tình. Có lẽ đó là cách họ biểu tỏ thân mật tình yêu tổ quốc. Chuyện hình lá cờ trên chậu rửa chân của cô Huỳnh Thủy Châu cũng được giới trẻ coi như một cách vinh danh các bà mẹ Việt làm nail nuôi con ăn học. Tất cả tùy vào cách nhìn và cách suy nghĩ của mỗi con người, mỗi thế hệ.

Dù sao, nghề làm nail ngày nay được coi là nghề ruột của người Việt tại hải ngoại. Đã có một cuốn phim tài liệu dài 60 phút mang tên *"Nailed It"* do đạo diễn Adele Free Phạm ở New York thực hiện. Cô Adele Free Phạm nói với đài VOA: "Tất cả các tiệm nail châu Á mà tôi biết đều là của người Việt và tôi nhận thấy chưa có phương tiện truyền thông nào để cập tới hiện tượng này. Điều đó khiến tôi tò mò muốn tìm hiểu và đưa vào thể loại phim tài liệu. Và khi tôi bắt đầu tìm tòi thì càng có nhiều cung bậc thú vị được ghi nhận trong phim". Phim bắt đầu từ chỗ phải bắt đầu: nữ minh tinh Tippi Hedren và 20 người Việt làm nail tiên phong. Họ đã có một cuộc hội ngộ sau 40 năm. Bà Tippi, nay đã vào độ cửu tuần, xúc động nói: "Tôi yêu mến những người phụ nữ này, cho nên tôi ước muốn điều gì đó thật tốt đẹp sẽ đến với họ, vì họ đã trắng tay khi tới tỵ nạn tại Mỹ. Một số người mất toàn bộ gia đình cũng như mọi của cải tài sản họ có ở Việt Nam: nhà cửa, công việc, bạn bè, mọi thứ đã mất hết. Họ thậm chí mất cả đất nước của họ".

Đạo diễn Adele Free Phạm của phim "Nailed It".

"Nail It" gồm những cuộc phỏng vấn các người làm nail. Có những gia đình trải qua ba thế hệ làm nail. Đây là một nghề không cần thông thạo tiếng Anh, không cần trình độ học vấn cao nhưng rất dễ kiếm tiền. Anh Kevin Saint Phạm, một chủ tiệm nail ở California trả lời phỏng vấn: "Thật ra tôi đến với nghề này rất tình cờ. Tôi là một kỹ sư bị cho nghỉ việc. Gia đình bên vợ tôi kêu tôi đi học lấy bằng làm nail. Vậy là tôi bắt đầu, nay đã theo nghề hơn 30 năm rồi". Đạo diễn Adele Free Phạm cùng đoàn làm phim đã tới nhiều tiểu bang trên khắp nước Mỹ để phỏng vấn những người làm nail. Bà cho biết: "Khám phá những cung bậc mà các nhóm người khác nhau cùng tương tác với nhau là một điều hết sức quan trọng. Và chính cái tiệm nail là một không gian như vậy. Tại đây, tôi đã khai thác cảnh trò chuyện thân tình

của các phụ nữ di dân gốc Á với các phụ nữ da màu và các sắc dân khác. Sau hơn 40 năm làm việc trong tiệm nail họ có thể trò chuyện với khách hàng, kết bạn với biết bao nhiêu người, thử hỏi sự ảnh hưởng của họ đến xã hội Mỹ lớn như thế nào".

Tuy nhiên, nhiều người vẫn có định kiến với nghề nail. Đạo diễn Adela kể lại một chuyện: khi cô mang phim *"Nailed It"* tới trình chiếu tại Đại học San Diego, cô cần sự hỗ trợ của các sinh viên Việt đang theo học tại đây. Một số không muốn tham gia vì họ không muốn "dính" tới nghề nail. Cô thất vọng: "Vì họ có học vị tiến sĩ, họ thuộc đẳng cấp khác".

Nghề nail là một nghề hái ra tiền, nhất là những chủ tiệm nail. Dĩ nhiên không phải ai cũng tỷ phú như anh Chalie Tôn Quý nhưng bảo đảm họ có một cuộc sống thoải mái dễ chịu về mặt tài chánh. Nhưng chẳng có chuyện gì trên đời này không có mặt nọ mặt kia. Nghề làm nail được về mặt tài chánh nhưng phải đối mặt với các loại hóa chất mỗi ngày. Đây là những sát thủ thầm lặng. Bệnh đường hô hấp hoặc tệ hơn, bệnh ung thư luôn rình rập làm nguy hiểm tới tính mạng. Năm 2007, báo Times đã gọi nghề nail là một trong những nghề tệ hại nhất ở Mỹ vì những sản phẩm hóa chất được dùng trong tiệm. Những thợ nail đã phải hít những hóa chất này liên tục trong 8 tiếng hay thậm chí tới 14 tiếng hoặc nhiều hơn mỗi ngày.

Đại học University of Massachusetts ở Boston đã làm một cuộc nghiên cứu đi tới kết luận là những người thợ nail thường mắc các chứng bệnh như khó thở, nhức đầu, ngứa ngáy, đau nhức các khớp xương, gân hay bắp thịt. Tạp chí

American Journal of Epidemiology đã đăng một báo cáo y tế sau một nghiên cứu được thực hiện vào ngày 21/5/2010. Trong 325.228 thợ nail có bằng cấp, đã có 9.044 trường hợp bị ung thư. Tỷ lệ là 0,87%. Tỷ lệ ung thư phổi là 1,21% trên tổng số hành nghề.

Các cụ đã ngôn: sinh nghề tử nghiệp. Nghề nào cũng là nghiệp cả. Thôi thì đành nhắm mắt cho qua. Chẳng lẽ khoanh tay chịu đói. Cứ an tâm vơ tiền và ca bài *Que sera sera!*

06/2023

LÃO BẠNG SINH CHÂU

Mấy bữa rày trên mạng dậy sóng về chuyện tài tử Al Pacino. Al Pacino, thế hệ trọng tuổi chắc biết. Ông đã đóng trong cuốn phim nổi tiếng *The Godfather* (Bố Già). Năm nay ông đã 83 tuổi, chẳng phim phiếc chi nữa, nhưng đã làm sôi động tin tức vì ông đang chờ đứa con sắp sanh với người tình trẻ Noor Alfallah, 29 tuổi. Tuổi 29 sanh con là chuyện thường tình nhưng tuổi 83 còn làm cha thì xưa nay hiếm. Các cụ bảo là "lão bạng sinh châu". Trai già còn sản xuất được ngọc trai. Trai đây không phải là ông Al Pacino mà là con trai sống dưới nước, thứ các bợm nhậu rất ưa.

Chúc mừng ông tài tử sống tới đầu bạc răng long mà vẫn sồn sồn sản xuất. Nhưng chê ông một chuyện. Khi được cô vợ trẻ báo tin, ông đã đòi đi thử ADN. Vậy là thiếu tự tin. Kết quả cho biết đứa nhỏ nằm trong bụng cô Noor Alfallah đích thị là sản phẩm của ông. Đây là đứa con thứ tư của ông. Đứa đầu là một cô con gái với người vợ cũ

Jan Tarrant, đứa thứ hai và ba, Olivia và Anton, là một cặp sanh đôi với bà bồ Beverly D'Angelo. D'Angelo hạ sanh cặp sanh đôi này năm 2011 và chia tay với Al Pacino vào năm 2014. Chuyện tình của hai người không giống ai. Bà D'Angelo kể lại: "Chuyện của tôi với Al bắt đầu 27 năm trước, hai nghệ sĩ gặp nhau, yêu nhau. Chúng tôi sống chung bảy năm trời, có hai con, chia tay, nhưng vẫn cùng nhau hợp tác nuôi con, đối đãi với nhau rất thân mật, trung thực và chấp nhận nhau hơn là những mối liên hệ "truyền thống" thường có".

Tài tử Al Pacino và bạn gái Noor Alfallah.

Tin tài tử Al Pacino có con được báo chí tung ra chỉ vài tuần sau khi một tài tử khác, Robert De Niro, loan báo vừa có đứa con thứ bảy khi ông ở tuổi 79. Robert De Niro, giới trọng tuổi Việt Nam chắc còn nhớ. Ông đóng trong rất nhiều phim nổi tiếng như *Taxi Driver* (1976), *The Deer Hunter* (1978), *Awakenings* (1990), *Cape Fear* (1991) *Silver Linings Playbook* (2012). Ông đã đoạt hai giải Oscar. Giải đầu:

Best Supporting Actor (Tài tử phụ xuất sắc nhất) trong phim *Godfather* vào năm 1974. Giải hai: *Best Actor* (Tài Tử xuất sắc nhất) trong phim *Raging Bull* vào năm 1980.

Con thứ bảy của De Niro là một bé gái tên Gia Virginia Chen-De Niro. Mẹ của bé là bạn gái của ông, nàng Tiffany Chen. Hai người gặp nhau trên sàn quay của phim "*The Intern*" vào năm 2015. Gần nhau như vậy nhưng mãi tới năm 2021 hai người mới thực sự bắt bồ với nhau. Thực ra khi đó De Niro vẫn còn sống với người vợ thứ hai Grace Hightower. Họ chỉ ly dị vào năm 2018.

Vợ đầu tiên của De Niro là Diahnne Abbott, lấy năm 1976 và ly dị năm 1988. Họ có một con nuôi tên Drena, nay đã 51 tuổi, và một con đẻ là Raphael, 46 tuổi. Sau đó có một cặp sanh đôi là Julian và Aaron, nay đã 27 tuổi với bà Toukie Smith. Tới bà Grace Hightower, cưới năm 1997 và chia tay năm 2018, cũng có hai con, Elliot, 24 tuổi và Helen Grace, 11 tuổi.

Tài tử Robert De Niro và Tiffany Chen.

Các đấng tài tử Hồ Ly Vọng ít ông không có tính sưu tầm vợ. Ông nào cũng năm thê bảy thiếp. Ngay cả ông hề Charlie Chaplin, tưởng chỉ múa may, cũng có tới bốn bà và 11 người con. Ba bà đầu là Mildred Harris, Lita Grey và Paulette Goddard. Bà cuối cùng là Oona O'Neil, cưới năm 1943 khi bà chỉ mới 18 cái xuân xanh và ông đã 53 cái xuân già. Tính ra chênh lệch tới 35 tuổi. Vậy mà họ có với nhau tới 8 trự: Geraldine, Michael, Josephine, Victoria, Eugene, Jane, Annette và Christopher. Cậu con út Christopher sanh năm 1962, khi đó ông bố Charlie Chaplin đã 73 tuổi. So với hai ông Al Pacino và De Niro có con ở tuổi 83 và 79 thì Charlie Chaplin tương đối còn là ông bố trẻ!

Nhân nói chuyện các ông tài tử léng phéng với các nàng nõn nường măng sữa, tôi nhớ tới câu nói: "Trâu già gặm cỏ non" dùng để chỉ các ông tuổi hườm hườm (chữ của Bác sĩ Đỗ Hồng Ngọc) mà còn lơ mơ với các cô nàng nho nhỏ. Câu này xuất hiện nhiều, khi vào khoảng thập niên 1980-1990, các ông Việt kiều rủng rỉnh tiền bạc, đua nhau về Việt Nam chăm sóc đám cỏ non trong nước khiến tôi tưởng nó có xuất xứ từ thời này. Nhưng không phải. Nó có từ thời Tô Đông Pha, thế kỷ 11, bên Tàu lận. "Trâu già gặm cỏ non" là câu dịch ý từ câu thơ của Tô Đông Pha: *Lão ngưu cật nộn thảo.* Nguyên Tô Đông Pha có người bạn tên Trương Tiên. Ông này cũng là một nhà thơ. Một bữa Trương Tiên mời Tô Đông Pha tới dự tiệc cưới vợ lẽ của ông nhưng không nói rõ cô dâu mới 18 tuổi. Khi tới nơi, Tô Đông Pha mới sửng sốt trước cảnh chơi trống bỏi của bạn. Ông làm bài thơ, dĩ nhiên bằng Hán văn, tôi chê không thèm đọc, chỉ đọc bản dịch: *"Ta tám*

Charlie Chaplin và Oona O'Neill

*mươi tuổi nàng mười tám / Nàng là hồng nhan ta bạc đầu /
Điên đảo với nàng hai ta cùng tuổi / Chỉ cách nhau có sáu
mươi năm"*. Túi thơ Tô Đông Pha đâu có chịu thua. Bèn có
thơ nhạo lại: *"Cô dâu mười tám chàng rể tám mươi / Tóc
bạc kề bên trang sức đỏ / Đôi uyên ương kẹt dưới chăn đêm/
Một cây hoa lê đè hải đường"*. Khi hạ câu thơ *"nhất thụ lê
hoa áp hải đường"*, Tô Đông Pha muốn ví Trương Tiên là
cây lê, cô dâu là bông hoa hải đường, hàm ý "bò già gặm cỏ
non". Kể từ đó câu *"lão ngưu cật nộn thảo"* lan truyền khắp

Trung Hoa.

Vào cuối thập niên 1950, đầu thập niên 1960, tại Đại học Văn Khoa Sài Gòn có cụ Cử Nguyễn văn Bình là giáo sư dạy chữ Nôm. Cụ nhỏ người, mặc áo dài đen, cắp ô khi đi dạy. Khi đó chắc cụ cũng cỡ trên 70 tuổi. Tôi có theo học lớp của cụ. Phải nói ngay là lớp cụ dạy rất chán. Như các cụ đồ xưa. Nhưng việc thi cử với cụ rất dễ. Năm đó cụ dạy Chinh Phụ Ngâm, bản chữ Nôm. *Cours* của cụ in xen kẽ một câu chữ Nôm và câu phiên âm chữ quốc ngữ. Khi cụ dạy, lối in này khiến sinh viên rất dễ học. Tuy vậy, tới cuối năm học chúng tôi vẫn hầu như chưa "nắm" được thứ chữ Nôm khó nhằn này. Khi thi cụ dùng ngay tờ *cours* chữ Nôm và chữ quốc ngữ xen kẽ để khảo thí. Cụ lớn tiếng dặn: "Ông lấy tay bịt phần chữ quốc ngữ lại, chỉ đọc phần chữ Nôm thôi". Thí sinh lấy bàn tay bịt nhưng cái thứ đứng thứ ba sau quỷ và ma đâu có bịt kín phần chữ quốc ngữ như cụ dặn. Vậy là "ông" nào cũng ê a đọc vì đọc nhanh quá sợ cụ biết là ăn gian. Cụ gật đầu phê điểm. Cụ lẩm cẩm một cách dễ thương như vậy. Vậy mà bỗng có một ngày cả trường ngẩn ngơ khi có tin cụ vừa có thêm một tí nhau. Thiệt là tin rụng rời. Tưởng cụ đã nghỉ việc trả bài, hóa ra cụ vẫn cần mẫn tí toáy. Mấy ông tây giáo sư, khi được sinh viên cho biết tin, đã há hốc miệng ngạc nhiên, vội tới chúc mừng. Không biết trong lời chúc của họ có bao nhiêu phần trăm thành thật. Tôi phục thầy mình hết cỡ nhưng cũng phân vân hết cỡ. Không biết thầy mình có thuộc *category* "trâu già gặm cỏ non không"? Nếu cụ bà ngang tuổi thì có ra chợ mua trứng cũng chẳng ăn thua chi. Vậy thì cụ cũng chơi trống bỏi sao? Thiệt phục thầy, tẩm ngẫm tầm ngầm mà chết voi!

"Nhân tài" như cụ Cử Bình, tại Việt Nam, không phải chỉ có mình cụ. Nếu phải cử một nhân vật ra thi thố với các ngôi sao Hollywood, tôi sẽ đề cử ông Bác sĩ Nguyễn Hữu Trọng. Năm 2008, cụ Trọng đã 85 tuổi mà còn cưới được vợ kém cụ 52 tuổi. Vợ ông là cô Đinh Thị Thoan, sanh năm 1981 ở Yên Lập, Phú Thọ. Cụ Trọng có một cuộc sống sôi động với các cuộc hội thảo trong nước cũng như các chuyến công tác ra ngoại quốc. Cụ lại là người rất đào hoa, biết làm thơ, có khiếu về hội họa, sáng tác nhạc, chơi *guitar*, lại đam mê dân ca quan họ. Người vừa tài hoa vừa đào hoa như vậy trái tim chẳng bao giờ ngủ yên.

Năm 2007, chị Thoan tốt nghiệp trường Đại học Sư Phạm Thái Nguyên, về làm việc tại trại thuốc Nam của cụ tại Hòa Lạc. Chị làm việc rất chăm chỉ, tính tình thật thà, giúp ông cai quản trang trại một cách rất khoa học. Một bữa, khi tới trang trại, thấy cô Cử Nhân Thoan đang làm cỏ, cụ tức cảnh sinh tình đọc bốn câu thơ:

Em ngồi nhổ cỏ nhưng vẫn đợi
Chẳng hiểu cỏ kia có dễ không
Chỉ chờ ai gọi thôi em nhé
Đứng dậy đi em chim sổ lồng.

Cứ thả thơ vu vơ như vậy mà được việc. Chị Thoan hiểu và cảm được tình của cụ. Sau này, khi đã thành thân, chị nói với ông: "Bài thơ tình anh tặng em hôm trước, em đã thuộc lòng, không bỏ sót một chữ!". Mối tình cọc cạch của chàng trên bát tuần và cô nàng mới 27 tuổi chín dần tới duyên vợ chồng.

Vậy là cụ Trọng chẳng thua chi các ông Al Pacino, De Niro và Charlie Chaplin. So tuổi có phần hơn là khác. So về số lượng vợ, cụ Trọng cũng ngang ngửa. Cụ đã có ba đời vợ. Người vợ thứ ba, sanh năm 1980, có với ông một con gái. Khi con được 2 tuổi, bà bỏ cả chồng lẫn con, ôm một số tiền lớn đi lập một cuộc đời khác. Vậy là trước sau, khi cưới chị Thoan, ông có 4 bà tất cả. Thua chi các ông đại tài tử bên trời Mỹ. Ông cũng chẳng nhường các ông này khi đã ở tuổi bát tuần mà vẫn có được hai con, một gái một trai, với chị Thoan. Cụ kể lại chuyện bố già đưa vợ đi đẻ đứa thứ hai *"Khi đó, tôi đã 83 tuổi, còn vợ tôi cũng muốn sinh thêm một đứa con nữa cho có chị, có em, trong thâm tâm tôi cũng muốn như vậy. Nhưng do ở trung tâm Hà Nội ngột ngạt nên gia đình tôi đã lên Ba Vì để sinh sống. Lạ thay, vừa về nơi ở mới thì vợ tôi mang bầu cháu thứ hai. Điều hạnh phúc nhất là khi siêu âm, các bác sĩ cho biết đó là một cậu con trai. Hôm vợ tôi đi sanh tại bệnh viện 105 Sơn Tây, trời mưa tầm tã. Khi đến viện con trai tôi gan lắm, mãi không chịu ra. Lúc đó, tôi ra chợ mua một bó hoa thật to về để tặng vợ sau khi sinh. Nhưng khi về thì con trai tôi đã chào đời. Điều trớ trêu nhất là vừa về đến nơi, nữ hộ sinh ở bệnh viện đề nghị tôi phải bế vợ về phòng. Quả thật, một ông lão 83 tuổi đi bế bà đẻ thì chẳng an toàn chút nào. Nhưng không hiểu sao lúc đó tôi có một động lực rất lớn, vẫn hiên ngang bảo vợ quàng tay vào cổ và bế suốt đoạn đường dài khoảng 70 mét về đến phòng trước sự chứng kiến của hàng trăm người có mặt ở bệnh viện"*.

Hai lần có con khi tuổi đã lên tới con số chót vót, cụ Trọng chẳng thèm đòi thử ADN như Al Pacino. Cụ ngon

Bác sĩ Nguyễn Hữu Trọng và vợ Đinh Thị Thoan kém 52 tuổi. Hình: Kiến Thức

hơn nhiều. Cụ cho biết tuy vợ chồng cọc cạch, người lớn kẻ nhỏ nhưng chưa bao giờ cụ bị lỗi nhịp chăn gối. Trong suốt 8 năm chồng vợ, cụ vẫn mặn nồng như thuở trai tơ. Mỗi tuần vẫn đều đặn hai hoặc ba nháy. Nghe mà ngẩn ngơ. Cụ nói thiệt không? Tuổi hườm hườm ai mà nói dối cho mang tội.

Dù sao, thế hệ tôi cũng xêm xêm tuổi với cụ Trọng, hiểu rõ nhau quá, tin thì tin nhưng vẫn phải tìm hiểu. Theo khoa học, khi tuổi già ụp tới, mọi thứ trong cơ thể đều già theo. Ở đàn ông, chứng rối loạn cương dương, còn gọi là bất lực xuất hiện. Phần vì tuổi già, phần vì bệnh hoạn. Các bệnh ung thư tuyến tiền liệt, đau và viêm khớp mãn tính, béo phì, tiểu đường, tim mạch, són tiểu và các hội chứng liên quan đến hệ thần kinh cũng góp phần vào việc sở hữu "bất động sản" của các ông. Tuy vậy vẫn có những trường hợp các ông ở tuổi bát tuần trở lên vẫn có thể có tí nhau dối già. Sách kỷ lục thế giới Guinness đã ghi nhận trường hợp người đàn ông lớn tuổi nhất làm cha là 92 năm 10 tháng tuổi. Đó là ông Les Colley, sanh năm 1898, cư ngụ tại Úc. Ông đã có 2 vợ và gặp bà thứ ba vào năm 1991 qua một cơ quan chuyên mai mối. Khi đó ông đã 90 tuổi. Hai năm sau, vợ ông hạ sanh một bé trai tên Oswald. Ông mất vào năm 1998, thọ chẵn chòi 100 tuổi. Nhưng có một ông gân hơn. Có tí nhau khi đã 101 tuổi 10 tháng. Đó là ông James E. Smith, người Mỹ. Tháng giêng năm 1951, vợ ông là bà Anna, 38 tuổi, hạ sanh. Thiệt là cổ kim không thể có. Nhưng người ta phát hiện ông này ăn gian tuổi. Ông khai là sanh năm 1849 nhưng thực ra ông khai thêm tới 15 tuổi!

Trên trăm tuổi chỉ ngồi thở chứ làm ăn chi mà đòi có con cái. Khả năng có con của các ông bắt đầu suy giảm từ năm 40 tuổi. Nguyên nhân là chất lượng và số lượng tinh trùng bắt đầu có khuynh hướng giảm dần từ tuổi đó. Từ tuổi 40 *hormone testosterone* trong cơ thể các ông bắt đầu giảm đưa tới hậu quả là giảm ham muốn tình dục, khó trả bài thường xuyên. Sức khỏe của tinh trùng cũng nửa đường đi xuống. Để có khả năng làm bố, tình trạng của tinh trùng như số lượng phóng ra, hình dạng và khả năng di chuyển phải ngon lành. Mỗi lần xuất quân, quân ta phải động binh khoảng 15 triệu quân trên mỗi *mililitre* mới có khả năng thụ thai cao. Ngoài ra tinh trùng phải có đuôi dài và mạnh, đầu hình bầu dục, hoạt động bằng cách dùng đuôi đẩy đi. Cuối cùng tinh trùng phải có khả năng di chuyển, cỡ 40% số tinh trùng biết bơi để tiếp cận mục tiêu mới có cơ thành công. Tuổi càng cứng, các món võ trên càng lụt. Chuyện có tí nhau càng khó.

Cái khó khăn nhất của các ông là chuyện lên gân. Càng già càng giảm gân guốc. Ngày nay có các thứ thuốc giúp các ông dựng cờ khởi nghĩa như Viagra, Cialis và đồng bọn. Bác sĩ Nguyễn Hữu Trọng ngả về thuốc Nam với cả trang trại trồng cây thuốc không biết có dùng các thứ thuốc này không, chúng ta không biết. Chuyện làm sao ông có thể phất cờ liên miên mỗi tuần hai hoặc ba lần còn là điều bí mật. Tôi mới biết một bí mật của một ông cụ vô danh. Một bữa, ông ngồi coi thằng cháu ngoại đào giun làm mồi câu cá. Khi thằng cháu kéo chú giun từ đất lên, ông vui miệng hỏi: "Mày kéo nó lên được nhưng nếu mày đút nó xuống lại được tao sẽ thưởng một trăm ngàn". Thằng cháu không nói không rằng, chạy vào nhà, lấy hộp keo xịt tóc của mẹ, xịt vào thân giun, đút lại xuống lỗ và ngửa tay lấy trăm ngàn. Sáng hôm sau, khi thằng nhỏ đi học, ông gọi lại và dúi vào tay tờ trăm ngàn khác. Thằng cháu tưởng ông ngoại lẫn, ngạc nhiên hỏi: "Hôm qua ông đã đưa cháu tờ trăm ngàn rồi, sao giờ ông còn đưa nữa?". Ông xuề xòa: "Cầm lấy! Bà ngoại mày cho!".

06/2023

LẤY TÂY

Những lúc lang thang tại thành phố Vancouver tôi chú ý tới một hiện tượng: các cô gái gốc châu Á cặp kè với các chàng trai tây mắt xanh mũi lõ hơi nhiều. Không biết các nường thuộc quốc tịch nào nhưng vẫn ngơ ngẩn. Đầu óc tôi là đầu óc đã hằn vết từ quê nhà khá lâu nên trông thấy cảnh này vẫn cứ nghĩ tới mối thù dân tộc. Thời chúng tôi, chuyện được ra ngoại quốc, tìm tới các em đầm tóc vàng sợi nhỏ được gọi một cách oai hùng là "trả thù dân tộc"! Mấy anh tây rớ tới "tài sản" của chúng tôi, chúng tôi phải trả đũa cho…vẻ vang nòi giống. Qua tới bên đây, chuyện mấy nường lộn xộn pha giống là chuyện thường ngày, trả thù chi nổi. Vũ khí đâu mà thù dai cho mang tội. Vậy nên xí xóa hết. Nhưng mấy cô nàng da vàng mũi không cao này, biết người ở nơi nao, con dân xứ sở nào mà vơ cái thù vào người cho mệt thân.

Theo điều tra nhân khẩu năm 2011 của thành phố Vancouver, đại đô thị Vancouver có trên 2,4 triệu người. Dân gốc

Anh, Tô Cách Lan và Ái Nhĩ Lan đông nhất, sau đó tới Đức. Về phía các nước Á châu, dân gốc Hoa chiếm đa số phần lớn tụ tập trong vùng Richmond, nơi có phi trường quốc tế Vancouver. Từ bên Vancouver, qua một cây cầu, là đặt chân vào nước…Tầu. Họ nói với nhau bằng tiếng Quảng Đông và Quan Thoại. Họ có thể là con cháu các công nhân người Hoa qua làm đường sắt từ vài thế kỷ trước. Họ cũng có thể là dân Hong Kong chạy qua từ thập niên 1980 để trốn cộng sản khi đảo quốc này được người Anh trao trả cho Trung Quốc. Ngoài sắc dân Trung Hoa, dân Ấn Độ chiếm 5,7%. Đừng quên chính phủ liên bang Canada có ông Bộ Trưởng Quốc Phòng là người Ấn Độ theo đạo Sikh, người Vancouver, quấn chiếc khăn khi xanh khi đỏ khi vàng trên đầu. Dân Philippines chiếm 5%, dân Nhật chiếm 1,7%, dân Hàn quốc chiếm 1,5%. Một số lớn khác là dân Indonesia, Căm Bốt và dân Mít ta.

Vậy các em gái Á châu gốc người nước nào, thiệt khó phân biệt rõ ràng. Chỉ có người gốc Hoa là dễ biết. Sang Richmond thì hầu như toàn các nương tử gốc Hoa. Các nàng ít cặp kè với Tây. Có thể vì sống tập trung, có bang có hội nên giường mối xã hội xưa vẫn còn.

Các nàng Nhật và Đại Hàn có lẽ chiếm đa số trong số các cô khoác tay Tây ngoài đường. Họ làm cách mạng! Nhật có truyền thống chồng chúa vợ tôi. Phụ nữ ở nhà hầu chồng trong khi đàn ông, sau giờ làm, đi nhậu nhẹt là chuyện bình thường. Những ngày ở Nhật, tôi đã từng chứng kiến chuyện này. Các bàn nhậu sau giờ làm không bao giờ hết hào hứng. Giờ các ông đi làm về, tìm được một bàn trống trong một quán nhậu không phải dễ. Có những lần thấy bàn trống, tôi tiến vào, người phục vụ cho biết bàn đã được đặt trước rồi. Cúi đầu hầu chồng nhưng nếu chồng chưa vừa ý, nhiều bà bị các đức ông chồng thượng cẳng chân hạ cẳng tay. Mặt mũi thâm tím ráng chịu. Không bao giờ có chuyện thưa cảnh sát. Bị áp bức như vậy nên khi ra sống ở ngoại quốc, các cô gái Nhật chẳng dại chi xài hàng nhà. Họ kiếm hàng ngoại. Hàng ngoại phải là thứ ga-lăng, biết chiều chuộng, săn sóc và nhất là coi vợ bình đẳng với mình.

Tôi có một ông bạn người Việt trên Facebook. Chúng tôi đến với nhau vì một bà thánh. Mẹ Theresa. Ông là người đã tiếp xúc, giúp đỡ Mẹ khi Mẹ tới Việt Nam mở dòng và làm việc thiện. Khi tôi muốn viết một bài về người mẹ đáng kính này nhân dịp ngày *Mother Day*, tôi tìm tới anh Trần văn Soi, tên trên Facebook là Soi Thomas. Anh đã chịu khó viết cho tôi, kể lại rõ ràng những lần Mẹ sang Việt Nam và anh có vinh dự kề cận giúp đỡ Mẹ để tôi có đủ tài liệu viết thiệt chi tiết và chính xác. Anh có vợ Nhật, cô Michiko Yoshii. Một người khá nổi tiếng tại Việt Nam.

Cuối thập niên 80 của thế kỷ trước, Michiko là một sinh viên Đại học tại Paris. Ở Pháp nhưng cô lại say mê nhạc Trịnh Công Sơn tới nỗi tuy đã có bằng Cao học về văn hóa Nhật Bản, cô vẫn tiếp tục theo đuổi một đề tài nghiên cứu về nhạc phản chiến của họ Trịnh. Sau nhiều lần điện thoại từ Pháp về cho người nhạc sĩ, cô đã về Việt Nam để gặp trực tiếp Trịnh Công Sơn. Một cuộc tình nhẹ nhàng và thấm đẫm nhạc diễn ra giữa hai người. Tháng 3/1995 họ Trịnh viết bản nhạc *"Lời Ru Michiko Ra Đi"*. Ca khúc đã được giữ kín

Bản nhạc "Lời Ru Michiko Ra Đi".

trong nhiều năm. Khoảng thời gian 1990, điện tại Sài Gòn khi có khi mất. Michiko nhớ lại: "Điện đóm thường xuyên bị cắt. Bất kỳ ngày nào, giờ nào cũng có thể bị mất điện, nhiều khi có điện lại ngay sau 5 phút, nhưng không hiếm khi mất điện đến ba ngày". Trong một lần cùng nhạc sĩ họ Trịnh tham gia một bữa tiệc, Michiko đã bị nhạc sĩ lôi lên sân khấu hát bài Diễm Xưa. Cô kể lại: "Khi ấy run quá nên phải hát Diễm Xưa bằng tiếng Nhật rồi mới hát tiếp bằng tiếng Việt, không ngờ được vỗ tay rất nhiều và được thưởng 2000 đồng, vui nhất là đã làm Trịnh Công Sơn vui".

Cuộc tình chín tới mức họ quyết định làm đám cưới. Mọi sửa soạn từ phía gia đình Trịnh Công Sơn rất chu đáo. Phía cô dâu vì cha mẹ ở Nhật, già yếu, không thể qua Việt Nam được nên nhờ vợ chồng Đại sứ Nhật tại Việt Nam đại diện trong ngày ra mắt. Theo phong tục của người Nhật, ông bà Đại sứ phải ngồi để Trịnh Công Sơn và Michiko quỳ gối lạy tạ. Trịnh Công Sơn không đồng ý với lý do ngay cả đến người mẹ sanh ra ông mà cả đời ông chưa quỳ gối lạy bao giờ, không lẽ nào ông lại quỳ lạy trước ông bà Đại sứ. Hôn lễ bị hủy bỏ. Chuyện nghe như đùa nhưng lại là thật. Em gái Trịnh Công Sơn, ca sĩ Trịnh Vĩnh Trinh, kể lại: *"Tôi cũng không rõ là mọi chuyện kết thúc như thế nào, vì lúc đó tôi đang ở Canada. Nhưng khi nghe tin nhà báo sang đám cưới bị hủy, mọi người đều buồn lắm. Cũng có thể còn nhiều lý do nào đó, nhưng bản tính anh Sơn và cả chị Michiko đều kín đáo, sâu sắc và tế nhị nên chuyện cũng ít được nói ra. Qua sự cảm nhận và góc nhìn của tôi, tôi nghĩ anh Sơn lúc đó rất xúc động với việc một cô gái nước ngoài lại am hiểu và yêu*

Michiko Yoshii thời trẻ.

nhạc anh đến thế. Anh rất ấn tượng khi Michiko thuộc hàng trăm ca khúc của mình. Tôi nhớ khoảng năm 1992, tôi và anh Sơn cùng anh Nguyễn Quang Sáng được mời sang Pháp và có dự một chương trình. Đó là lần tôi được thấy Michiko - một người con gái Nhật mảnh mai, duyên dáng. Chị ôm đàn guitar và hát rất nhiều bài nhạc Trịnh một cách say sưa, đầy tình cảm khiến cho mọi người xúc động"

Tháng 7/1991, Michiko Yoshii bảo vệ thành công luận án cao học "Ảnh hưởng nhạc phản chiến của Trịnh Công Sơn trong xã hội Việt Nam thời chiến tranh" tại Đại Học Paris VII với hạng tối ưu. Giáo sư Trần văn Khê có mặt trong buổi trình luận án này. *"Michiko là một thiếu nữ mảnh mai duyên dáng, tóc dài vừa phủ ót, miệng lúc nào cũng mỉm cười. (...) Cô Michiko nâng đàn lục huyền cầm và cất tiếng hát hai bài... Tiếng hát êm êm nhè nhẹ không kiểu cách, không sắc sảo mà rất thấm thía, đi vào lòng người. Phát âm rất chuẩn. Nếu nhắm mắt lại thì có lẽ bạn không thể nghĩ rằng người hát là một thiếu nữ Nhựt, chỉ học tiếng Việt trên đất Pháp mới bốn năm. Trong giây phút, tôi quên rằng đây là một buổi bảo vệ luận án Cao học ở một trường Đại học tại Pháp. Giám khảo và thính giả ngồi im thưởng thức hai bài hát như trong một buổi hòa nhạc. Dứt tiếng đờn, một tràng pháo tay nổi lên. Trong đời làm giáo sư đại học của tôi chưa bao giờ gặp cảnh thí sinh mới mở đầu, chưa đề cập nội dung của luận án mà đã được vỗ tay tán thưởng nồng hậu như thế này.*"

Sau ngày họ Trịnh ra người thiên cổ, Michiko vẫn về thắp nhang cho ông. Từ năm 1993, Michiko là Giáo sư Giảng Dậy tại Trung Tâm Nghiên Cứu Giáo Dục Quốc Tế tại Đại học Mie, miền trung nước Nhật. Michiko sau đó đã thành hôn với ông Trần văn Soi, người sáng lập chương trình "Bạn Trẻ Em Đường Phố tại Sài Gòn" với nhiều chương trình giúp đỡ vật chất và tinh thần cho các em. Ngoài ra ông còn vận động xây cầu cho các miền nông thôn hẻo lánh tại Việt Nam. Tính tới nay hàng trăm cây cầu đã được hoàn thành giúp dân chúng đi lại dễ dàng.

Vài năm trước đây, vợ chồng ông Soi Thomas và Michiko Yoshii có qua Montreal thăm cô con gái đang du học tại đây. Chúng tôi có gặp nhau. Tôi ngạc nhiên khi thấy một Michiko rất Việt Nam, nói tiếng Việt trôi chảy trong cử chỉ e dè của một người đàn bà Nhật. Michiko lấy chồng ngoại quốc nhưng ông chồng là người da vàng mũi tẹt, có liên quan chi tới chuyện "lấy Tây" đâu. Có chứ! Cô con gái của hai người, Chiemi Yoshii, lấy anh Tây Alexandre St-Pierre ở Montreal!

Mấy anh Đại Hàn thì khỏi nói. Lúc nào cũng muốn sử dụng võ lực. Hồi quân đội Đại Hàn tham chiến ở Việt Nam, chuyện đánh lính là chuyện thường nhật. Trong tình yêu họ cũng bạo lực không kém. Tháng 7/2021, một vụ bạo hành khiến cô Hwang Ye-jin, 25 tuổi, bị người tình đánh gãy nhiều xương sườn, tổn thương nội tạng và xuất huyết não. Nạn nhân đã qua đời sau ba tuần nằm nhà thương. Giáo sư Kwack Dae-gyung của Đại học Dongguk cho biết: "Đàn ông Hàn Quốc thường có xu hướng trút sự tức giận và dùng bạo lực để giải quyết mỗi khi người phụ nữ từ chối làm theo những gì mà họ muốn". Theo thống kê của cảnh sát Hàn, có tất cả 30 ngàn người bị buộc tội bạo hành chống lại người yêu trong vòng ba năm qua. Trong số này có khoảng 7 ngàn vụ là bạo hành thể chất, 84 vụ bạo lực tình dục và 10 vụ giết người. Một cuộc điều tra vào năm 2018 cho thấy có tới 90% phụ nữ sinh sống ở thủ đô Seoul cho hay họ bị lạm dụng và bị chấn thương cả thể chất lẫn tinh thần từ chính người yêu của họ.

Yêu nhau vất vả như vậy nên khi các nường Hàn Quốc ra sống tại ngoại quốc, sức mấy họ quay đầu lại với các thanh niên bản xứ. Cứ tây mà yêu cho nó lành. Trên các đoạn đường tôi gặp ở Vancouver, có lẽ các cô gái xứ củ sâm cặp kè với Tây nhiều hơn cả.

Qua xứ Tây, bắt bồ với Tây, chuyện thường. Còn ở trong

nước đã lo tìm Tây là chuyện của Sài Gòn. Tôi mới đọc được một bài của Tidoo Nguyễn và biết được chuyện săn Tây tại quốc nội.

"Nghề dạy kèm tiếng Việt giúp tôi có nhiều cơ hội tiếp xúc với các chàng trai ngoại quốc đến từ nhiều nước như Anh, Úc, Canada, Brazil, Ý, Barbados, Nhật, Ấn Độ... v.v... Các chàng trai ngoại quốc thường hẹn tôi ở quán cà phê để học tiếng Việt. Đôi khi họ đến quán cà phê sớm để chờ tôi, và khi tôi đến thì thế nào cũng có một mợ Việt Nam đến làm quen và xin số điện thoại của họ. Có lần, một mợ Việt chiếm lố thời gian nên tôi không thể bắt đầu buổi học với học trò người Anh độ chừng 30. Tôi nhắc nhở mợ cho tôi bắt đầu buổi học. Mợ chưa muốn buông tha "đối tượng" nên đáp: "Anh chờ em thêm chút nữa. Để em xin số điện thoại của anh ấy". Chẳng bao lâu sau, người học trò tâm sự với tôi rằng anh đã hẹn hò với mợ này. Rồi sau đó ít tháng, chàng trai này cho tôi biết anh đã chia tay mợ ấy vì khám phá ra rằng mợ quen cùng lúc mười chàng trai ngoại quốc khác. Từ đó về sau, anh chàng người Anh này "cạch" luôn các mợ Việt, và anh bắt đầu hẹn hò với một cô gái đồng hương".

Trai Tây ngồi một mình thường không được yên ổn. Chẳng cần trai, các cụ Tây cũng được vồn vã thăm hỏi. *"Hồi trước khi dịch Covid-19 bùng phát ở Sài Gòn, cuối tuần tôi thường đến Grand Hotel trên đường Đồng Khởi ở quận Nhứt để giải trí. Một buổi tối, tại sảnh tầng trệt, có một bác ngoại quốc ngoài 70 tuổi đang chơi đàn piano – vốn đặt sẵn ở đây cho khách giải trí. Nhìn ngón tay ông chơi đàn rất điêu luyện và tôi hoàn toàn bị cuốn hút bởi tiếng đàn của ông. Dứt bản nhạc, ông vừa đứng lên thì bỗng có một nhóm các bà nói giọng Bắc (1975) ùa đến chung quanh. Một bà ngoài 50 tuổi "tranh thủ" tự giới thiệu: "Em đã ly dị chồng rồi. Anh cho em làm quen được không?". Mợ khác ngoài 30 tuổi nối tiếp: "Em chưa có chồng. Em làm quen với anh được không?". Mợ khác cỡ hơn 40 có vẻ điềm đạm: "Anh có bạn gái ở Sài Gòn chưa, em làm mai cho anh nhé?". Bác ngoại quốc đáp: "Xin lỗi các bạn. Tôi đến đây để du lịch chứ không phải đi tìm bạn gái". Nghe họ vồn vã (thậm chí suồng sã) với người đàn ông ngoại quốc cao niên mới lần đầu gặp, tôi sửng sốt".*

Chẳng có chi sửng sốt, theo tôi. Đây là một thương vụ vô cùng lời lãi. Các cô gái Sài Gòn hành quân có bài bản đàng hoàng. Trước hết là học một khóa tiếng Anh giao tiếp, sau đó tút tát lại nhan sắc, tìm trai Tây để làm quen, cột hắn vào hôn nhân, bảo lãnh ra ngoại quốc.

Thôi thì ai kiếm được đường nào hay đường đó. Dân ta bây giờ là cột đèn. Các nường có lợi thế hơn vì là một thứ cột đèn…cái!

04/2023

LY RƯỢU MỪNG

Người ta thường nói: "Chán như bánh chưng ngày tết". Không sai. Bánh chưng có ngon tới đâu đi nữa mà ngày tết ê hề, bánh chưng độc chiếm trên các mặt bàn ăn, chán là phải. Nhưng cũng có thứ mà ngày tết nghe đi nghe lại mà không bao giờ chán, đó là bài "Ly Rượu Mừng" của Phạm Đình Chương. Tết mà không có "Ly Rượu Mừng" chẳng ra tết. Năm này qua năm khác, đã bảy chục năm qua, năm nào cũng "Ly Rượu Mừng", vậy mà lòng vẫn cứ mở ra với bài nhạc xuân bất hủ, chẳng biết chán là chi. Ngày nước non còn thanh bình của thập niên 1950, đêm giao thừa, tiếng chuông chùa và chuông nhà thờ đổ hồi báo hiệu xuân đã về, tiếng pháo nổ đì đùng bốn phương tám hướng, trên các đài phát thanh, sau lời chúc tết của vị nguyên thủ quốc gia, thế nào cũng "Ly Rượu Mừng" do ban hợp ca Thăng Long trình bày. Vậy là rộn ràng tết đến.

Đó là bài "quốc ca tết", bắt buộc phải có khi tết đến. Già

trẻ lớn bé, nếu không thuộc lời thì cũng có thể ê a theo điệu nhạc. Người dân Việt Nam, từ thành thị đến thôn quê, không ai không biết bài này. Vậy mà lời hát của toàn bài này chỉ độc nhất có mỗi một chữ "xuân" trong câu mở đầu. "ngày xuân nâng chén ta chúc nơi nơi…", tịnh không có chữ "tết" nào. Chẳng cố tình nhắc tới tết hay xuân mà mà ca khúc này lại tết hơn các ca khúc khác, xuân hơn các ca khúc khác. Nhà thơ Du Tử Lê nhìn xa hơn: *"Ca khúc "Ly Rượu Mừng" ở tỷ lệ (scale) nhỏ hơn, theo tôi, đã như một phẩm-vật-tinh-thần dâng cúng tổ tiên mỗi độ Xuân về. Vẫn theo tôi, đó là "ly rượu" đất nước gấm hoa, "ly rượu" tổ quốc độc lập, "ly rượu" ước mơ quê hương muôn đời thanh bình, được chia đều cho "anh nông phu", "người thương gia", "người công nhân", qua tới "người chiến sĩ", "bà mẹ già", "đôi uyên ương", "người nghệ sĩ". Một phân chia bình đẳng, đồng đều cho mọi tầng lớp. Tôi muốn nhấn mạnh thêm, người ta có thể tìm thấy đặc tính phân biệt giai cấp ở nhiều dân tộc, nhiều quốc gia trên thế giới. Nhưng Việt Nam thì không. Nếu nhớ lại câu ca dao "Nhất sĩ nhì nông, hết gạo chạy rông, nhất nông nhì sĩ" ta sẽ thấy mọi cố tình phân chia giai cấp trong xã hội Việt Nam là một áp đặt khiên cưỡng, trá ngụy theo mô hình xã hội tây phương. Và, người chỉ ra sự cưỡng chế vừa kể, chính là Phạm Đình Chương, tác giả "Ly Rượu Mừng" vậy"*.

Tác giả "Ly Rượu Mừng", nhạc sĩ Phạm Đình Chương, là một đột phá trong nền âm nhạc Việt. Nhạc Việt thường là những bản nhạc buồn nhưng Phạm Đình Chương đã gạt nỗi buồn đó qua một bên khi những sáng tác của ông trong thời kỳ đầu toàn là những điệu reo vui. Sanh năm 1929, Phạm Đình Chương bắt đầu sáng tác từ năm 17 tuổi. Bản nhạc đầu tiên viết vào năm 1946 là bản "Ra Đi Khi Trời Vừa Sáng" viết chung với Phạm Duy. Hai năm sau là bài "Thanh Niên Tiến Lên". Năm 1949, bài "Trăng Rừng". Rồi "Bài Ca Tuổi Trẻ", "Sáng Rừng". Và "Ly Rượu Mừng" ra đời vào năm

Nhạc sĩ Phạm Đình Chương (1929 - 1991)

1952. Nhạc điệu của những bài đầu tiên trong sự nghiệp sáng tác của Phạm Đình Chương toàn là những bài hát lên với con tim rộn ràng của tuổi trẻ. Nhà báo Phan Lạc Phúc, tức Ký Giả Lô Răng, là bạn thân của nhạc sĩ họ Phạm từ thuở thơ ấu, đã cho biết về tuổi trẻ của người nhạc sĩ này: *"Hà Nội ngày ấy tuy được mệnh danh là Hà Thành hoa lệ hay là Hà Nội của ba mươi sáu phố phường nhưng thực chất nó là tỉnh nhỏ – người ta biết nhau cả, trực tiếp hay gián tiếp. Và tỉnh nhỏ nó còn có tục lệ riêng của nó. Thế hệ tiền bối ở Hà Nội có tiêu chuẩn "phi cao đẳng bất thành phu phụ". Thời tụi tôi thì cái standard về một đấng trượng phu nó nôm na và thực tiễn hơn: "Đẹp trai, học giỏi, con nhà giàu". Phạm Đình Chương xét ra hội đủ những điều kiện ấy: Học trò Trường Bưởi, người cao ráo sạch sẽ lại là cậu út trong một gia đình nổi tiếng. Lại còn đàn ngọt, hát hay, còn là ca trưởng của học sinh trong những dịp hội hè, cắm trại. Trong con mắt tôi, một anh học trò nhà quê ra tỉnh học, từ thời áo dài mũ trắng thì Phạm Đình Chương tư cách quá".*

Cái hừng hực của tuổi trẻ Phạm Đình Chương cũng đã toát ra trong ban hợp ca Thăng Long mà ông đã đóng dấu ấn rất sâu đậm. Đó là vui. Nghe ban Thăng Long hát, không ai ngồi yên được. Cái vui trong trình diễn của họ nhiễm vào người nghe. Khi nghe, chúng ta phải động đậy, lắc lư, sàng sê, gật gù. Tết là một ngày vui chung của cả một dân tộc. Tết mà nghe "Ly Rượu Mừng" thì cái vui được nhân lên nhiều lần. "Ly Rượu Mừng" được viết theo thể điệu *valse*, nhịp ¾ với tiết tấu nhanh. Đây là thể điệu của nhạc phương Tây dành cho những bài hát trong những dịp hội hè vui chơi nhộn nhịp. Nhạc điệu tưng bừng, dễ hát, lời nhạc giản dị dễ thuộc, dễ nhớ, ngay từ khi ra đời "Ly Rượu Mừng" đã chinh phục được đôi tai của mọi tầng lớp thính giả. Nhạc xuân của nền tân nhạc Việt có nhiều nhưng chẳng có bài nào phổ biến bằng "Ly Rượu Mừng". Thậm chí nhạc sĩ Phạm Duy đã viết bản "Mừng Xuân" 22 năm sau "Ly Rượu Mừng" với ca từ cũng chúc mọi tầng lớp dân chúng nhưng bản nhạc đã đi vào quên lãng. *"Xin mừng anh chiến sĩ nơi tiền phương / Giữ đất cho Việt Nam hùng mạnh / Nơi đồng xanh chúc bác dân cầy luôn / Lúa tốt, hoa mầu tươi suốt năm / Xin cho phố xá nơi thành đô / Giới bán buôn làm to lời nhiều / Chúc cho một nước dân đủ no / Chúc cho một nước luôn tự do".* Rồi "mừng em bé vừa mới lên năm", "mừng lão ông lão bà tám mươi lăm", "mừng đôi lứa vừa mới kết hôn", "mừng những bước chân khẩn hoang", "mừng tôi mỗi ngày thêm một lớn".

Ban hợp ca Thăng Long.

Cũng mừng tá lả như "Ly Rượu Mừng"!

Từ sau năm 1975, bản "Ly Rượu Mừng" đã bị khai tử tại quốc nội. Nhưng dù không được các phương tiện truyền thông cho hát bản nhạc mỗi dịp tết đến xuân về, "Ly Rượu Mừng" vẫn sống trong lòng dân chúng miền Nam. Nhạc sĩ Nguyễn Ánh 9 cho biết ông đã thích ca khúc nhạc xuân của

Phạm Đình Chương từ khi bắt đầu chơi nhạc. Dù ca khúc bị cấm không được lưu hành trong nước nhưng mỗi lần tết đến ông đều tiếp tục chơi bản nhạc này tại nhà để mình và mọi người cùng thưởng thức. Ông chia sẻ thêm: "Từ lời đến giai điệu ca khúc đều rất hay, rất có ý nghĩa với mọi người. Ai nghe cũng sẽ thấy được mình trong đó". Mùa xuân năm 1975, mùa xuân cuối cùng trước khi tháng 4 oan khiên ập đến, "Ly Rượu Mừng" đã được chọn làm nhạc phẩm mở đầu cho cuốn băng tuyển chọn các ca khúc đặc sắc về Xuân do cơ sở băng đĩa của nhạc sĩ Ngọc Chánh tuyển chọn và thực hiện. Ly Rượu Mừng do ban hợp ca Thăng Long trình diễn có ghi tiếng pháo nổ tại phòng trà Đêm Màu Hồng, tiếng trống của đội lân Nhân nghĩa Đường Chợ Lớn, tiếng đại hồng chung của Viện Hóa Đạo và tiếng chuông nhà thờ Đức Bà.

Đó là cuốn băng cuối cùng có bài Ly Rượu Mừng trước khi bản nhạc bị chế độ mới cho ngủ một giấc ngủ dài. Dài đến 41 năm. Bản nhạc chúc tết cho tất cả các giai tầng xã hội tưởng là niềm vui ngày tết đã bị bắt bẻ vì hai chữ "binh sĩ" và "đời lính". Chúng ta hiểu binh sĩ mà Phạm Đình Chương nhắc tới là binh sĩ quốc gia Việt Nam. Phía Cộng sản cũng hiểu như vậy nên cấm bản nhạc. Nay, có lẽ vì bản nhạc vẫn sống trong lòng dân chúng nên chuyện cấm đoán trở nên khó khăn. Nhà cầm quyền cộng sản muốn giải tỏa lệnh cấm này nên phải chứng minh "binh sĩ" này là binh sĩ Việt Nam chống thực dân Pháp. Muốn vậy phải viện tới thời điểm ra đời của bài hát và nơi cư ngụ của tác giả. Phạm Đình Chương từ chiến khu quay về Hà Nội và lập tức cùng gia đình vào định cư tại Sài Gòn từ năm 1951. Bản nhạc ra đời vào năm 1952. Tác giả Cao Đắc Tuấn, trong một bài viết trên trang Dân Làm Báo, đã đặt nghi vấn về chuyện này. Theo ông, nếu Phạm Đình Chương vào Nam năm 1951 thì người lính trong bản nhạc này không thể là người lính chống Pháp như nhà cầm quyền cộng sản mong muốn. Vậy phải cho tác giả Phạm Đình Chương vào Nam sau khi bản nhạc được sáng tác. Làm cách nào sửa lại sự kiện này? Họ cho sửa năm vào Nam của tác giả là 1953 trên tự điển mở Wikipedia. Tác giả Cao Đắc Tuấn viết: *"Trước hết, có vài chi tiết không được rõ rệt. Đó là năm bản nhạc được sáng tác và năm nhạc sĩ Phạm Đình Chương vào Nam. Theo tài liệu tôi tra cứu cách đây hai năm từ Wikipedia, nhạc sĩ Phạm Đình Chương vào Nam năm 1951 và ca khúc "Ly Rượu Mừng" được sáng tác vào năm 1952. (Tôi không có lý do gì để viết sai năm này vì bài viết lúc ấy không đề cập đến vấn đề ai là người lính trong ca khúc.) Tuy nhiên, Wikipedia đã được cập nhật, vào ngày 1 tháng 9 năm 2016 và có thể trước đó, với câu "Năm 1951, ông về Hà Nội lập ra ban hợp ca Thăng Long nổi tiếng" và "Năm 1953, ông lập gia đình với ca sĩ Khánh Ngọc rồi chuyển vào Sài Gòn sống." (Phần này có thể sẽ còn bị sửa đổi nữa.)*

Nói tóm lại, tài liệu từ Wikipedia thay đổi năm nhạc sĩ Phạm Đình Chương vào Nam từ 1951 sang 1953. Năm ca khúc "Ly Rượu Mừng" được sáng tác vẫn giữ nguyên là năm 1952. Ai là người thay đổi chi tiết này và với mục đích gì không được biết rõ. Tuy nhiên, việc sửa đổi này xảy ra sau ngày tôi truy cập cho bài viết hai năm trước như thể hợp thức hóa lý lẽ "người lính thời chống Pháp" cho năm 2016 tạo nên một nghi ngờ".

Tự điển mở Wikipedia là loại mở, nghĩa là ai cũng có thể vào sửa được. Nếu có người sửa vì lý do chính trị thì tài liệu trở nên không khả tín. Tác giả Cao Đắc Tuấn viết tiếp: *"Dựa vào các điểm trên, ta có thể kết luận chính xác rằng nhạc sĩ Phạm Đình Chương sáng tác ca khúc "Ly Rượu Mừng" sau khi ông định cư vào Nam hoặc sau khi ông trình diễn tại miền Nam. Do đó, câu trả lời cho câu hỏi người binh sĩ trong ca khúc "Ly Rượu Mừng" là ai trở nên hiển nhiên. Đó là người chiến sĩ quốc gia Việt Nam, chống đối quân đội cộng sản hoặc Việt Minh. Lý do đơn giản là nhạc sĩ Phạm Đình Chương không thể viết về người chiến sĩ của phe bên kia trong cuộc chiến tranh khi ông định cư trong miền Nam và với lời "Mừng người vì nước quên thân mình" và "Hát khúc hoan ca thắm tươi đời lính."*

Dù sao, chuyện bản Ly Rượu Mừng được "cởi trói" vào năm 2016 cũng là một tin mừng cho người yêu nhạc Phạm Đình Chương trong nước. Họ được sống lại một thời còn ăm ắp kỷ niệm. Tết năm Bính Thân 2016, ca sĩ Quang Dũng và Phạm Thu Hà là hai người được chọn hát trở lại Ly Rượu Mừng lần đầu tiên sau 41 năm. Quang Dũng sanh năm 1976, lớn lên tại Quy Nhơn, tỉnh Bình Định đã tâm sự: "Tôi và Phạm Thu Hà rất tự hào khi sau bao nhiêu năm, nhạc phẩm này đã được hát trở lại…Tôi đã nghe, đã thuộc ca khúc này từ ngày bé, chất nhạc ấy đã thấm vào mình. Giờ hát lại, tôi không cần căng giọng hay sướt mướt mà cảm thấy rất nhẹ nhàng, rất hòa quyện cùng chất giọng của Phạm Thu Hà".

Chỉ tiếc một điều là Phạm Đình Chương không còn trên cõi đời này để vui cùng ly rượu đã được rót lại tại quê nhà. Ông rời xa chúng ta vào mùa hè 1991 tại Mỹ. Ông đã vướng vào căn bệnh ung thư gan. Nhà văn Mai Thảo, bạn thân của nhạc sĩ Phạm Đình Chương, cho biết tác giả bài "Ly Rượu Mừng" đã vào bệnh viện mổ và bệnh đã lui một thời gian. Cho tới khi gặp lại Phạm Đình Chương trong tiệc cưới của Duy Minh, con của Phạm Duy và Thái Hằng, ông mới tá hỏa khi Thái Thanh cho biết bệnh của Phạm Đình Chương tái phát. *"Thái Thanh tới bàn tôi, nghiêm trang: "Anh Chương đau nặng lắm, anh đã biết vậy chưa?". Tôi ngẩn người: "Đau nặng? Nó đang cười nói ở bàn bên kia mà! Đau nặng thì làm sao tới đây được?". Thái Thanh, có lẽ không muốn nói đến hai chữ ung thư giữa một tiệc cưới: "Anh chỉ cần biết anh ấy đang đau, lần nầy rất nặng. Anh sang ngồi chơi với anh ấy đi." Người đau nặng Phạm Đình Chương tối đó, nhớ lại tôi thấy thật là can đảm. Chào hỏi mọi người, cười nói như không. Tới lúc chúc mừng hai họ và cô dâu chú rể bằng bản nhạc danh tiếng đã được hát ở hàng ngàn đám cưới và trong bất cứ một cuộc vui tập thể nào là bản Ly Rượu Mừng , Phạm Đình Chương đích thân lên dàn nhạc, gọi hết thảy mọi người, kể cả tôi: "Mai Thảo, không biết hát hỏng gì, cũng lên đây!" Và chúng tôi đã tuân lệnh nhạc trưởng, lên đứng chen chúc, kín đặc sân khấu sau Phạm Đình Chương, không một ai có thể ngờ được đó là lần cuối cùng của tác giả Ly Rượu Mừng trước mặt mọi người".*

Hai ngày sau, tác giả "Ly Rượu Mừng" đã xuôi tay. Khi Mai Thảo và ca sĩ Anh Ngọc có việc đi Los Angeles, đang ở chơi nhà nhạc sĩ Lê Trọng Nguyễn, thì nhạc sĩ Nghiêm Phú Phi điện thoại báo tin dữ. *"Chúng tôi tức tốc tới bệnh viện Kaiser và Phạm Đình Chương, nét mặt thư thái như người nằm ngủ, đã ra khỏi cuộc đời rồi, không còn biết đám bạn hữu chúng tôi, cùng chảy nước mắt, đứng chung quanh giường bạn. Cuối cùng chỉ còn là một cảm giác buồn bã mênh mông. Mênh mông. Và còn để làm gì nữa. Như Anh Ngọc la lớn: "Tại sao lại thế được!". Như Khánh Ly khi được tin, trả lời một người bạn: "Đang ngồi ngu ra đây". Như Thái Thanh: "Từ nay chúng ta còn hát bản Ly Rượu Mừng làm sao được nữa".*

Tác giả "Ly Rượu Mừng" chỉ sống trên đời được 62 năm. Thân xác ông đã thành tro bụi. Bảy năm sau, năm 1998, ông anh Hoài Trung cũng theo bước ông em. Hai giọng nam của ban hợp ca Thăng Long được gia đình mang tro rải ngoài biển cùng một lúc. Có lẽ đó là ý nguyện của ông khi phổ nhạc bài thơ "Khi Tôi Chết Hãy Đem Tôi Ra Biển". *"Khi tôi chết hãy đem tôi ra biển / Nước ngược dòng sẽ đẩy xác tôi đi / Bên kia biển là quê hương tôi đó / Rặng tre xưa muôn tuổi vẫn xanh rì".*

Khi đó bản "Ly Rượu Mừng" vẫn nằm chết trên quê nhà!

02/2023

MAI TÁNG

Tháng 12 năm 2022, ông Nguyễn Bá Trạc về lại Cali thăm gia đình và bạn bè. Bạn bè ông có ông Phạm Gia Cổn. Ông viết: "Bạn Cổn ơi, Trong chuyến tôi về thăm Cali tháng trước, bạn đã lái xe tìm đến ngôi chùa nơi đặt tro cốt thím tôi mà gặp tôi và thắp một nén nhang lễ thím tôi. Đêm nay tôi thắp một nén nhang lễ bạn. Lần cuối chúng ta ngồi với nhau ở cái bàn trong quán cà phê quen thuộc ở Santa Ana vào tháng trước, thì bạn hữu vắng thưa. Nhiều người đã ra đi. Nhiều người đang sửa soạn. Vài ngày sau bạn cũng đột ngột ra đi trong lúc tôi đang còn ngồi trên chuyến bay từ Cali về lại Phần Lan".

Ông Nguyễn Bá Trạc thuộc lứa tuổi tôi, bạn bè như những chiếc lá lắc lư trên cành. Chẳng biết rớt lúc nào. Chúng tôi có ông bạn chung là ông Nguyễn Xuân Hoàng cũng đã bỏ chúng tôi ra đi từ năm 2014.

Trong một bài viết, nhà báo Đinh Quang Anh Thái kể lại

khi đưa nhạc sĩ Nhật Ngân về với đất, đi ngang qua mộ Đỗ Ngọc Yến, Nguyễn Đình Toàn đã đọc bài thơ "Đã Nghe". Bài thơ dài, đoạn kết như sau:

> *Ta cũng không mong quay lại nữa*
> *Trăng thoắt rơi ngang trên đường đi*
> *Ta bỗng nghe ra bằng thịt da*
> *Đã thấy ta gần với cái xa*
> *Ô hay đất đá nào rơi lở*
> *Hay tự lòng ta lấp lối về.*

Người xuôi tay đã rơi vào một thế giới khác. Người từ tốn trong bạo bệnh, người vội vã một sớm một chiều. Nhà thơ Ngọc Hoài Phương mới đây đã hoảng hốt khi nghe tiếng điện thoại reng:

> *Điện thoại rung lên, đoán / đứa nào?*
> *Bác Lành gọi báo thêm tin dữ*
> *Anh Triết vừa đi bác tính sao!*
> *Thằng Triết quen tôi suốt cả đời*
> *Từ ngày để chỏm tắm mưa rơi*
> *Học hành, đăng lính, đi phiêu lãng*
> *Thì hỏi tại sao nó bỏ tôi!*

Từ ngày 28 tháng 2 năm 2023 nhà báo Ngọc Hoài Phương không còn hoảng hốt với tiếng điện thoại nữa. Chính ông đã bỏ đi!

Bỏ đi là rốt ráo, không bao giờ quay đầu lại. Nhưng những cuộc ra đi tưởng là tận cùng này vẫn còn những hệ lụy. Họ chỉ nhắm mắt xuôi tay nhưng vẫn để thân xác lại cho người thân. Người còn sống phải xúm vào giải quyết. Tính sao đây? Có người kỹ lưỡng trước khi phủi nợ trần còn dặn dò chuyện cái xác để lại. Họ trăng trối phải làm thế nào. Vợ của người bạn tôi nhắn nhủ lại là tặng cái xác phàm cho y khoa. Vậy là phủi tay. Từng phần trong thân thể họ sẽ trú ngụ trong những thân xác nóng hổi của những người còn sống. Tim họ sống nơi này, phổi sống nơi kia. Thậm chí mảnh da, cặp mắt cũng mang lại sự sống cho những người khác. Nghe ra lợi tứ bề. Một cô bạn của tôi còn sống nhăn răng cũng đã làm như vậy. Những ai có bằng lái xe chỉ việc ký vào cái rẹt là xong, chẳng phiền tới những người thân trong gia đình. Có người thí cô hồn cái xác cho các trường y khoa. Sinh viên có thứ mổ xẻ để học hỏi hầu giúp cho những bệnh nhân của họ sau này. Cách này coi bộ gọn ghẽ nhưng nhiều người, nhất là dân Á châu ta lắc đầu lia lịa. Cha mẹ sanh ra ta thế nào thì khi quy hồi phải còn đủ như vậy mới tròn trịa. Ngày xưa nhiều quan thái giám đã nhất định phải giữ cái bị thịt bị cắt hầu khi nhắm mắt về trình diện các cụ không thiếu một ly ông cụ nào. Thông thường dân ta chuộng hai loại mai táng: chôn cất hay hỏa thiêu. Chôn cất hợp với câu nói của các cụ: sống có cái nhà, chết có cái mồ. Mồ coi như nhà của một người không còn biết thở nhưng vẫn hiện diện. Như trong thơ của Mai Thảo:

Nằm đây dưới bóng cây xanh
Nhìn qua lá biếc lại xanh sắc trời
Mát thơm đất trải bên người
Nghe trong ẩm lạnh da người cũng thơm
Đất lên hương, thấm qua hồn
Nghe Vui thoáng đến với Buồn thoáng đi

Mộ Mai Thảo.

Nằm dưới huyệt mộ, mắt nhắm ngàn đời, nhìn nhõi được cái chi, cái đầu thực tế của chúng ta biết vậy. Nhưng dưới con mắt nhà thơ lại khác, người nằm bất động dưới ba tấc đất vẫn nhìn, vẫn cảm, vẫn buồn vui như người sống. Nhà thơ đã thi vị hóa cái chết nhưng chúng ta cũng vẫn nhìn cái chết như một cuộc sống khác. Vẫn quây quần. Người sống tới thủ thỉ trước mộ, như không có chuyện tử sinh. Người chết nằm gần nhau cho…vui. Tại nghĩa trang Westminster Memorial Park trên đường Bolsa nơi quận Cam, ông Mai Thảo vẫn tới chơi mộ ông Du Tử Lê, ông Nguyên Sa vẫn đàm đạo với ông Đỗ Ngọc Yến, ông Nhật Ngân vẫn ôm đàn qua hát với ông

Hoàng Thi Thơ. Họ ở một thế giới khác nhưng rất giống thế giới này. Họ nằm đó như nằm chơi. Như thơ ông Nguyên Sa trên mộ:

> *Nằm chơi ở góc rừng này*
> *Chưa thiên thu cũng đã đầy cỏ hoang*
> *Xin em một sợi tóc vàng*
> *Làm hoa khởi sự cho ngàn kiếp sau*
> *Biết đâu thảo mộc bớt đau*
> *Biết đâu có bản kinh cầu dâng lên?*

Người nằm xuống là người xuôi tay, chẳng chiếm nhiều chỗ. Thường chỉ là một rẻo đất nằm trong nơi ít người nhiều ma. Ngả lưng bất động trong một tư thế, như vậy là đủ. Nhưng một số người có người thân dư tiền dư của lại nghĩ là dương sao âm vậy nên cho người thân chiếm nhiều chỗ hơn. Từ chiếc giường đơn, cho lên giường *queen*, rồi giường *king*. Huyệt mộ bỗng nở toét loét. Nhiều người muốn…khẳng định đã biến mộ thành nhà, tha hồ duỗi chân duỗi cẳng. Tốn đất quá.

Đất là tài nguyên thiên nhiên dùng để sản xuất, sanh hoa sanh quả cho nhân loại. Mỗi ngôi mộ chỉ chiếm một rẻo đất nho nhỏ cũng đã là một sự lấn đất. Huống chi duỗi chân duỗi tay chiếm cả một…nhà đất. Tại miền Trung Việt Nam, chính xác tại thôn Đấu Tranh, xã Hưng Thủy, huyện Lệ Thủy, tỉnh Quảng Bình, có ngôi mộ đã chiếm tới một mẫu đất, xây cất cầu kỳ, tốn trên 10 tỷ!

Trong khi đó, tại Singapore, chính phủ đã cưỡng chế phá bỏ các ngôi mộ gia đình. Các ngôi mộ chỉ được phép tồn tại trong 15 năm, sau đó phải bốc mộ và hỏa táng. Ở Hồng

Kông, nơi tấc đất tấc vàng, đất nghĩa trang được coi là bất động sản đắt khủng khiếp, chính phủ đã phải nhờ tới ảnh hưởng của các ngôi sao ca nhạc để khuyến khích hỏa táng.

Hỏa táng là chọn lựa của trào lưu mới. Thu gọn thân xác đã lìa đời vào trong một chiếc bình nho nhỏ, chẳng hại chi cho con cháu. Bà bạn tôi giẫy nẩy không chịu vì sợ nóng! Nhưng đây là xu hướng của việc mai táng trong thời buổi này. Cứ như đang xài điện thoại bàn đổi qua điện thoại di động. Muốn mang đặt vào chùa hay nhà thờ đều được cả. Vừa ấm cúng vừa vui. Có người không muốn tự nhốt trong bình đã dặn con cháu trải tro trên rừng hoặc ngoài biển cả. Có người như cố Trung Tướng Ngô Quang Trưởng, một danh tướng của Việt Nam Cộng Hòa, mất ở Mỹ nhưng muốn tro cốt của ông được trải trên đèo Hải Vân. Tháng 3 năm 2021, bà Nguyễn Tường Nhung, con gái đầu lòng của nhà văn Thạch Lam, phu nhân của tướng Trưởng, đã mang tro về trải theo nguyện ước của người quá cố. Nhà văn Nguyễn Tường Thiết, con trai út của văn hào Nhất Linh, viết lại cuộc trải tro này trong bài "Rải Tro Theo Gió": *Theo lời Nhung kể cho tôi trong một lần điện đàm thì anh Trưởng có một người tài xế sống ở Việt Nam mà Nhung vẫn thường xuyên liên lạc và giúp đỡ từ nhiều năm nay. Chính chú tài xế ấy đã đón Nhung và các con Nhung tại phi trường Tân Sơn Nhất khi Nhung mang bình tro anh Trưởng về Việt Nam. Từ phi trường chú tài xế chở mọi người về nhà chú tại ngoại ô thành phố Sài Gòn. Thật là một điều lạ lùng là nhà chú tài xế đó lại ở trên đường Thạch Lam, một con đường mới mở sau này khá lớn và dài ở sâu trong Chợ Lớn. Tôi có hỏi Nhung là chú ấy có biết Nhung là con của Thạch Lam hay không Nhung trả lời là chú ấy không biết và Nhung cũng không nói. Rồi sau đó tất cả bay ra Huế thuê xe lên đèo Hải Vân. Đến gần đỉnh đèo nơi một khúc ngoặt nguy hiểm có một cái miếu nhỏ thờ những người bị tai nạn chết ở đó Nhung quyết định chọn chỗ này để rải tro. Suốt ngày hôm đó trời âm u giông gió. Mấy mẹ con và chú tài xế khấn nguyện trước miếu. Một lát lâu sau khấn xong ngửng lên thì trời đất bỗng dưng quang đãng hẳn lên mây tan và trời trong xanh. Vợ con anh Trưởng từng người một kể cả người tài xế trung thành lần lượt rải tro theo gió, tro của vị tướng lừng danh của quân sử Việt Nam Cộng Hòa bay trên ngọn đèo hùng vĩ Hải Vân nơi mà chú tài xế kia đã nhiều lần chở vị tướng ba sao qua lại trên trục lộ Huế-Đà Nẵng, ngọn đèo đã đưa vị tướng trấn lĩnh vùng địa đầu lên đỉnh vinh quang và cũng là ngọn đèo đã kéo vị tướng ấy xuống chốn cùng thảm bại".*

Nhà thơ trong binh chủng Nhảy Dù Nhất Tuấn đã cảm khái:

> *Lệnh sáng giữ, lệnh chiều bỏ Huế!*
> *Bao chiến công... cũng thế mà thôi*
> *Hải Vân... tro rắc bốn trời*
> *Hạt tro nào... lạc vào nơi cổ thành?*

Hỏa táng không chiếm một mẩu đất nào của con cháu. Đó là một ân huệ mà người chết dành cho thế hệ tiếp nối. Ngày nay, chuyện môi trường là chuyện khẩn thiết của trái đất, người ta đã đi xa hơn chuyện hỏa táng.

Tại Nhật Bản, mộc thụ táng *jumokuso* là hình thức mai táng đang...*hot*. Ý tưởng này do các chức sắc của ngôi đền

Một nghĩa trang mộc thụ táng tại Nhật Bản.

Shounji ở miền Bắc đưa ra vào năm 1999. Theo lễ chôn cất mộc thụ táng này, gia đình đặt tro cốt người thân đã khuất xuống đất và trồng cây ở phía trên để đánh dấu nơi chôn cất. Mộc thụ táng giúp thân xác người chết sanh lợi cho cây trái được các đền chùa và các nghĩa trang công cộng áp dụng rộng rãi. Học giả Sébastian Penmellen Boret đã viết trong một cuốn sách xuất bản năm 2016 đánh giá mộc thụ táng như là một hình thức chuyển đổi lớn của xã hội Nhật Bản. Tro cốt nuôi cây cối tạo thành một công viên cho dân chúng có khoảng cây xanh cần thiết tại các đô thị. Khoảng tháng 8 mỗi năm, đông đảo dân chúng tham gia lễ hội *Obon*. Họ tới thăm các cây cối được nuôi bằng thân xác người thân, mang đồ ăn thức uống tới cùng ăn uống với người đã khuất. Họ tin rằng người bên kia thế giới thường trở về thăm con cháu trong thời gian này.

Về với đất là chặng cuối hành trình của một đời người. Mộc thụ táng của dân Nhật là một cách trở về. Tại Mỹ, người chết trở về với đất bằng phương pháp "biến đổi hữu cơ tự nhiên". Thân xác con người sẽ biến thành đất *compost* để nuôi cây cối. Theo phương pháp này, thi thể con người được đặt trong một chiếc hộp tương tự như một cỗ quan tài cùng với dăm gỗ, cỏ linh lăng và rơm. Hỗn hợp hữu cơ này tạo ra môi trường sống hoàn hảo cho các vi khuẩn tự nhiên thực hiện công việc phân hủy cơ thể một cách nhanh chóng và hiệu quả trong vòng một tháng. Người ta sẽ làm nóng đất *compost* để khử trùng trước khi trao cho thân nhân để trồng hoa, rau hoặc cây trong nhà hoặc trong vườn. Hãng Recompose, một trong những hãng biến thân xác thành đất *compost*, cho biết dịch vụ của họ có thể làm bớt được một tấn *carbon dioxide* so với địa táng hoặc hỏa táng. Khí thải *carbon dioxide* là nguyên nhân chính làm biến đổi khí hậu gây ra hiệu ứng nhà kính.

Tại Mỹ đã có sáu tiểu bang chuẩn thuận lối mai táng rã xác con người thành phân bón hữu cơ này. Dẫn đầu là tiểu bang Washington vào năm 2019, tiếp theo là hai tiểu bang Colorado và Oregon vào năm 2021, sau đó tới hai tiểu bang Vermont và California vào năm 2022. Mới nhất là tiểu bang New York. Vào ngày năm cùng tháng tận 31/12/2022, Thống Đốc tiểu bang New York Kathy Hochul đã ký luật cho phép người dân "biến đổi hữu cơ tự nhiên".

Nhà đầu tư 63 tuổi Howard Fischer sống ở phía Nam tiểu bang New York vỗ tay liền. Ông nói với hãng tin AP: "Tôi quyết định chọn phân rã hữu cơ thân xác của mình và gia đình tôi biết điều này. Bất cứ điều gì gia đình tôi chọn làm với sự phân rã hữu cơ sau khi tiến hành phương pháp này sẽ tùy thuộc vào họ". Suốt đời ông Fischer là sự tôn trọng môi trường sống, khi sống cũng như khi chết. Đó là "triết lý" cuộc sống của ông.

Mai táng kiểu mới này tạo ra hai nguồn dư luận khác biệt nhau. Ông Dennis Poust, Giám Đốc Điều Hành của Nghị Hội Công Giáo New York chống đối: "Cơ thể con người không phải là chất thải gia đình và chúng tôi không tin rằng quy trình này đáp ứng tiêu chuẩn đối xử tôn trọng đối với hài cốt con người". Các Giám mục Công giáo tại tiểu bang New York cũng đã phản đối khi cho rằng không nên đối xử với cơ thể con người như "rác thải sinh hoạt".

Ngược lại, bà Katrina Spade, người sáng lập nhà tang lễ xanh Recompose ở Seattle nghĩ khác: "Việc hỏa táng sử dụng nhiên liệu hóa thạch, việc địa táng sử dụng nhiều đất

Nơi ủ hài cốt thành đất compost tại hãng Recompose ở Seattle.

đai đều tạo ra khí thải *carbon dioxide*. Việc mai táng xanh để thân xác thành chất hữu cơ có thể dùng để trồng cây cối hoa quả là một điều có tác động tích cực đến môi trường".

Cát bụi sẽ trở về với cát bụi. Trong nghi thức sức tro của đạo Công giáo vào dịp lễ Tro, linh mục quệt một vệt tro trên trán mỗi giáo dân để nhắc nhở con người về phận bụi tro của mình. Nhạc sĩ Trịnh Công Sơn cũng đã từng nghĩ: "Hạt bụi nào hóa kiếp thân tôi / Để một mai tôi về làm cát bụi".

Từ cát bụi, con người sẽ trở về với cát bụi. Vấn đề là chúng ta sẽ trở về bằng loại cát bụi nào.

01/2023

MÌ ĂN LIỀN

Bữa 11/2/2022, CNN đưa ra một tin khiến tôi không thể nhắm mắt được. Theo một nhóm chuyên gia của Đại học Chicago chuyên về chữa phỏng thì trong 10 năm, từ 2010 tới 2020, trong số trẻ em bị phỏng vì nước sôi được đưa vào cho họ chữa trị có tới 31% em bị phỏng vì mì ăn liền. Ông Sebastien Vrouwe trong nhóm nghiên cứu cho hay trong thông cáo báo chí: "Chúng tôi hy vọng sẽ đặt nền tảng cho việc soạn chương trình phòng ngừa phỏng trong tương lai, vì về căn bản, mọi trường hợp trẻ em bị phỏng đều ít nhiều phòng ngừa được".

Mì ăn liền là một món ghiền của trẻ em không phân biệt chủng tộc. Hồi các con tôi còn học tiểu học, chúng thường mang các bạn học người bản xứ về nhà chơi. Chúng cho bạn bè ăn thử mì ăn liền, thứ không bao giờ thiếu tại nhà tôi. Đứa nào cũng thích. Bước vào nhà chúng ngó ngay tới cái tủ trong bếp và không bao giờ bỏ sót dịp may hỏi xin một gói. Có điều chúng ít khi bỏ mì vào nước sôi. Chúng ăn sống như ăn một thứ bánh lạ miệng. Có lẽ đây là giải pháp mà ông Giáo sư Sebastien Vrouwe có thể áp dụng được để phòng ngừa phỏng nước sôi của trẻ em mà 31% là do mì ăn liền! Giải pháp này giới sản xuất mì gói đã có. Từ hồi nào tôi không biết. Mãi tới giữa tháng 3 năm nay, khi tình cờ vô một tiệm tạp hóa Nhật, tôi mới thấy thứ mì gói trong một bao có ghi chữ *snack,* mở ra ăn liền như ăn *chip.* Tôi gọi đó là thứ mì ăn liền…ăn liền đúng nghĩa.

Con cái chúng ta khác. Chúng ăn mì nước bởi chỉ có mì nước mới làm dậy lên cái mùi quyến rũ của mì ăn liền. Trong truyện "Cho Tôi Xin Một Vé Đi Tuổi Thơ" của nhà văn Nguyễn Nhật Ánh có đoạn…mì: *"Hồi đó, tôi chỉ thích có ba món: mì gói, mì gói và dĩ nhiên mì gói. Là cái thứ mà nếu bắt gặp tôi ôm trong người thế nào mẹ tôi cũng giằng khỏi tay tôi, kể cả bằng biện pháp bạo lực hoàn toàn trái với bản tính hiền lành của bà. Tóm lại, muốn ăn mì gói tôi phải trốn qua nhà con Tí sún, nhờ nó nấu giùm. Gọi nấu mì là gọi cho oai, chứ thực ra chỉ là nấu một ấm nước sôi. Con Tí sún chỉ bỏ mì vô tô, sau đó bỏ thêm các bịch gia vị có sẵn rồi chế nước sôi vào».*

Nhà tôi luôn luôn có mì ăn liền. Nhà mọi người Việt chúng ta chắc cũng vậy. Bạn thử mò vào bếp nhà bạn coi xem có gói nào không? Tôi chắc tới 99% là có. Có nhiều là đằng khác. Một ông anh rể và một ông em rể tôi được xưng tụng là "vua mì gói". Mỗi sáng các ông này phải bóc một gói mì dù nhà có các món điểm tâm khác hấp dẫn hơn. Trẻ em thì khỏi phải nói. Trăm đứa thì cả trăm mê ăn mì gói. Cơm thì õng ẹo lười nuốt nhưng thấy cho gói mì ăn liền thì mắt sáng trưng. Thiệt phục ông nào nghĩ ra cái thứ nam phụ lão ấu đều mê mệt này.

Đó là ông Momofuku Ando, người Nhật gốc Đài Loan. Ra đời vào năm 1910 tại Đài Loan, ông mồ côi cha mẹ ngay từ nhỏ, sống với ông bà nội tại Đài Nam. Nhà có cửa hiệu bán vải lụa nên ông phụ giúp ông bà trông coi cửa tiệm. Năm 22 tuổi, Ando mở riêng một tiệm và chỉ một năm sau, ông gom góp vốn liếng qua Osaka, Nhật, mở tiệm buôn bán hàng dệt kim và máy móc. Khi Nhật có chiến tranh với Mỹ, các thành phố bị máy bay của quân đội Đồng Minh ném bom tàn phá. Cửa hàng của Ando bị thiêu rụi. Nhật lâm vào cảnh thiếu hụt thực phẩm và khan hiếm điện, than, dầu trầm trọng.

Ông Momofuku Ando, cha đẻ mì ăn liền.

Ando xoay qua buôn bán thực phẩm. Dân Nhật như các nước Á châu khác dùng gạo làm thực phẩm căn bản. Hai trái bom nguyên tử thả xuống Hiroshima và Nagasaki khiến Nhật phải đầu hàng, chấp nhận bị quân Mỹ đô hộ. Hàng viện trợ Mỹ ào ạt được mang qua. Không có gạo nhưng có rất nhiều bột mì. Người dân được khuyến khích dùng bột mì làm bánh mì như tại các nước Tây phương. Thói quen ăn uống từ bao đời khiến họ không thể một sớm một chiều đổi từ cơm gạo qua bánh mì. Họ thích làm ra mì sợi hơn. Cảnh dân chúng xếp hàng đông đảo trong băng tuyết giá lạnh chờ mua những tô mì nóng rất cực khổ. Ông Ando nghĩ nếu có thể chế biến mì một cách giản dị, không cần nấu, chỉ cần đổ nước sôi vào là có mì ăn, thì tiện lợi biết bao. Năm 1948, ông thành lập công ty Nissin Foods tại Ikeda, thành phố Osaka, chuyên sản xuất muối, sau đó chuyển sang thực phẩm. Năm 1958, ông thành công chế ra mì ăn liền với thương hiệu Chikin Ramen. Mười ba năm sau, năm 1971, ông thấy khách hàng bỏ mì và đổ nước sôi vào ly dùng để pha cà phê , ông mới nghĩ ra việc sản xuất mì ly mang tên Cup Noodles. Mì và các gói hương liệu nằm sẵn trong ly, người dùng chỉ việc mở lớp giấy trên nắp, đổ nước sôi vào là đã có sẵn ly mì dùng ngay. Thật tiện lợi.

Nhật là một nước có nhiều phát minh và chế ra được nhiều sản phẩm tiện dụng được dân chúng khắp thế giới ưa chuộng. Xe gắn máy, xe hơi, tủ lạnh, các máy móc nhỏ gia dụng nhưng người dân coi sáng chế ra mì ăn liền của ông Ando là phát minh quan trọng nhất. Ông Momofuku Ando qua đời vào ngày 5/1/2007 vì bệnh suy tim, thọ 96 tuổi. Ông thường cho biết sở dĩ ông sống thọ như vậy vì chơi *golf* và... ăn mì gói hầu như mỗi ngày.

Muốn sống lâu như ông Ando, hãy ăn mì gói mỗi ngày, như ông anh rể và em rể của tôi. Có thiệt không? Nhiều nhà nghiên cứu đã "kết tội" mì ăn liền. Theo họ, mì ăn liền gồm bột mì và chất béo, nước sốt không chứa đủ các chất dinh dưỡng cần thiết cho cơ thể như *protein*, chất béo, *carbonhydrate*, khoáng chất, *vitamin* và chất xơ. Nếu dùng mì ăn liền trong suốt thời gian dài sẽ dẫn đến sự thiếu hụt các chất dinh dưỡng, sanh ra các bệnh chóng mặt, mệt mỏi, tim đập nhanh, sút cân, teo bắp thịt và hôn mê. Trong mì ăn liền có chứa chất bảo quản *tertiary-butyl hydroquinone* có nguồn gốc từ dầu mỏ. Đây là một chất phụ gia chống oxy hóa có liên quan đến sự suy yếu của các cơ quan trong cơ thể và phát triển thành các khối u bao gồm cả các khối u trong bao tử. Bệnh viện đa khoa Massachusetts đã tiến hành một cuộc thử nghiệm. Họ đưa một chiếc *camera* loại nhỏ vào bao tử. Kết quả cho thấy mì ăn liền rất khó tiêu. Sau 2 tiếng đồng hồ, mì vẫn còn nguyên sợi khiến bộ máy tiêu hóa phải làm việc nhiều hơn, ảnh hưởng nghiêm trọng đến hệ tiêu hóa của con người.

Trầm trọng hơn, mì ăn liền còn chứa chất *benzopyrene* gây ung thư. Tháng 6 năm 2012, Cơ quan Quản Lý Thực Phẩm và Dược Phẩm Hàn Quốc (KFDA) đã tìm thấy chất này trong 6 loại mì của công ty Nong Shim. Tuy nhiên, vẫn theo KFDA, mức *benzopyrene* không đáng kể. Để bảo vệ sức khỏe của người tiêu thụ, các loại mì này vẫn bị thu hồi từ tháng 10/2012. Chưa hết, các nhà khoa học còn tìm thấy chất *Bisphenol A*, một chất gây rối loạn *hormone*, trong mì ăn liền. Chất này ảnh hưởng trầm trọng nhất với phụ nữ khi nội tiết tố nữ *estrogen* bị rối loạn dẫn đến các bệnh mãn tính như tim mạch, tiểu đường, tăng nguy cơ mắc bệnh ung thư vú.

Bị vạch mặt chỉ tên là thứ độc hại như vậy nhưng dân chúng, nhất là trẻ em, vẫn khoái ăn mì gói. Có lẽ vì mì gói có cái vị đặc biệt làm mê hoặc cái miệng của chúng ta. Phải công nhận là mì gói có vị hấp dẫn. Ăn vào rất dễ bị nghiện. Bảo ngưng đừng ăn nữa là việc khó dàn trời. Khó như bỏ hút thuốc lá. Muốn tiếp tục mì gói, chúng ta phải biết lách để tránh cái hại được phần nào hay phần đó.

Mì ăn liền chứa nhiều muối, nhất là trong gói bột súp đi kèm. Ăn mặn làm khoái khẩu nhiều người nhưng lại có hại cho sức khỏe, nhất là cho thận và hệ tim mạch. Để bớt mặn, chúng ta có thể chỉ dùng nửa gói muối nhưng vẫn giữ nguyên lượng nước đổ vào như hướng dẫn. Gói gia vị cay và gói dầu chứa nhiều chất béo có hại cho sức khỏe. Cũng như với gói muối, chúng ta cũng chỉ dùng một phần gói gia vị. Muốn tốt hơn nữa chúng ta có thể làm lơ với các gói đi kèm trong bao mì, thay thế bằng những gia vị tươi, lành mạnh như ớt, dầu mè, dầu *olive*, tiêu, tỏi, hành, ngò. Cách này hơi lích kích, phải có sẵn gia vị tươi rồi bóc, rửa, băm, thái mất công, tính lười sẵn có trong máu chúng ta khiến khó thực hiện được. Đã nói là mì ăn liền mà lích kích như vậy đâu có ra cái thứ tiện lợi. Lại còn mất cái mùi quyến rũ nguyên thủy của mì gói. Rất nhiều người không thể theo nổi trong đó nhất định có tôi. Cái lích kích có trước mặt, cái nguy hại chẳng thấy mặt mũi đâu, còn xa lắc xa lơ, tính lười biếng dễ làm chúng ta tặc lưỡi bỏ qua. Chỉ cần mở gói mì và các túi gia vị đi kèm, đổ nước sôi vào, huýt sáo chờ vài ba phút là sực nức mùi thân thương của mì gói chẳng sướng hơn sao?

Người lười thì nhiều nhưng người biết lo xa cho sức khỏe cũng không hiếm. Các bà nội trợ chăm chỉ thường biến tô mì gói thành…đặc sản bằng cách thêm thắt nhiều thứ khác. Tôi gọi là "mì lên đời". Tô mì được thêm thắt các loại rau củ như cải xanh, cải bắp thảo, giá, bông cải xanh. Tủ lạnh còn rau cải chi, cứ tống hết vào tô mì. Muốn hoa lá cành hơn có thể thêm vào vài lát thịt, một quả trứng hoặc vài miếng *jambon* hoặc giò chả, tàu hũ. Tô mì trông tư cách hẳn và bổ béo không khác chi tô mì ngoài tiệm. Vậy mà mấy ông khó tính vẫn cằn nhằn. Tô mì còn đâu mùi vị nguyên thủy của mì ăn liền.

Dù là mì nguyên chất hay mì cải tiến, dân ta vẫn mì gói làm chuẩn. Theo tài liệu của Hiệp Hội Mì Ăn Liền Thế Giới *(World Instant Noodles Association)*, viết tắt là WINA, phổ biến vào năm 2019, thì dân ta đứng hạng 5 trong việc tiêu thụ mì ăn liền với 5 tỷ 430 triệu gói. Đứng các hạng trên là Trung Quốc: 41 tỷ 450 triệu gói, Indonesia: 12 tỷ 520 triệu gói, Ấn Độ: 6 tỷ 730 triệu gói, Nhật Bản: 5 tỷ 630 triệu gói. Đáng ngạc nhiên là nước đứng sát ngay sau Việt Nam lại là Mỹ với 4 tỷ 630 triệu gói. Tôi ngờ dân Mít ta ở Mỹ có đóng góp nhiều vào con số này quá! Đứng ngay sau Mỹ là Đại Hàn với 3 tỷ 600 triệu gói. Chuyện này cũng lạ vì Đại Hàn là nơi sản xuất một số lớn mì gói với nhiều nhãn hiệu nổi tiếng. Tôi thường ăn mì Nongshim của Đại Hàn nhưng lúc sau này đã phải *bye-bye* với Nongshim vì mì này cay quá. Coi phim

Đại Hàn thấy các cô nàng trong phim đẹp như tiên khiến anh nào cũng sinh lòng cảm mến muốn vác một cô về cho thỏa chí tang bồng. Nhưng chàng nào không ăn cay được xin đừng ti toe vì chắc chắn sẽ có một cuộc chiến tranh trong nhà vì mì gói cay.

Hãng tin Reuter trong một bản tin phát hành vào năm 2022 đã cho biết là dân Việt ta ngày càng tha thiết hơn với mì gói ăn liền. Theo hãng mì Nongshim thì trung bình mỗi người dân Việt tiêu thụ khoảng 87 gói mì mỗi năm trong khi một người dân Đại Hàn chỉ ngốn có 73 gói. Dân ta mỗi năm đều tiến lên trong việc tiêu thụ mì ăn liền. Năm 2019 là 55 gói, năm 2020 tăng lên 72 gói, năm 2021 lên 87 gói. Số liệu này cũng do Hiệp Hội Mì Ăn Liền Thế Giới WINA ghi nhận vào năm 2021.

Dịch Covid đẩy việc tiêu thụ mì gói lên cao hơn vì sự tiện lợi của nó. Ai cũng ngại ra đường khi phải bịt mặt bịt mũi và có nguy cơ bị em gái 19 cái xuân xanh này cưa cẩm. Vẫn theo WINA, nhu cầu mì ăn liền năm 2019, năm bắt đầu đại dịch tăng 3,45% so với năm 2018. Năm 2020 số tăng còn vọt mạnh hơn, lên tới 14,79%. Mì ăn liền là câu trả lời thỏa đáng nhất cho dịch bệnh.

Hãng nghiên cứu thị trường thuộc loại hàng đầu thế giới Euromonitor có trụ sở tại Anh cho biết vào năm 2021, Việt Nam tiêu thụ khoảng 411.500 tấn mì gói, tăng 9% so với năm 2021 và trên 20% so với năm 2016. Trị giá số mì gói này là 3.800 tỷ đồng. Như vậy trung bình mỗi ngày dân ta bỏ vào bụng 1.127 tấn mì gói với số tiền chi ra là 84 tỷ đồng.

Năm 2005, hai năm trước khi ông chủ Momofuku Ando

Ông Momofuku Ando và bao mì ăn liền không gian Space Ram.

của hãng mì Nissin qua đời, ông làm một cú sáng chế chót, chót tới chót vót. Ở tuổi 94, ông còn phát minh ra loại mì gói ăn liền cho các phi hành gia mang lên ăn trên không gian. Mì được đặt trong các túi hút chân không và có 4 loại gia vị: dầu hào, *miso*, cà ri và thịt heo.

Theo bài báo của ký giả Yoshikazu Tsuno của hãng tin AFP, phát hành ngày 27/7/2005, thì phi hành gia Nhật Soichi Noguchi là người đầu tiên mang mì gói ăn liền lên không gian trong phi thuyền Discovery vào ngày 13/7/2005. Mì gói không gian mang tên *Space Ram* không phải dùng nước nóng 100 độ như mì gói dưới đất. Trên không gian không thể đun sôi nước nên mì chỉ cần nước có nhiệt độ 70 độ là có thể ăn được. Thủ Tướng Nhật lúc bấy giờ, ông Junichiro Koizumi đã vui mừng khen ngợi: "Với sức mạnh của kiến thức, kỹ thuật, trí óc và vật lý, ông Momofuku Ando là một *superman* trong mọi khía cạnh". Sau đó ông đã nói chuyện với phi hành gia Soichi Noguchi. Thủ Tướng Koizumi nói:

Phi hành gia Nhật Bản Soichi Nogchi ăn mì gói trên không gian.

"Tôi vẫn tự hỏi sao mà họ có thể làm được như vậy. Thật vĩ đại cho nhân loại đã tiến cao và xa ngoài trái đất đến như vậy".

Khi phi thuyền được phóng lên vào lúc nửa đêm, một màn hình lớn được đặt ngoài trời tại Tokyo đã trực tiếp truyền hình giữa tiếng vỗ tay của đông đảo khán giả trong đó có các bạn học cũ của phi hành gia Noguchi tại trường tiểu học Ikaruga tại thành phố Taishi.

Trong 12 ngày trên không gian, phi hành gia Noguchi, 40 tuổi, đã thực hiện ba cuộc đi bộ ngoài không gian, dài tổng cộng 20 tiếng với phi hành gia bạn Stephen Robinson. Tôi thắc mắc không biết ông có bỏ túi một gói mì khi đi bộ trên không gian không.

Trong một cuộc họp báo từ trên phi thuyền, phi hành

gia Noguchi cho biết ông đã ăn mì gói vào ngày thứ hai trên không gian. Mùi vị ra sao, ông cười vui: "Tôi rất khoái. Mùi vị của mì y chang như mì dưới đất!".

03/2023

ÔM ẤP

Ngày 30/6/2004, một người Úc được biết dưới biệt danh "Juan Mann" đã ra Pitt Street Mall ở trung tâm thành phố Sydney đề nghị ôm hôn người qua lại. Anh đã mở màn cho một phong trào rộng lớn sau đó mang tên *Free Hugs*. Cớ sao anh lại có ý tưởng này? Bởi vì anh gặp nhiều bất trắc trong cuộc sống khiến anh chán nản, cô đơn và trầm cảm. Anh muốn tìm an ủi nơi người khác bằng cách ôm hôn mọi người. Anh để một tấm bảng ghi vẻn vẹn hai chữ *"Free Hugs"* trước mặt và kiên nhẫn đứng đợi. Phải mất 15 phút mới có một bà lớn tuổi tới ôm hôn anh.

Phút khởi đầu đã được khai thông, nhiều người tiếp tay với anh. Người thì đứng chủ động chờ được ôm hôn, người thì hưởng ứng tiến tới ôm hôn. Một không khí vui tươi và ấm cúng đầy tình người đã làm cuộc sống rôm rả thanh thoát. Tháng 10 năm 2005, Juan Mann và các thành viên khác bị cảnh sát hỏi thăm. Nhân viên công lực cho biết họ phải mua bảo hiểm công cộng trị giá 25 triệu Úc kim nếu muốn tiếp tục ôm hôn. Nhóm người trẻ này đâu có là triệu phú, họ làm đơn khiếu nại. Trên 10 ngàn người đã ký vào đơn này. Họ đã thắng và tiếp tục…ôm.

Phong trào *Free Hugs* được nhiều người biết tới. Cuối năm 2005, Shimon Moore, ca sĩ chính của ban nhạc Sick Puppies, đã quay cảnh ôm hôn tại Sydney. Sau đó họ chuyển về Los Angeles và không phổ biến cuốn *video* này. Giữa năm 2006, bà của Juan Mann mất, ca sĩ Moore mới lồng nhạc vào những thước phim quay từ năm 2004 và gửi cho Mann. Chàng ca sĩ này cho biết: "Tôi gửi đĩa này cho Mann như một lời chia buồn với anh. Trên cuốn băng tôi ghi: 'Cuốn băng này cho biết anh là ai'. Mann bỏ cuốn *video* này lên YouTube. Tính tới tháng 10 năm 2013, đã có tới 74 triệu lượt người vào coi!

Ngày 30/10/2006, Oprah Winfrey đã mời Mann xuất hiện trên show truyền hình Oprah của bà. Khi anh tới đã có một đám đông đứng chờ anh ngoài cửa để được *hug* với anh.

Một năm sau, vào tháng 10 năm 2007, Juan Mann công khai địa chỉ nhà anh và mời mọi người tới ôm hôn. Trong vòng 36 ngày đã có 80 khách tới. Chủ nhà đuổi không cho anh thuê nhà nữa.

Tuy gặp nhiều gian nan nhưng phong trào ôm hôn truyền sự thông cảm và an ủi lẫn nhau vẫn phát triển mạnh mẽ. Tại thành phố Montreal chúng tôi, anh Tommy Boucher mặc chiếc áo màu xanh lá cây có hàng chữ tiếng Pháp và tiếng Anh: *"Câlin Gratuit – Free Hugs"*, đứng trong trạm *métro* Jean Talon, hai tay giang rộng mời mọi người ôm thân ái.

Một kiểm soát viên của *métro* tới, chẳng ôm iếc chi, hỏi: "Anh có giấy phép không?". Anh ngạc nhiên hỏi lại: "Giấy phép chi?". Nhân viên này cho biết tất cả các hoạt động buôn bán hay giới thiệu các dịch vụ hàng hóa trong khuôn viên trạm *métro* đều phải có giấy phép. Anh bị phạt 101 đô. Anh biện minh là anh chẳng buôn bán chi và cũng chẳng quảng cáo hàng hóa chi nên anh sẽ khiếu nại đòi lại tiền. Sau đó anh đổi qua trạm *métro* Berri-UQAM nhưng cũng rét nên đứng ngoài phạm vi của trạm xe điện ngầm.

Free Hugs như giọt dầu loang ra khắp nơi trên thế giới. Các nước tự do dân chủ, phong trào hầu như không gặp trở ngại nhưng tại các nước bảo thủ, chuyện ôm hôn giữa đường phố là chuyện cấm ky. Tại Riyadh, nước Saudi Arabia, một

Anh Tommy Boucher tại trạm xe điện ngầm ở Montreal.

quốc gia Hồi giáo, hai thanh niên đã bị nhân viên của Ủy Ban Duy Trì Đạo Đức và Đề Phòng Phạm Pháp bắt giữ.

Free Hugs đã có tại trên 80 quốc gia rải rác từ châu Á, châu Úc tới châu Âu châu Mỹ. Cái ôm mang lại cho con người một liệu pháp chữa trị và xoa dịu sức khỏe tinh thần. Thế giới chúng ta sống ngày nay là một thế giới mà mỗi người như một ốc đảo. Trong *métro,* tại các tiệm ăn hay bất cứ nơi công cộng nào, chúng ta thấy chẳng ai quan tâm tới ai. Già trẻ lớn bé chúi mũi vào chiếc điện thoại cầm tay, lướt lướt, bấm bấm, chẳng còn ngó tới người ngồi cạnh mình. Vui buồn chúng ta giữ riêng cho mình. Một ánh mắt, một nụ cười cho người khác hầu như không có. Phong trào *Free Hugs* muốn thay đổi cái nhìn của mỗi con người với cuộc sống chung quanh. Chỉ cần một cái ôm thân ái, chúng ta có thể giúp tha nhân giảm căng thẳng và xoa dịu thần kinh của họ. Khi chúng ta tiếp cận nhau, hóa chất *oxytocin,* còn được gọi là "*hormone* tình yêu" tỏa ra khiến chúng ta cảm thấy ấm áp, tin tưởng và an bình.

Tuổi trẻ Việt Nam cũng đã sớm nhận ra lợi ích của *free hugs.* Tổ chức "*Free Hugs Vietnam*" đã được thành lập ngay từ năm 2017 hướng đến các hoạt động cộng đồng cho giới trẻ qua sự hợp tác với các tổ chức trong và ngoài nước. "*Free Hugs Vietnam*" chịu trách nhiệm tổ chức các sự kiện chung, giúp các bạn trẻ phát triển các kỹ năng xã hội cần thiết, phát triển sự tích cực bản thân của mỗi thành viên và đóng góp vào sự phát triển của cộng đồng. Chỉ hai năm sau, năm 2019, tổ chức đã quy tụ được 64 ngàn thanh niên nam nữ từ 16 đến 25 tuổi trên toàn quốc.

Anh Phạm Thiên Ân tại phố đi bộ Nguyễn Huệ, Sài Gòn.

Sài Gòn bao giờ cũng là cửa ngõ để nhận những sự kiện quốc tế đầu tiên. Chúng ta thử đi vào một trường hợp cụ thể do tác giả Tú Ngân kể lại: *"Đúng 19 giờ tối, dòng người đổ về phố đi bộ Nguyễn Huệ đông đúc hơn, tôi bắt gặp một chàng trai loay hoay dựng lại chiếc standee trên đó có ghi dòng chữ: 'Bạn có thể đến ôm mình và nhận một nhánh hoa nếu cảm thấy tiêu cực. Hãy để hôm nay là một ngày tuyệt vời"*. Chàng trai mang ấm áp tới mọi người là Phạm Thiên Ân, 23 tuổi, ngụ tại Long An. Anh thổ lộ: *"Tôi có ý tưởng này từ những câu chuyện của các bạn ở nước ngoài nên mong muốn mang nó về Việt Nam. Mục đích của tôi là muốn lan tỏa những điều tích cực và giúp mọi người có thể giải tỏa được những điều tiêu cực trong lòng, dù chỉ là một phần nhỏ. Lần đầu thực hiện tôi cũng khá ngại ngùng, không đủ tự tin. Nhưng khi nhận cái ôm đầu tiên, sự thấu hiểu từ những người xa lạ khiến tôi có động lực hơn. Họ không ngần ngại trao tôi những cái ôm, thậm chí còn chia sẻ những cảm xúc, những câu chuyện mà họ đang gặp phải khiến tôi cảm thấy hoạt động này có ý nghĩa hơn. Đó cũng là động lực để tôi duy trì việc làm này". Lần anh Ân nhớ nhất là khi một đứa trẻ lang thang bụi đời chạy đến ôm hôn và kể với anh về cuộc sống không nhà không cửa của em. Anh Ân nói với giọng cảm động: "Khi được ôm tôi em cảm thấy thoải mái và tôi cũng cảm nhận được sự ấm áp từ em. Từ đó tôi suy nghĩ có lẽ cái ôm thật sự quan trọng với rất nhiều người. Động lực lớn nhất với tôi đơn giản là việc này làm tôi cảm thấy hạnh phúc".

Một phong trào rộng lớn như vậy ắt phải có một ngày quốc tế để ghi dấu. Đó là ngày Ôm Hôn Quốc Tế *(International Free Hugs Day)* được tổ chức mỗi năm vào ngày thứ bảy đầu tiên của tháng 7. Đó là ngày mà mọi người trên khắp thế giới được nhắc nhở để ôm nhau hầu có thể truyền tải yêu thương và thân ái cho nhau.

Free Hugs là ôm…*free*, chẳng phải thọc tay vào túi cho mất thời giờ. Thời giờ là vàng bạc, nhất là đối với dịch vụ ôm có ấp đàng hoàng. Muốn…ấp phải chi địa. Nhiều ít tính theo giờ. Đây là một dịch vụ chuyên nghiệp, một ý tưởng kinh doanh hoàn toàn nghiêm túc nhưng vẫn hái ra tiền. Dịch vụ này không còn là *hug* nữa mà là *cuddle*.

Bà Jessica O'Neil, 35 tuổi, có chồng và ba con, là một người hành nghề ôm ấp. Lợi tức trung bình mỗi năm của bà khoảng 58 ngàn đô. Bà từng là một chuyên gia trị liệu và tư vấn *massage* trước khi thêm những cử chỉ âu yếm vào danh sách điều trị tại cơ sở *massage* của bà tại Gold Coast, Queensland, Úc. Khách của bà dĩ nhiên là các ông cần an ủi. Họ chịu chi tới 60 đô mỗi giờ cho "những cử chỉ âu yếm nghiêm ngặt". Nếu vừa ôm vừa tư vấn, giá là 80 đô. Nếu muốn trọn gói "cà phê tình bạn và âu yếm", giá sẽ nhảy lên 110 đô cho mỗi giờ. Hầu hết khách hàng của bà Jessica O'Neil là các ông trên 35 tuổi, cô đơn, cần thổ lộ với người khác. Dĩ nhiên cũng có phụ nữ nhưng số này rất ít. Chồng bà Jessia có ghen tuông chi không khi vợ làm cái nghề ôm ấp các ông khách hàng, bà cho biết chồng bà không hề ghen tuông chi. Nghề là nghề, tình cảm là tình cảm. Hai chuyện không dính dáng chi tới nhau!

Cũng như phong trào *Free Hugs*, ôm ấp chuyên nghiệp *cuddle* hiện nay là một nghề…quốc tế. Nhiều nước tiên tiến đều có dịch vụ này. Bà Janet Trevino, 37 tuổi, ngụ tại New York, Mỹ, cũng hành nghề như bà Jessica bên Úc. Bắt đầu hành nghề từ tháng 9 năm 2016, bà tính giá 80 đô mỗi giờ. Nhiều khách hàng chơi bạo đã nằm ôm tới tám tiếng liên tục mới đủ đô! Cải thiện cảm xúc và chống trầm cảm nhiều khi cần kéo dài!

Tại California, bà Fei Wyatt, 33 tuổi, làm việc tại *Cuddle Sanctuary* (Thánh Địa Ôm). Công việc của bà là tạo cho khách hàng một không gian thoải mái, an bình. Không phải ai cũng có thể tạo ra được bầu không khí an lành này được. Bà nói: "Công việc của tôi là ở bên cạnh, chấp nhận tính tình của khách hàng, một việc không phải ai cũng làm được. Tôi ở bên họ lúc họ mềm yếu nhất. Đó cũng là cái hay của công việc này bởi lúc đó khách hàng của tôi cảm thấy được là

Một cảnh cuddle.

chính mình". Phần lớn khách hàng của bà là người độc thân nhưng cũng có những người có gia đình. Họ tới vì người phối ngẫu đã không hiểu và đáp ứng được nhu cầu của các đức ông chồng. Khách hàng của dịch vụ ôm ấp này không tìm tới tình dục. Họ biết được giới hạn của họ. Nếu say sưa quá không kiểm soát được đã có các bà như bà Fei làm cái thắng tốp cơn say của họ. Bà Fei nói: "Bác sĩ tâm lý chữa bệnh bằng lời nói. Tôi thì cung cấp cho khách hàng tình yêu vô điều kiện để đảm bảo rằng họ tận hưởng khoảnh khắc của mình. Hành động thường mạnh mẽ hơn lời nói nhiều".

Nằm ôm ấp có tác dụng hơn lời nói. Nhưng nằm ngủ chung có tác dụng hơn chỉ ôm ấp. Dịch vụ này có tại Nhật Bản. Cửa hàng "ngủ" này tên Soineya, nằm trên tầng 3 của một tòa nhà cũ kỹ thuộc quận Akihabara, Tokyo. Tại đây quý ông cô đơn, muốn ngủ với một cô gái trẻ đẹp để giải tỏa bức xúc có thể tìm tới. Phải nói ngay "ngủ" đây là theo nghĩa đen, ông nào muốn nhập nhằng theo nghĩa bóng là đã tới lộn địa chỉ. Chuyện ngủ phức tạp hơn chuyện ôm nhiều. Trước hết phải biết thủ tục đầu tiên. Vé vào cửa là 3 ngàn *yen*, tương đương 22 đô Mỹ. Chi trả cho em bé ngủ chung trong thời gian 20 phút thêm 3 ngàn *yen* nữa. Đó là em bé được chủ nhân chỉ định khi tới lượt, khách hàng không được chọn lựa. Muốn chọn lựa em bé ưng ý phải móc túi thêm 1.500 *yen* nữa. Đó là giá căn bản. Khi vào cuộc lại có những giá cả khác. Muốn gối đầu lên tay em bé hoặc vỗ lưng hay xoa đầu trong vòng 3 phút phải móc túi thêm một ngàn *yen*, khoảng 7 đô Mỹ nữa. Cũng với giá này, khách có thể có dịch vụ hai người nhìn vào mắt nhau đắm đuối trong 1 phút. Nếu muốn nắm tay nhau trong 10 phút cũng phải chi thêm 7 đô nữa. Phải nói ngay tuy tôi đã từng đặt chân tới Tokyo nhưng xin thề là chẳng biết cửa hàng Soineya nằm ở xó xỉnh nào. Tất cả những giá cả tôi vừa nêu ra là do tài liệu cung cấp, không trải nghiệm trực tiếp nên không bảo đảm. Nếu các bạn tới Tokyo, tìm tới Soineya mà giá cả có khác thì tôi không chịu trách nhiệm. Xin bố cáo cho rõ ràng.

Cũng tại Nhật có dịch vụ ngủ ôm trai đẹp, tuổi từ 20 đến 30. Cửa tiệm ngủ này tên Rose Sheep. Khách hàng là các bà phòng không gối chiếc trong độ tuổi từ 30 tới 40 hoặc lớn hơn, cảm thấy lẻ loi cô quạnh trong đêm trường muốn tìm hơi ấm của người khác phái. Nhưng các chàng trai khỏe mạnh này chỉ cung cấp hơi ấm, nâng niu giấc ngủ thôi. Chuyện khác, quên đi. Có dịch vụ ngủ trưa trong 2 tiếng với giá 20 ngàn *yen*, khoảng 140 đô Mỹ. Gói ngủ đêm mang tên "Chúc ngủ ngon" dài hơn. Dài 6 tiếng với giá 50 ngàn *yen* hoặc 16 tiếng với giá 100 ngàn *yen*. Ngủ chi mà ngủ dữ vậy? Không, ngoài chuyện ngủ các chàng đẹp trai này còn có thể đi ăn, đi uống cà phê hoặc nấu ăn tại nhà cho khách. Nếu khách có tâm sự, các chàng lắng nghe và chuyện trò như những người bạn thân thiết.

Người cung cấp dịch vụ này, dù trai hay gái, đều phải là những người thơm tho sạch sẽ. Không hôi nách, không toát mùi gia vị, không hôi miệng. Đó là những "đức tính" tôi thêm vào, tài liệu không thấy nói tới. Tuy không nói tới nhưng tôi nghĩ phải vậy. Vài ông bạn tôi không tán thành suy nghĩ quá "sạch sẽ" của tôi. Theo các ông ấy, mùi riêng của một người là thứ trời ban cho để phân biệt người này với người khác. Tuy đôi khi trời rộng lượng khiến chúng nồng nàn gay gắt nhưng không vừa mũi người này cũng vừa mũi người khác. Muốn không có một chút mùi nào thì chỉ có người…giả.

Tưởng là nói chơi nhưng cũng có. Một công ty Nhật (lại Nhật!) đã phát minh ra chiếc "ghế yên tĩnh" có thể cung cấp những cảm xúc ấm áp theo yêu cầu. Đây là một loại ghế xích đu tạo hình một con búp bê bằng vải với cánh tay rất dài có thể quấn quanh người ngồi trên đó. Búp bê có thể lắng nghe bạn nói chuyện, cho nghe những bản nhạc êm dịu quen thuộc trong khi vẫn êm ả ôm chủ nhân của chúng nhún nhảy trên ghế. Tôi không dùng chữ "khách hàng" như với các dịch vụ trên mà dùng chữ "chủ nhân" vì một khi bỏ ra 419 đô để mua đứt, bạn luôn có búp bê bầu bạn trong nhà.

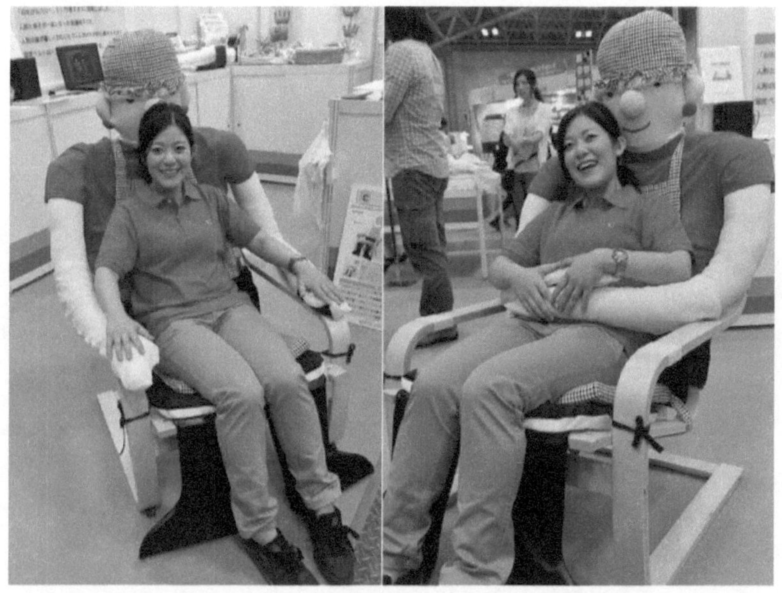

Ghế ôm.

Bạn chọn thứ nào? Thứ thiệt sở hữu ngắn hạn hay thứ giả sở hữu dài hạn. Có lẽ tùy theo tuổi tác. Giới trẻ chắc mặn thứ thiệt, giới già chắc khoái thứ giả. Tới một số tuổi nào đó, chuyện thiệt giả là chuyện các cụ chẳng *care*. Riêng tôi xin "tuyên ngôn" cái rụp: chẳng cần thứ nào cả!

05/2023

ỚT

Tôi thích ớt. Ớt cảnh. Với dân khoái cay, ớt cảnh là thứ vô duyên, chỉ để nhìn. Cứ như tranh vẽ. Bổ mắt chứ không đã miệng. Ớt được đề cập trong bài này lại là thứ ớt xé lưỡi. Sao vậy? Vì ông Trần Đức.

Ông này sanh ở Sóc Trăng nhưng không phải dân ta thuần túy. Sống ở trong nước ông là người Việt gốc Hoa, sống ở Mỹ ông là người Mỹ gốc Việt. Ở trong nước ông chuyên nghề trồng ớt. Qua Mỹ ông vẫn…ớt. Thấy dân Mỹ ăn thứ tương ớt không đã như tương ớt Việt, ông động lòng. Vượt biển từ năm 1977, tới năm 1980 ông mới được vào định cư tại Mỹ. Ông nói với ký giả báo New York Times: "Tôi đến Mỹ vào đầu tháng 1 năm 1980 thì tháng 2 tôi đã làm tương ớt". Nguyên do nghe rất ngộ. Ông tới một tiệm tạp hóa trong khu Chinatown ở Los Angeles mua một chai tương ớt về ăn. Ông thấy không ngon và nghĩ mình có thể làm ngon hơn nên ông rắp tâm trở lại nghề cũ của ông tại Việt Nam. Trước đây ông đã từng trồng ớt và làm tương ớt tại quê nhà. Hồi đó tương ớt của ông được đựng trong những hũ thức ăn trẻ em Gerber được dùng lại.

Ông Trần Đức.

Tại Mỹ, thoạt kỳ thủy, cơ sở sản xuất của ông là một căn phòng nhỏ hẹp tại khu Chinatown ở Los Angeles, chẳng có máy móc chi. Ông nghiền ớt bằng tay thứ ớt *jalapenos*, trộn với giấm, đường, muối và tỏi. Ông cặm cụi, chăm chỉ sản xuất thủ công thứ tương ớt Sriracha cho tới khi dân chúng mê tít thứ cay mang hương vị quê hương này. Chuyện làm ăn của ông mỗi ngày một phát, khách hàng tìm mua rầm rập dù ông chẳng mất một xu quảng cáo nào. Cho tới nay hai chữ "quảng cáo" vẫn không có trong tự điển của ông. Người ta truyền miệng nhau. Cái thứ miệng cay cay này làm nồng những lỗ tai. Chúng ta thử vào trong bếp nhà mình coi có lọ tương ớt sriracha nhãn hiệu Huy Fong nằm đó không? Vào một tiệm ăn, nhất là tiệm phở, có thấy "hắn" ngự trên mỗi bàn không? Không phải chỉ trong nhà và tiệm của người Việt mà còn ở trong các gia đình và tiệm ăn của người Mễ, Trung Quốc, Ấn Độ, Thái Lan nữa.

Từ những chai tương ớt làm thủ công trong một căn phòng tại nhà, đi bán dạo từng chai, ông tính tới chuyện phát triển nghề nghiệp. Ông tới ngân hàng xin vay 200 ngàn đô để làm vốn. Chắc ngân hàng thấy việc làm ra chai tương ớt quá tầm thường, không đáng chi, nên từ chối thẳng thừng. Lòng đã quyết, ông gom góp tất cả tiền để dành của gia đình, được khoảng 50 ngàn đô, tung vào tương ớt.

Ông thuê một căn nhà rộng 470 thước vuông ở khu Chinatown với giá 700 đô mỗi tháng để đặt xưởng sản xuất. Tương ớt được ông chở tới các chợ Á đông và các nhà hàng tại địa phương để chào bán. Trong lòng ông chỉ mong được các tiệm phở dùng tương Huy Fong của ông là đủ có lời. Nếu các nhà hàng khác trong vùng Nam California cũng dùng tương ớt của ông thì…giầu sang mấy hồi!

Mong ước của ông không viển vông. Tháng đầu ra quân ông đã thu được 2.300 đô. Khi đó chai tương ớt của ông vẫn chưa có nhãn hiệu, còn là loại *homemade*. Tới năm 1983, chai tương ớt mới có nhãn hiệu Sriracha. Cho tới nay, ông cũng chẳng thèm đăng ký bản quyền nhãn hiệu. Chúng ta chẳng lạ gì chai tương ớt có nhãn hiệu đàng hoàng này. Đó là một chai nhựa trong veo, nhìn thấy rõ tương đỏ bên trong. Nắp chai màu xanh tượng trưng cho ớt tươi. Trên chai có in thành phần của sản phẩm bằng sáu thứ tiếng: Việt, Hoa, Anh, Thái, Tây Ban Nha và Pháp. Chữ in toàn một màu trắng đục.

Chai tương ớt có "tư cách" hẳn lên đã kéo theo nhiều khách hàng. Từ căn nhà 470 thước vuông ở khu Chinat-wown, năm 1987 ông đã tiến lên thuê một cơ sở rộng 6.300 thước vuông tại thành phố Rosemead, cũng tại tiểu bang California. Chưa hết nhúc nhích, ngày nay cơ sở sản xuất Huy Fong Foods tọa lạc trên một khu đất rộng tới 60 ngàn thước vuông tại thành phố Irwindale sản xuất mỗi ngày hàng trăm ngàn chai tương ớt. Theo hãng nghiên cứu thị trường IBISWorld, Huy Fong Foods hiện chiếm 9,9% thị trường tương ớt tại Mỹ, một thị trường có doanh số tới 1,55 tỷ đô. Theo tạp chí Mỹ Fortune, doanh thu hiện nay của tương ớt Huy Fong khoảng 80 triệu mỗi năm. Tạp chí này còn gọi tương ớt Sriraca là "một hiện tượng toàn cầu". Ông nông dân ở Sóc Trăng ngày xưa nói với báo Los Angeles Times: "Tôi chưa từng nghĩ sản phẩm tương ớt của mình phổ biến đến như vậy. Giấc mơ Mỹ của tôi chưa bao giờ là trở thành triệu phú. Chúng tôi bắt đầu chỉ vì thích tương ớt tươi và cay".

Không muốn làm triệu phú, có lẽ ông Trần Đức nói thiệt. Không giống các tay làm ăn lớn khác, ông không tốn một xu quảng cáo và kể từ khi bắt đầu sản xuất, ông chưa bao giờ tăng giá bán sản phẩm của ông. Ông nói với tạp chí Forbes: "Tôi muốn tiếp tục tạo ra những sản phẩm tốt. Tôi không nghĩ nhiều tới việc kiếm thêm lợi nhuận đâu!". Ông không muốn kiếm tiền nhưng tiền tới kiếm ông. Chỉ bằng chai tương ớt hết sức khiêm nhường. Chai tương ớt này có mặt trên bàn ăn tại nhà của khoảng 10% dân chúng trên khắp nước Mỹ. Cứ chục nhà đã có một nhà dùng tương ớt Huy Fong. Nhưng chai tương ớt trên bàn ăn là chuyện nhỏ. Nó còn xuất hiện trên chương trình truyền hình thực tế Survivor và trên trạm không gian vũ trụ quốc tế. Nghe như chuyện thần thoại. Trên một bài báo của ký giả Dan Myers trên The Daily Meal ngày 27/7/2017, ông cho biết Google Street View đã phổ biến hình ảnh trên trạm vũ trụ quốc tế. Trạm có 15 phi thuyền. Trên phi thuyền nối số 3 có kho lương thực trong đó có thịt bò khô Memphis, mù tạt Pháp, ketchup Heinz, hộp quẹt đậu Fritos, bánh *madeleine* Bonne Maman, mù tạt cay ngọt Inglehoffer, sốt cay ngọt Thái và tương ớt Huy Fong.

Chai tương ớt Huy Fong trên tàu vũ trụ quốc tế.

Tương ớt Huy Fong đã leo lên vũ trụ, ông Trần Đức khó chi mà không leo lên hàng tỷ phú đô Mỹ. Theo IBISWorld, hiện nay giá trị tài sản của công Ty Huy Fong đã đạt mức 1 tỷ đô dựa trên doanh thu ước tính khoảng 131 triệu đô vào năm 2020. Gọi là công ty nhưng ông Đức là người sở hữu toàn bộ công ty. Tỷ phú Jeff Bezos của Amazon nói về ông Trần Đức: "Triết lý đầu tư của ông có thể nói là vô cùng đơn giản nhưng tại sao mọi người không muốn học hỏi theo cách làm giầu như thế?".

Nói thì dễ nhưng học đòi làm theo ông Trần Đức không phải dễ. Trước hết phải có ý chí mạnh mẽ, quyết tâm đi theo con đường mình đã chọn. Ông Trần Đức đã chọn sản xuất loại tương ớt giữ nguyên vị tươi và cay với một công thức đặc biệt. Thứ hai là không vụ vào tiền bạc. Làm thương mại mà không muốn kiếm lợi nhuận tối đa có thể được là điều khó. Lòng tham của con người không có thước đo, túi tiền của thương gia không có đáy. Vượt lên được chính mình là chuyện không phải ai cũng làm được. Ông Đức đã từng nói với Forbes là ông chỉ nghĩ tới chất lượng sản phẩm chứ không nghĩ tới chuyện làm giầu. Từ khi ra đời, chai tương ớt Huy Fong không hề lên giá kể cả khi vật liệu hiếm hoi và đắt đỏ. Ông cũng chẳng giấu công thức chế tạo khi nói với tạp chí The Angelus: "Đơn giản lắm. Chẳng có gì bí mật đâu. Tương ớt Sriracha được làm từ ớt đỏ tươi *jalapeno* được trồng trên đất Mỹ, muối, giấm, đường, tỏi, hai chất bảo quản *potassium sorbate* và *sodium bisulfite*, cùng chất phụ gia tạo đặc *xanthan gum*".

Đơn giản nhưng không giản đơn. Thương hiệu nức tiếng thế giới Tabasco và các hãng Heinz, Starbucks, Frito-Lay, Applebee's, P.F. Chang's, Pizza Hut, Subway và Jack in the Box đã từng sản xuất sản phẩm nhái của Sriracha. Thêm nữa, nhiều công ty khác đã làm nhái tương ớt Huy Fong với *logo* không phải hình con gà mà là hình chim phượng hoàng, cá mập hay con ngỗng! Ai muốn làm nhái thì làm, ông Trần Đức không lý tới. Ông cũng chẳng kiện cáo chi khi ông chẳng thèm trình tòa bản quyền kinh doanh của ông. Ông không giữ độc quyền nhưng các loại hàng nhái chẳng làm suy suyển được thị trường của tương ớt Huy Fong.

Tạp chí chuyên về nấu ăn nổi tiếng Cook's Illustrated đánh giá tương ớt Huy Fong là loại tương ớt ngon nhất trên thị trường, vượt xa các loại tương ớt Frank's Red Hot, Cholula Hot Sauce, thậm chí hơn cả Tabasco của hãng McIlhenny. Hãng sản xuất khoai tây chiên Lays đã chọn tương ớt Huy Fong làm một trong ba vị mới trong năm 2013.

Tương ớt Sriracha và tương ớt Sriraja Panich của Thái Lan.

Làm ăn lớn luôn có sự cạnh tranh nhưng cạnh tranh với tương ớt Sriracha không phải dễ. Hãng Thaitheparos của Thái

Lan đã từng thách đố tương ớt Huy Fong. Đây là một hãng lớn có nhà máy ở vùng ngoại ô Bangkok. Theo *website* của hãng này, tương ớt Sriracha do bà Thanom Chakkapak ở thị trấn Si Racha, cách thủ đô Bangkok khoảng 117 cây số, làm ra từ 80 năm trước. Năm 1984, công ty Thaitheparos đã mua lại công thức làm tương ớt của bà Thanom để sản xuất tương ớt Sriraja Panich. Tại Mỹ người ta không thấy bày bán tương ớt Sriraja Panich. Nay hãng Thaitheparos thấy ông Trần Đức làm ăn phấn chấn nên tính cách chia phần. Họ mưu tính sản xuất tương ớt Sriracha tại Mỹ để cạnh tranh. Ông Bancha Winyarat, 33 tuổi, Phó Chủ Tịch của Thaitheparos, nói với trang Bloomberg: "Nếu bước đầu chúng tôi có thể chiếm được 1% thị trường ở Mỹ thì đã là thành công lớn rồi".

Có sự khác biệt về nguyên liệu ớt giữa tương ớt Sriraja Panich của Thaitheparos và tương ớt Huy Fong của ông Trần Đức. Sriraja Panich sử dụng ớt *cayenne* trồng tại Thái Lan trong khi Sriracha dùng ớt *jalapeno* đỏ trồng tại Mỹ. Cuộc thư hùng tưởng sống mái này không làm ông Trần Đức nao núng. Ông tin dân Mỹ đã quen với hương vị tương ớt của ông. Ngay cả một đầu bếp người Thái Suntaree Tantichula của một nhà hàng tại thành phố Evanston, tiểu bang Illinois, cũng phải thừa nhận: "Tôi thích tương ớt của Thái Lan hơn nhưng đã quen ăn Sriracha từ bao lâu nay. Tôi nghĩ những người khác ở Mỹ cũng vậy". Phản ứng với sự cạnh tranh này, ông Trần Đức nói với Bloomberg: "Tôi không bao giờ lo lắng về việc họ bán được bao nhiêu bởi vì tôi quá bận rộn. Tôi biết mình không thể sản xuất đủ để đáp ứng nhu cầu của thị trường nên hãy để họ cùng tham gia và chúng ta cùng nhau phục vụ người tiêu dùng".

Công ty Thaitherapos rất biết thân biết phận khi thâm nhập thị trường Mỹ. Tương ớt Huy Fong bán rất mạnh tại các thành phố miền Tây nước Mỹ nên Thaitherapos né qua miền Đông với hy vọng có số tiêu thụ đáng kể tại các cộng đồng gốc Á tại Boston, Chicago hay New York. Sau một thời gian có mặt tại Mỹ nhưng không thành công, Thaitherapos đã lui binh, quay gót về thị trường Trung Quốc và Hong Kong. Họ dự tính trong tương lai sẽ mở rộng hoạt động tới Philippines và Indonesia.

Bị công ty Thaitherapos cạnh tranh không phải chỉ là biến cố duy nhất trong việc làm ăn bạc tỷ của Huy Fong Foods. Tháng 10 năm 2013, cư dân thành phố Irwindale, nơi đặt nhà máy của tương ớt Srirasha, đã phàn nàn vì mùi ớt và tỏi của nhà máy bay ra đã làm các cư dân bị ho, hắt nơi, rát cổ họng, chảy nước mắt khiến họ không dám ra khỏi nhà. Họ yêu cầu thành phố có thái độ với nhà máy này. Ông Trần Đức hứa sẽ phối hợp với các giới chức phụ trách môi trường của thành phố để giải quyết vấn đề. Ông sẽ cho đặt các bộ máy lọc loại mạnh để ngăn cản mùi ớt bay ra ngoài. Trong buổi họp của Hội Đồng thành phố vào ngày 27/5/2014, các thành viên đồng ý đã thỏa mãn với sự cải tổ máy lọc và bãi bỏ vụ kiện. Chuyện tưởng nhà máy của Huy Fong Foods phải đóng cửa đã được giải quyết mau chóng vì lý do kinh tế. Nhà máy đã tạo công ăn việc làm cho một số cư dân và thành phố cũng thu được số tiền thuế khá bộn. Ngoài ra các vị trong Hội Đồng thành phố Irwindale cũng đã bị thúc vào bàn tọa. Một phái đoàn hùng hậu của tiểu bang Texas gồm nhiều nghị sĩ và dân biểu, đại diện Phòng Du Lịch, đại diện bộ Nông Nghiệp tiểu bang, đã tới nhà máy gặp ông Trần Đức và đề nghị nhà máy dọn qua Texas. Thượng Nghị Sĩ Carlos Uresti úp úp mở mở với ký giả hãng AP: "Chúng tôi không tới đây để đưa ra bất cứ khích lệ đặc biệt nào, nhưng hãy nghĩ là có những khích lệ". Thượng Nghị Sĩ Jason Villalba nói rõ hơn với báo USA Today: "Tôi là người ái mộ cuồng nhiệt món tương ớt Sriracha này. Hãy tin tôi đi, khi tôi nhìn thấy có một cơ hội chúng tôi sẽ hành động ngay. Tôi rất thiết tha muốn gặp gia đình ông Trần. Hãy để chúng tôi nói với ông rằng ông có thể chuyển nhà máy đến Texas, nơi ông sẽ không thất vọng".

Không ai có thể nói không với tương ớt Sriracha. Từ một công việc thủ công của gia đình vào năm 1980, ngày nay Huy Fong Foods đã vươn mình biến thành một công ty trị giá bạc tỷ, họ có cái thế của họ. Nhiều người không cho chai tương ớt là chuyện cần thiết. Có cũng được, không có cũng chẳng chết ai. Tương ớt Sriracha đã có dịp chứng tỏ sự quan trọng của nó.

Công ty đã hai lần thông báo là phải ngưng sản xuất vì thiếu ớt đạt tiêu chuẩn. Lần đầu vào tháng 7 năm 2020, lần thứ hai vào tháng 6 năm 2022. Lần này tình hình trầm trọng hơn. Công ty gửi *e-mail* cho khách hàng nói rõ: "Do điều kiện thời tiết làm ảnh hưởng phẩm chất ớt, chúng tôi đang thiếu ớt trầm trọng. Rất tiếc chuyện này năm ngoài tầm kiểm soát của chúng tôi. Không có nguyên liệu thiết yếu này, chúng tôi không thể sản xuất bất kỳ sản phẩm nào. Chúng tôi hiểu chuyện này có thể gây ra nhiều vấn đề. Tuy nhiên, vào lúc này, chúng tôi sẽ không nhận thêm bất kỳ đơn đặt hàng nào vì chúng tôi không đủ hàng để giao". Thông báo này có ảnh hưởng tức thời. Chuyện mới xảy ra chưa đầy một năm nên nhiều người chắc còn nhớ rõ. Tại Montreal, thiên hạ rầm rầm đi mua tương ớt để dự trữ. Các siêu thị phải hạn chế số lượng bán ra cho mỗi khách hàng.

Thế mới biết con gà này khi ngưng tiếng gáy đã làm bần thần bàn dân thiên hạ. Tại sao lại có hình con gà trên chai tương ớt? Vì ông Trần Đức sanh năm 1945, tuổi con gà! Tại sao ông chủ tên Trần Đức, tên Mỹ là David Trần, mà sản phẩm do ông làm ra lại có tên Huy Fong? Vì đó là tên chiếc tàu đưa ông vượt biên! Chuyện chi cũng có nguyên do, huống chi đây là nguyên do khiến ông nông dân Sóc Trăng trở thành tỷ phú trên đất Mỹ.

02/2023

RONG CHƠI THÁNG BA

Ba năm trời nằm thu lu tại nhà, giữa tháng 3 vừa qua, tôi lại rong chơi. Cái tật hay đi đã thành nếp. Nằm nhà mà tâm trí cứ bay bổng qua nơi này nơi khác. Có lẽ tôi tuổi con... chim.

Nơi tôi khởi sự nhúc nhích là thành phố Vancouver, tỉnh bang British Columbia, cũng ở Canada. Tuy cùng chung nòi giống nhưng Montreal của tôi và Vancouver ở hai đầu đất nước. Một bên miền Đông, một bên miền Tây, xa nhau tới 6 giờ bay. Vậy là khoảng cách cũng ngang ngửa từ Montreal tới Quận Cam bên Mỹ. Nghe tôi alô đang ở Vancouver, nhà thơ Thành Tôn rủ rê bay sang bên ni đi. Bên ni là Quận Cam, nơi Thành Tôn và vô số bạn văn của tôi đang định cư. Sang Cali gặp bạn bè là niềm vui của tôi nhưng nếu là chim thì tiện hơn, chỉ xoải cánh. Còn chỉ tự gán cho tuổi chim thì lích kích hơn nhiều, phải chui vào bụng con chim sắt. Bụng chim không phải bụng chùa, muốn chui vào lúc nào là chui, phải mua vé từ trước. Đành phải tạ tình ông bạn thơ "thắp tình".

Không gặp được bạn bè bên Cali, tôi leo lên xe hơi qua thăm ông Từ Công Phụng. Nếu ta còn trẻ như những năm trước thì chỉ cần lái trên 5 tiếng đồng hồ là tới. Khỏe ru. Nhưng ngày nay tình thế đã thay đổi. Sau 3 năm bị con nhỏ *covid* giam giữ làm con tin, một lần bị nhỏ thâm nhập vào người mặc dù đã chích ngừa tới 5 mũi, thấy mình vẫn còn duyên chán! Duyên nhưng không qua khỏi cơn quái ác của thời gian. Ở cái tuổi đã bên kia đồi, mỗi năm qua đi là một mất mát nghiêm trọng hơn hồi xưa nhiều. Thời gian hăng hái tiến lên, một bước bằng năm bảy bước, con người tơi tả như lá mùa thu. Chuyến đi tưởng là dễ dàng nhưng không dễ dàng như tưởng. Lái xe đường trường hơn 5 tiếng là một điều bất khả. Ngồi xe 5 tiếng cũng đủ lao đao mùi đời. Phải nhờ tới con cái. Muốn con cái sống trong cái xã hội luôn tíu tít này mang cái thân già qua thăm bạn phải tính toán nhiều điều. Nhưng chiều cha, con gái cũng đã sắp đặt, nghỉ làm, bê ông già qua Portland.

Hai ông bà Từ vui vẻ đón bạn từ ngoài cửa. Bà vẫn nhanh nhẹn, cười nói liên miên. Ông không còn nhanh nhẹn nhưng cũng cười nói liên miên. Ở tuổi bát tuần có dư, mỗi lần gặp được nhau là một…biến cố. Trông ông Từ Công Phụng vẫn…tráng kiện so với tuổi. Nụ cười vẽ ra trên mặt vội thanh minh thanh nga: "Cũng một loại trong héo ngoài tươi đó ông!". Ông vừa mới trình diễn màn hoa tươi trên sân khấu của Paris by Night về. Ngày 11 và 12 tháng 3, ông com lê cà vạt chỉnh tề trình diễn trước bà con tới coi tại chỗ cũng như bà con trên khắp thế giới sẽ coi *video* sau này. Đây là

Trước cửa nhà Từ Công Phụng

một cuộc trình diễn lớn. Lớn cho cả một đời nghệ sĩ.

Tôi đã từng cùng Từ Công Phụng trình diễn trên sân khấu nhỏ tại Toronto, Canada. Năm nào tôi không nhớ, và cũng không muốn nhớ. Ngày đó hai chúng tôi còn "trẻ", nhanh nhẹn, hoạt bát. Gọi là trình diễn nhưng chỉ có ông nhạc sĩ hát, tôi phụ họa tán dóc chơi cho vui. Ngày đó ông hát vài bản như không. Mặt mày không một chút nhọc nhằn. Tôi có cảm tưởng nếu bắt ông bao sân khấu, chơi luôn vài chục bài, ông thừa sức chơi tới bến. Hát đối với Từ Công Phụng là chuyện không bao giờ biết mệt mỏi. Trong tờ chương trình cho buổi công diễn "Từ Công Phụng, Trên Ngọn Tình Sầu" của Trung Tâm Thúy Nga, có in một số trích đoạn của các thân hữu, có một đoạn trích nho nhỏ của tôi lấy ra từ một bài viết đã khá lâu: *"Phụng rất mê hát. Đó là lẽ sống của anh. Nhớ trong lần tôi chở vợ chồng Phụng từ Toronto đi thăm thác Niagara, Phụng vừa hát vừa mở đĩa nghe mình hát suốt chặng đường. Anh say mê nhạc như say mê người tình. Nói như vậy sai bét. Phụng là người rất gọn gàng trong tình cảm. Người thương anh thiếu giống. Người yêu nhạc của anh và tác giả của nó cũng thiếu chi. Nhưng anh chàng văn nghệ này cũng rất có trật tự. Văn nghệ thì được nhưng lai rai thì không"*. Với Từ Công Phụng, nhạc ăn đứt tình nhân.

Nhạc của Từ Công Phụng là nhạc tình. Rặt một thứ nhạc tình. Nhưng tình nhân của anh là mọi người tình. Những người tình từ thế hệ nọ qua thế hệ kia. Nhạc của anh đã có trên nửa thế kỷ tuổi nhưng tình nhân vẫn còn cho tới thế hệ này. Chị Ái, người bạn đời của Phụng, cho biết trong hai buổi trình diễn *sold out* vé, có rất nhiều khuôn mặt trẻ. Họ ở cho tới cuối chương trình. Điều này chứng tỏ nhạc của anh là nhạc tình…muôn thuở.

Phụng cho biết anh đã tung ra một số bản nhạc mới trong chương trình nhạc đồ sộ kỳ này nhưng anh vẫn còn khoảng hai chục bài chưa hề công bố. Tình của anh miên man vì nhạc chưa bao giờ hết còn là hơi thở của anh. Nhà tôi, một người yêu nhạc, thuộc lời rất nhiều nhạc, tỏ ra thích một bài ít được phổ biến của anh, bài Từ Khúc. Anh lên giọng hát ngay một cách say mê. Giọng hát anh không còn như xưa, lúc mạnh lúc yếu, nhưng sự say mê hầu như không bao giờ cạn kiệt. Ngồi trên xe anh đưa đi ăn trưa, một nữ nhân bạn anh cùng ở thành phố Portland phôn cho anh bàn về buổi trình diễn vừa qua mà cả đám bạn trên chục người từ muôn phương rủ nhau mua vé về coi, tỏ vẻ thích một bài nhạc mới trong buổi trình diễn, anh nhắm mắt say mê hát liền, may người lái xe bữa đó là chị Ái! Tôi lại được làm thính giả của buổi trình diễn bột phát trên xe hơi. Như nhiều năm trước trên đường từ Toronto tới Niagara Falls. Bao nhiêu năm qua đi, lòng say mê nhạc của anh vẫn không suy suyển tuy giọng hát có suy suyển. Dĩ nhiên là theo hướng nửa đường đi xuống. Anh chàng thời gian đáng ghét có bỏ sót ai đâu!

Bước đi của hai chúng tôi bi chừ không còn vững vàng như xưa. Tôi may mắn ít bị bệnh tật réo tên. Phụng là đại lý của bệnh tật. Anh mang đủ thứ tai quái trong người. Thứ nào cũng thuộc hạng sát nhân. Vậy mà anh vẫn sống, vẫn cười, vẫn nhạc. Chị Ái cho biết có lúc các bác sĩ đã từng "tuyên án" anh chỉ còn hiện diện trên cõi đời này chừng ba tháng nữa thôi, nhưng bao nhiêu năm qua, anh vẫn còn đứng trên đời, tuy không vững lắm. Chị Ái kể một "bí mật" trong buổi trình diễn trên Paris by Night vừa qua. Dáng đứng của anh nay đã khòng, phải cố gắng chú ý mới dựng thẳng lưng lên được. Đứng trên sân khấu, giữa ánh đèn chói chang, trước bá quan thiên hạ, dáng đứng còng không phải là dáng đứng đẹp mắt. Chị đã căn dặn anh cố thẳng lưng. Nhưng trên sân khấu anh không còn tâm trí nhớ tới chuyện "ra đi vợ đã dặn rằng". Anh cứ thuận theo…thiên nhiên mà đứng. Ngồi trên hàng ghế đầu, chị luôn nhắc nhở cái lưng anh. Người trên người dưới, đâu có bảo ban nhau được, chị đặt ra hiệu lệnh chỉ có hai người hiểu với nhau. Khi chị kín đáo giơ ngón tay cái lên, anh phải sửa lưng liền. Cái lưng anh là thứ rất tự do nên chuyện giơ ngón tay cái lên là chuyện thường xuyên khiến mấy người ngồi cạnh chị thắc mắc. Anh cười nói với tôi: "May là bà ấy chỉ giơ ngón tay cái!".

Chuyện của những người bát tuần nó lẩn thẩn như vậy. Nhưng có một cụ ông cũng bát tuần chẳng những không lẩn thẩn mà còn khôn tổ chảng. Đó là cụ Nguyễn Công Trứ. Cụ thơ: *"Kiếp sau xin chớ làm người / Làm cây thông đứng giữa trời mà reo"*. Kiếp cỏ cây coi bộ sướng hơn kiếp người. Tôi đến Vancouver vào lúc tàn đông, cây trơ cành trông như những bộ xương khô. Chỉ vài ngày sau, xuân chưa tái lai, nụ lá đã xanh mầm. Trong vườn có cây hoa *lilas* do tôi trồng 17 năm trước nên chịu khó thăm thú hơn những cây khác. Cây thay đổi mỗi ngày. Màu xanh từ trong thân cây nhú dần ra. Ngày nay khác ngày qua. Theo chu kỳ, xuân tái lai, cây cối lại đâm hoa kết trái. Mỗi năm là một đời cây mới. Con người cũng sống cùng thời gian như cây nhưng mỗi năm mỗi cằn cỗi thêm. Bao nhiêu mùa xuân cũng chẳng cứu rỗi được thân xác héo úa theo năm tháng. Cụ Nguyễn Công Trứ thiệt khôn ngoan khi xin kiếp sau làm loài cây để mỗi khi xuân về cụ cũng nở ra cùng hoa trái. Nhưng cụ còn khôn tổ hơn, cụ xin làm cây thông. Thông có lúc nào hết xanh tươi đâu. Mùa đông tháng giá, vạn vật co cụm rét mướt, thông vẫn hiên ngang chẳng hề suy suyển. Vancouver là xứ sở của thông. Thông đứng thẳng băng hiên ngang như đoàn quân ngay ngắn vào hàng. Thông tượng trưng cho người quân tử, sống thẳng băng như thân cây vươn tới trời mây. Cuộc đời cụ cũng thẳng băng, lấy nhân nghĩa làm lẽ sống. Đời đãi ngộ hay phũ phàng, ta vẫn cứ đường ta ta đi. *"Ra trường danh lợi vinh liền nhục / Vào cuộc trần ai khóc trước cười"*. Cụ Nguyễn đào hoa, sống rất thoải mái, chẳng bon chen, không kèn cựa. Muốn chi làm nấy, chẳng thèm chú ý tới miệng thế gian.

Tau ở nhà tau, tau nhớ mi
Nhớ mi nên phải bước chân đi
Không đi mi nói: răng không đến?
Đến thì mi nói: đến làm chi!

Năm 73 tuổi cụ còn cưới vợ. Thiệt là một tấm gương cho hậu thế. Tuổi tác chênh lệch, cụ xí xóa bằng câu mà hậu thế chúng tôi rất tâm đắc. *Ngũ thập niên tiền nhị thập tam.* Năm mươi năm trước tớ mới hai mươi ba cái xuân xanh. Suốt cuộc đời cụ Nguyễn sống ngất ngưởng, coi mọi chuyện như pha. Khi lên voi được trọng dụng, khi xuống chó bị phế chức tước, cụ chẳng *care*. Khi được về hưu, cụ từ kinh thành Huế về quê hương Hồng Lam bằng cách ngồi ngất ngưởng trên cỗ xe do một chị bò cái kéo, cổ bò đeo nhạc ngựa, tới từng nhà người quen từ giã. Khi tới nhà Hà Tôn Quyền, vị đại thần trước đây chuyên dèm pha khiến cuộc đời cụ lận đận, cụ lấy một cái mo cau, buộc một bài thơ vào phía sau đuôi bò, che cái hĩm bò lại. Mọi người tới đọc bài thơ cười ngặt nghẽo. Khi Hà Tôn Quyền ra coi, cụ lật ngược chiếc mo cau lại che bài thơ. Hà Tôn Quyền tức tối nhất định đòi coi, cụ lật lại cho ông quan đại thần coi. Bài thơ như sau:

Xuống ngựa lên xe lô tưởng nhàn
Lợm mùi giáng chức với thăng quan
Điền viên dạo chiếc xe bò...cái
Sẵn tấm mo che miệng thế gian.

Hà Tôn Quyền biết cái miệng hay ton hót của mình bị cụ ví như cái miệng sau của bò cái, tức lộn ruột nhưng chẳng làm chi được cụ. Ôi cây thông! Trên đoạn đường từ Vancouver tới Whistler biết bao nhiêu cụ Nguyễn đứng thẳng băng trên núi cao. Ngước nhìn dáng thông hiên ngang với tới trời cao, đầu tôi cũng leo tít tới chín tầng mây.

Thành phố Portland, nơi Phụng định cư từ ngày anh tới Mỹ, là một thành phố nhỏ, nằm trong tiểu bang Oregon. Tiểu bang này rất nhân hậu, mua hàng không phải trả thuế. Đi thăm Phụng rất...lời. Và rất vui. Montreal chúng tôi mua bất cứ thứ chi, ngoại trừ thực phẩm, đều phải răm rắp chi ra thêm 15% thuế. Nay mua xong thõng tay ra về, chẳng tốn thêm xu nào, chẳng là niềm vui sao? Bàn làm việc của tôi, mỗi khi từ Portland về đều có thêm những món đồ điện tử lượm được từ Portland. Vật chất đã vậy, tinh thần cũng thơm hơn sau khi viếng nhà sách Powell lớn nhất nước Mỹ. Sách tràn lan trong một không gian ấm cúng, tấp nập người ra vào. Thấy tiệm sách người, tủi cho tiệm sách Việt mình. Tôi lọ mọ rờ rẫm khắp tiệm, bắt gặp một góc bày toàn sách của thiền sư Thích Nhất Hạnh. Cái đập vào mắt tôi là một mảnh giấy trắng gắn trước quầy ghi: R.I.P Thich Nhat Hanh, 1926-2022, 'No Birth. No Death'".

Thành phố Montreal của tôi nghiêng về phía Pháp, thành phố Toronto ngả về Mỹ, Vancouver khác, như một thành phố

Góc sách của Thiền sư Thích Nhất Hạnh tại nhà sách Powell.

biển Âu châu. Biển vây quanh, núi trùng trùng điệp điệp kề sát, ít có nơi nào có nhiều phong cảnh hùng vĩ như thành phố mà tôi cho là đẹp nhất Canada này. Khí hậu biển làm con người dễ chịu, từ đó đối xử với nhau hết sức hiền hòa. Cứ nhìn những vườn hoa nho nhỏ muôn màu muôn sắc trồng trước mỗi nhà cũng đủ biết cái hiền hòa của dân cư nơi thành phố dễ thương này. Những người yêu hoa muôn màu sắc là những người luôn có nụ cười tươi tắn.

Trước biển và núi Vancouver.

Dân tứ xứ tới định cư tại Canada thường chọn Vancouver. Ra đường đụng tới nhiều sắc dân. Tất cả như hòa nhập vào cái lịch sự hiền hòa vốn là dấu ấn của người dân thành phố. Đám dân tới định cư này mang theo văn hóa của mỗi vùng mà ẩm thực là nét văn hóa dễ thấy nhất.

Bá nhân bá dạ dày, muốn ăn Tàu ăn tây, ăn Hàn ăn Nhật, ăn Ấn ăn Việt, có tuốt. Tiệm ăn ê hề khắp nơi khắp chốn, tha hồ chọn lựa. Nếu nói tôi mê ẩm thực của thành phố này cũng không sai nhưng có vẻ trần thế quá. Nhưng con đường nào của con người hình như cũng đi qua dạ dày. Các cụ dạy: có thực mới vực được đạo, cấm có sai!

Tôi rời Montreal vào giữa tháng 3, thành phố vẫn còn trắng xóa. Tuyết hết đợt này tới đợt khác tràn ngập mọi ngõ ngách. Tuổi tôi sợ nhất trượt té. Sa chân lỡ bước rất dễ vào nhà thương nằm chơi. Vancouver mấy năm trước không có tuyết, nay thỉnh thoảng cô nàng bạch tuyết cũng mò tới. Đôi khi tuyết rơi đủ cho lũ trẻ sung sướng làm được người tuyết. Tháng này, tuyết đã hết lảng vảng tới. Cũng may. Nếu rời xứ tuyết lại gặp cái bản mặt khó thương của tuyết kể ra cũng phiền.

Tránh được cái phiền này lại gặp cái phiền khác. Mưa! Mưa chi mà vô hậu. Mưa sáng mưa chiều. Mưa nay mưa mai. Ông trời ở Vancouver dư nước.

Cuộc sống luôn bày ra cho chúng ta sự chọn lựa. Tuyết hay mưa, không ưa cũng phải ưa. Chúng ta không có quyền chọn lựa. Ngẫm ra chúng ta có là cái quái chi với trời cao đất rộng!

03/2023

TỬ CUNG NHÂN TẠO

Lười biếng là chuyện cá nhân. Nhưng có cái lười biếng ảnh hưởng tới tình hình thế giới. Đó là cái lười vào bệnh viện Từ Dũ của mấy bà mấy cô ngày nay. Đức Khổng Tử dạy : "Bất hiếu hữu tam, vô hậu vi đại". Có ba cái bất hiếu, cái bự nhất là không sanh con nối dõi tông đường. Khổng Tử ngày nay đã già hung, đuổi ruồi cũng...lười nên con cháu chẳng *care*. Có một thời, vào năm 1980, dưới chế độ cộng sản, dân Trung Quốc bị bịt...miệng, mỗi gia đình chỉ được sanh một con. Ti toe sanh hơn là có chuyện với nhà nước. Bị khai trừ khỏi đảng, cách chức, sa thải, phạt tiền rất nặng, lại còn bị hàng xóm láng giềng chê cười. Chính sách "một con" kéo dài trong 35 năm. Dân số giảm nhưng số người trong độ tuổi lao động cũng giảm. Tình trạng dân số lão hóa gây nguy hại tới kinh tế đất nước. Năm 2015, nhà nước sửa sai, chính sách "một con" nhích lên thành chính sách "hai con". Năm 2019, lại chỉnh sửa, "hai con" nhích lên thành "ba con".

Tưởng sau thời gian dài bị hạn chế sanh đẻ, khi được cởi trói, các bà sẽ hân hoan to bụng. Nhưng không phải, thế hệ trẻ Trung quốc đã chịu ảnh hưởng của lối sống Tây phương, coi trọng tự do cá nhân hơn là việc nối dõi tông đường. Họ ngưng sản xuất, cho ông Khổng Tử đi chỗ khác chơi. Theo số liệu của Tổng Cục Thống Kê Nhà Nước Trung Quốc, trong năm 2022 dân số Trung quốc bị giảm mạnh. Số sanh chỉ có 677 em trong số 100 ngàn dân. Năm 2021, con số này là 752 em. Tính chung, năm 2022, dân số Trung quốc giảm 850 ngàn người, chỉ còn 1.411.800.000 người. Nói cho gọn là 1 tỷ 4. Mất mát này khiến Trung quốc, sau nhiều thập niên có dân số đông nhất thế giới, phải nhường ngôi vị này cho Ấn Độ.

Trung quốc không phải là trường hợp duy nhất suy giảm dân số nhưng có mức độ suy giảm mạnh nhất vì họ có tham vọng hạn chế sanh đẻ trái với tự nhiên. Các nước khác cũng gặp tình trạng suy giảm như vậy. Điển hình là Nhật. Đang từ một nước có nền kinh tế phát triển mạnh đã rơi vào thời kỳ ảm đạm chỉ vì khủng hoảng dân số. Số người già trên 65 tuổi ở Nhật chiếm tới 29% dân số. Mỗi năm Nhật phải đóng cửa 500 trường tiểu học vì không có học sinh.

Trào lưu chung của các bà trên thế giới là khép…cửa. Phần vì có chút tí nhau ngày nay là một vấn đề đau đầu trong việc nuôi dưỡng, phần vì chuyện sanh con đẻ cái làm phiền tới thể hình của các bà. Eo iếc đi đong làm sao ưỡn ẹo được với đời. Nói vơ đũa cả nắm như vậy coi bộ không *fair*. Có nhiều bà hiếm muộn vẫn tha thiết với việc có chút tí nhau cho cuộc sống có ý nghĩa. Có lẽ người say mê con cái nhất không

Gia đình Kim Kardashian.

ai bằng Kim Kardashian. Khi biết được chuyện của cô đào văm này tôi rất ngạc nhiên. Chắc cũng có nhiều người ngạc nhiên như tôi. Tưởng con người có thân hình đâu ra đấy này chỉ biết hưởng thụ nhưng mọi người đều bé cái nhầm. Năm 2013, cô sanh bé gái đầu tiên với anh chàng da màu chuyên hát nhạc *rap* Kanye West. Đó là bé North West. Khi đó cô Kim đã 33 tuổi. Qua khám nghiệm, các bác sĩ phát hiện ra cô bị bệnh tiền sản giật và nhau cài răng lược. Đây là một chứng bệnh rất nguy hiểm khiến nhau thai xâm lấn không thể tách rời ra khỏi thành tử cung. Hai căn bệnh này đe dọa tính mạng của cả mẹ lẫn con. Chúng khiến áp huyết của mẹ tăng cao, co giật, suy giảm chức năng gan. Chứng nhau cài răng lược có thể dẫn tới băng huyết khi sanh, gây tử vong khoảng 7%. Cũng vì lý do này mà bé North West sanh thiếu tháng. Kim tâm sự: "Các bác sĩ phải thò cả cánh tay vào người tôi, tách nhau thai ra bằng tay, cạo nhau khỏi tử cung bằng móng tay. Thật kinh hãi và đau đớn! Mẹ tôi đã khóc, bà chưa bao giờ chứng kiến chuyện xảy ra với con gái mình như vậy". Sau lần sanh...sanh tử này, các bác sĩ đã phải phẫu thuật thêm hai lần nữa để loại bỏ mô sẹo còn sót lại trong tử cung. Kim được cảnh báo không nên mang thai nữa kẻo nguy tới tính mạng. Nhưng chỉ hai năm sau, bất chấp hiểm nguy, Kim lại có thai và sanh được một bé trai. Đó là bé Saint West. Tình trạng nhau cài răng lược lại sanh ra biến chứng khiến tử cung bị thủng một lỗ. Các bác sĩ bó tay không thể vá lại lỗ thủng này được.

Sanh nở khó khăn như vậy nhưng hai vợ chồng Kim vẫn không tởn. Nếp tẻ đã có đủ, nhưng họ vẫn muốn có thêm đứa nữa. Chỉ hai năm sau, năm 2017, họ lại âm mưu có thêm con. Lần này họ đã biết sợ nên quyết định làm thụ thai nhân tạo. Họ đông lạnh hai phôi thai, một trai một gái, và cấy thai vào bụng người mang thai giùm. Năm 2018 bé Chicago ra đời và tháng 5/2019 bé gái Psalm chào đời tiếp theo.

Mang thai giùm có những quy định pháp luật đàng hoàng. Đã gọi là "làm giùm" thì không thể là một hoạt động vụ lợi mà phải hoàn toàn vì mục đích nhân đạo. Hầu hết các quốc gia đều có những luật quy định rõ ràng về việc mang thai giùm. Luật "Hôn Nhân và Gia Đình" của Việt Nam, ban hành vào năm 2014, quy định về việc mang thai giùm như sau: *"Mang thai hộ vì mục đích nhân đạo là việc một người phụ nữ tự nguyện, không vì mục đích thương mại giúp mang thai cho cặp vợ chồng mà người vợ không thể mang thai và sinh con ngay cả khi áp dụng kỹ thuật hỗ trợ sinh sản, bằng việc lấy noãn của người vợ và tinh trùng của người chồng để thụ tinh trong ống nghiệm, sau đó cấy vào tử cung của người phụ nữ tự nguyện mang thai để người này mang thai và sinh con"*. Người được nhờ mang thai hộ phải là người thân thích cùng hàng (thế hệ) của bên vợ hoặc bên chồng, đã từng sanh con, chỉ được mang thai hộ một lần, có độ tuổi phù hợp, có giấy xác nhận của giới chức y tế có thẩm quyền, nếu người mang thai hộ có chồng thì phải có sự đồng ý của chồng.

Nhờ người mang thai giùm là giải pháp một thời cho những người như Kim Kardashian. Nhiều người đã làm giống như Kim. Nhiều đến nỗi mang thai giùm đã trở thành một hoạt động thương mại. Những người có tiền thuê những người cần tiền mang bào thai và sanh hộ người mẹ sinh học. Chuyện phổ biến tới mức đây là một dịch vụ xuyên quốc gia. Dĩ nhiên đây là một việc làm bất hợp pháp và mang nhiều rủi ro.

Không hiểu Kim Kardashian nhờ người mang thai giùm theo kiểu nào nhưng dù kiểu nào cũng mang nhiều bấp bênh về pháp lý, sức khỏe và sự tăng trưởng của thai nhi. Để tránh những phiền toái trên, các nhà khoa học đã nảy ra ý tưởng "tử cung nhân tạo" để thai nhi phát triển trong môi trường được kiểm soát chặt chẽ. *Ectogenesis* là thuật ngữ chỉ việc mang thai ngoài tử cung thiên tạo này. Con người chỉ cần đưa noãn bào và tinh trùng vào một lồng ấp để tạo nên một bào thai. Từ *Ectogenesis* do nhà sinh lý và di truyền học người Ấn gốc Anh John Burdon Sanderson Haldane dùng lần đầu tiên trong tiểu luận: *"Daedalus; or, Science and the Future"*, được công bố tại Anh vào năm 1923. Haldane tiên đoán con người sẽ phát triển thành công tử cung nhân tạo vào năm 2051 và tới năm 2073 thì có tới 70% trẻ em tại Anh sẽ được sanh bằng tử cung nhân tạo. Lời tiên đoán này coi bộ không sai.

Năm 2017 các nhóm khoa học gia tại Mỹ, Úc và Nhật đã phát triển thành công tử cung nhân tạo để thí nghiệm với cừu. Tử cung nhân tạo này, còn được gọi là "túi sinh học", mang tên EVE chứa một loại dịch lỏng vô trùng tương tự như nước ối. Bào thai cừu nằm bên trong túi hít thở qua dây rốn và hấp thụ chất dinh dưỡng một cách tự nhiên.

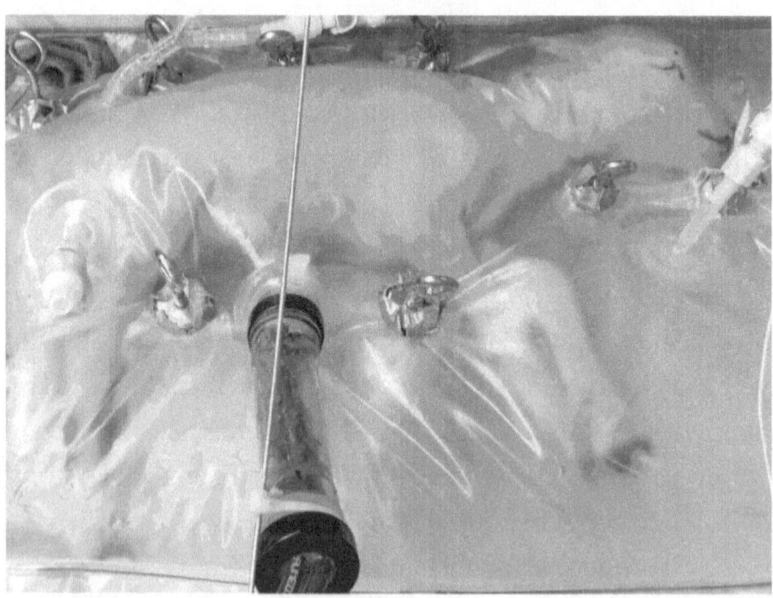

Bào thai cừu trong tử cung nhân tạo.

Các nhà khoa học Nhật Bổn tại Trung Tâm Nghiên Cứu Churashima vả Thủy Cung Churaumi ở Okinawa, cũng đã nuôi thành công hai bào thai cá mập lồng đèn trong tử cung nhân tạo. Sau 5 tháng, hai bào thai này đã hoàn tất chu kỳ phát triển và ra khỏi tử cung nhân tạo thành hai chú cá con. Cá mập lồng đèn đuôi mảnh (*etmopterus molleri*) là một giống cá mập nhỏ thuộc vào lớp cá mang tấm (*elasmobranchii*). Hơn 80% các loài cá này được liệt kê vào nhóm đang bị đe dọa trong Sách Đỏ của Liên Minh Bảo Tồn Thiên Nhiên Quốc Tế IUNC. Kết quả này là một bước đột phá quan trọng trong việc bảo tồn sinh vật biển hoang dã và nhất là một bước tiến đáng kể trong việc phát triển tử cung nhân tạo và sinh sản ngoài cơ thể.

Tử cung nhân tạo tại Ectolife.

Từ các nghiên cứu và thí nghiệm về tử cung nhân tạo, nhà sinh học người Đức Hashem Al-Ghaili đã phác họa ra khái niệm về một cơ sở thụ thai và nuôi nấng hài nhi mà ông gọi là *EctoLife*. *EctoLife* có thể cung cấp điều kiện mang thai lý tưởng trong tử cung nhân tạo, có thể kiểm soát nhiệt độ, cuống rốn nhân tạo cung cấp *oxy* và dinh dưỡng cho bào thai, kháng thể và các yếu tố tăng trưởng được điều chỉnh một cách chính xác phù hợp với tình trạng bào thai. Chất thải được lọc bỏ thông qua lò phản ứng sinh học và sau đó được chuyển đổi lại bằng *enzyme* tạo thành "nguồn cung cấp dinh dưỡng tươi ổn định và bền vững". Người ta cũng có thể chuyển vào âm thanh của nhạc cổ điển và giọng nói của cha mẹ để liên kết với bào thai. *Camera* quay liên tục tình trạng của bào thai và chuyển cho điện thoại của bố mẹ để họ có thể theo dõi. Cha mẹ và người thân cũng có thể quay ngược lại các hình ảnh để có thể xem diễn biến từng giây phút của bào thai từ khi bắt đầu tượng hình tới thời điểm đó.

Bé nằm trong tử cung nhân tạo tại nhà cha mẹ.

Tử cung nhân tạo trong đó có bào thai có thể đặt tại nhà để cha mẹ có thể thân cận với đứa con đang thành hình. Tóm lại, cha mẹ sẽ có bào thai không phải trong bụng người mẹ nhưng cũng gần cận và có thể nhìn rõ tiến triển của bào thai hơn là bào thai nằm trong bụng. Người mẹ không phải mang nặng đẻ đau, được tự do sinh hoạt nhẹ nhàng, không vướng víu cái bụng ngày càng thè lè nặng nhọc. Những cặp vợ chồng hiếm muộn vì trục trặc trong việc thụ thai tự nhiên nay không còn cần tới can thiệp của y khoa như thụ thai trong ống nghiệm mà kết quả nhiều khi không được như ý. Tử cung nhân tạo cũng là nơi tiếp nối cuộc sống cho những ca sanh non mà hiện nay có nhiều nguy cơ chết yểu. Tiến sĩ Alan Flake, Giám Đốc Trung Tâm Nghiên Cứu Bào Thai tại bệnh viện nhi đồng Philadelphia cho biết vào năm 2017: "Tử cung nhân tạo của chúng tôi có thể ngăn ngừa những bệnh nặng nguy hiểm mà trẻ sanh non phải đối mặt. Đây là một tiến bộ y tế chưa từng có cho tới nay".

Chuyện chuyển bào thai từ trong bụng ra tử cung nhân tạo này nghe ra là chuyện dễ chịu cho các bà mẹ nhưng lại đặt ra nhiều vấn đề với các nhà đạo đức. Trong một hội nghị về đạo đức sinh học, nhà báo người Mỹ Charles Krauthammer đã đặt vấn đề: "Tại sao chúng ta muốn và sẽ muốn một phôi thai phải được đặt vào bụng người mẹ? Một trong những lý do, đó là điều này sẽ tạo ra một kết nối bẩm sinh giữa đứa trẻ và người mẹ, người mẹ khi đó trở thành một người gắn bó và bảo bọc độc nhất cho đứa bé. Đó là bản chất của con người. Thậm chí nó còn là bản chất của tất cả động vật. Một khi bạn đưa bào thai vào một cỗ máy trong tương lai, bạn sẽ tạo ra một sinh vật hoàn toàn độc lập và không được bảo vệ, mở ra con đường cho một thế giới mà chúng ta không muốn thấy với những con người bạo ngược, thiếu tự chủ và độc đoán".

Trong tầm mắt của các nhà đạo đức học, mang thai không chỉ đơn thuần là vấn đề của tử cung. Bào thai nằm trong bụng mẹ rất quan trọng đối với sự phát triển lành mạnh của bào thai và sự gắn kết với người mẹ. Tình mẫu tử phải chăng là sự gắn kết khi bào thai hình thành và nảy nở trong lòng người mẹ. Nhiều người mẹ đã nghe ngóng bụng mình với lòng thương con tràn đầy. Mỗi cái đạp của con, mỗi sự chuyển mình của bào thai trong bụng là một hạnh phúc. Rồi còn nói chuyện với con, hát cho con nghe mặc dầu không thấy tai của con cũng là một cách phát triển tình yêu thương, gắn kết hai mẹ con. Thai nhi nằm trong tử cung nhân tạo sao có được những gắn kết với người mẹ như vậy được.

Giáo sư Rosemarie Tong của Đại học North Carolina đồng ý với nhà báo Charles Krauthammer. Bà nói: "Tôi nghĩ tử cung nhân tạo có thể biến toàn bộ quá trình mang thai thành một ngành thương mại. Khi chúng ta mang bào thai ra khỏi cơ thể người mẹ, chúng sẽ lớn lên như một đồ vật". Giáo sư Rosemarie Tong còn đẩy sự lo ngại xa hơn nữa khi e ngại việc con người sẽ can thiệp vào thai nhi để cải tiến hay thay đổi tiến trình sinh trưởng tự nhiên để tạo ra những đứa trẻ theo ý của các bậc cha mẹ.

Bên bênh lại nghĩ khác. Họ chú trọng nhiều tới sự an toàn và giải phóng nữ giới khỏi áp lực sinh sản. Triết gia Peter Singer phát biểu: "Tôi nghĩ phụ nữ sẽ được giúp đỡ thay vì bị tổn thương bởi một phương cách giúp họ có con mà không cần phải mang thai". Ngay từ năm 1970, nhà hoạt động nữ quyền Shulamith Firestone cũng đã nói: "Một khi chúng ta giải thoát được người phụ nữ khỏi sự chuyên chế sinh học liên quan đến sanh đẻ, họ mới đạt tới được sự bình đẳng hoàn toàn với nam giới".

Các bà thường chịu sự phiền phức khi phải vác cái bụng bầu và nỗi đau khai hoa nở nhụy mỗi khi có con. Ngày xưa các ông chồng nhởn nhơ đứng ngoài phòng sanh chờ kết quả. Ông thì muốn có con trai, ông lại muốn có con gái, nếu kết quả không vừa ý các ông vùng vằng bỏ đi uống rượu cho khuây khỏa nỗi buồn. Đó là chuyện xưa rất xưa, chuyện của mấy thế hệ trước chúng ta. Ngày nay y khoa đã bắt các ông chồng gánh thêm trách nhiệm khi vợ sanh. Các ông phải học cách nuôi con còn măng sữa và nhất là phải mặc áo choàng trắng nắm tay vợ khi vượt cạn. Chuyện ông làm, ông phải có trách nhiệm.

Nay với tử cung nhân tạo, cả vợ lẫn chồng đều có trách nhiệm theo dõi đứa con chung nằm trong chiếc "hộp" được đặt trong phòng. Bụng các bà trước sau như một, không khi phồng khi xẹp, không hồi hộp cho tới khi trút được cái bầu ra khỏi bụng. Con là con chung tại sao chỉ có người đàn bà phải mang phận bầu bì? Không còn chuyện mang bầu, vợ chồng bình đẳng một cách tuyệt đối.

Tử cung nhân tạo đã đỡ đần chuyện bầu bì cho các bà. Vậy tử cung thiên tạo của các bà để mần chi?

02/2023

VIỆT KIỀU MỸ ĐẦU TIÊN

Học giả Nguyễn Hiến Lê là học…thiệt. Sách của ông toàn cỡ nhức đầu. Từ cổ chí kim, từ đông sang tây. Đại Cương Triết Học Trung Quốc, Nho Giáo, Khổng Tử, Lão Tử, Hàn Phi Tử, Tuân Tử, Lão tử bên đông, bên tây có Lịch Sử Thế Giới , Lịch sử Văn Minh Ấn Độ, Nguồn Gốc Văn Minh, toàn thứ dữ. Ông viết nhiều, viết đủ loại. Theo Wikipedia, tác phẩm của ông được phân chia làm nhiều mục: Triết học (15 cuốn), Lịch sử (10 cuốn), Giáo dục, Giáo khoa (17 cuốn), Chính Trị, Kinh tế (2 cuốn), Gương Danh Nhân (15 cuốn), Khảo luận, Tùy Bút, Du Ký (18 cuốn), Tự luyện, Học Làm người (21 cuốn), Văn học, Tiểu thuyết (19 cuốn). Bạn muốn biết di sản đồ sộ của ông gồm bao nhiêu cuốn, xin chịu khó làm một con tính cộng. Tôi ngợp quá nên chẳng tính toán chi được. Trong 19 cuốn được xếp vào danh mục "Văn học, Tiểu thuyết" phần lớn là truyện dịch. Chỉ có cuốn "Con Đường Thiên Lý" được ghi là "tiểu thuyết". Cuốn tiểu thuyết lạc lõng này ít người chú ý tới. Tôi không phải là ngoại lệ. Phần "học giả" của ông đã lấn lướt phần "nhà văn". Cho tới mới đây tôi mới biết tới cuốn "Con Đường Thiên Lý" này do một sự tình cờ. Bèn tìm đọc.

"Con Đường Thiên Lý" được nhà xuất bản Văn Nghệ ở California phát hành vào năm 1987, ba năm sau khi ông qua đời. Đây là một cuốn tiểu thuyết của một nhà nghiên cứu nên phần "thực" lấn át phần "hư cấu". Đọc xong, tôi ngỡ đây cũng chỉ là một cuốn nghiên cứu được viết một cách khác. Nghiên cứu về chuyện người Việt đầu tiên đặt chân tới nước Mỹ.

NGUYỄN HIẾN LÊ

CON ĐƯỜNG THIÊN LÝ

tiểu thuyết

văn nghệ

Truyện bắt đầu vào năm tác giả học năm thứ ba trường Bưởi, chơi thân với một anh bạn tên Trần văn Bảng, con một ông đồ, quê ở Phú Thọ. Anh này rất thông minh, đọc nhiều sách tiếng Pháp ngoài các sách giáo khoa của nhà trường. Một bữa, khi Nguyễn Hiến Lê về quê bạn chơi, anh Bảng tiết lộ một chuyện. *"Anh ngưng lại, mắt long lanh, môi hé một nụ cười. Tôi làm thinh, đợi anh kể. "Lúc nãy anh bảo người Việt đầu tiên qua Hoa Kì là Bùi Viện. Sai. Người đầu tiên là cụ Trần Trọng Khiêm". "Trần Trọng Khiêm là ai? Ở thời nào vậy? Tôi không nghe tên đó". "Cũng sống ở triều Tự Đức như Bùi Viện, nhưng sanh ở đầu đời Minh Mạng, hơn Bùi Viện khoảng hai chục tuổi. Chúng ta không biết rõ Bùi Viện qua Hoa Kì năm nào, nhưng tôi biết chắc cụ Trần Trọng Khiêm đặt chân lên đất Hoa Kì năm 1849 và đã sống ở Hoa Kì bốn năm năm". "Lạ nhỉ. Một điều quan trọng như vậy mà sử không chép". Tôi ngồi dậy, tu một hớp nước trà tươi mang từ nhà. Anh cũng ngồi dậy và bắt đầu kể. "Cụ Trần Trọng Khiêm là em một ông cụ sáu đời của tôi, cụ Trần Mạnh Trí. Nhà chỉ có hai anh em trai, gái còn mấy người nữa nhưng gia phả chúng tôi không ghi. Cụ Khiêm sanh năm Tân Tị (1821), năm thứ nhì triều Minh Mạng, mắt sáng, da ngăm ngăm, thân hình vạm vỡ, mười tám tuổi đã học đủ các lề lối khoa cử, nổi tiếng văn hay chữ tốt trong miền, được thầy học quí lắm, hy vọng sẽ làm vẻ vang cho trường. Nhưng tính tình cương cường, hào hiệp, coi thường khoa cử, không thích công danh".*

Sở học từ nhà trường khiến tôi vẫn đinh ninh người Việt đầu tiên đặt chân tới Mỹ là cụ Bùi Viện.

Cụ Trần Trọng Khiêm.

Không phải một lần mà tới hai lần. Năm 1873, cụ Bùi Viện xuống thuyền từ cửa biển Thuận An ở kinh đô Huế, ngược đường ra Bắc, đáp tàu đi Hương Cảng. Khi đó Hương Cảng là đầu mối giao thông nối châu Á với thế giới phương Tây. Tại đây, cụ Bùi Viện đã kết thân được với viên Lãnh Sự Hoa Kỳ. Cụ ngỏ ý muốn sang cầu viện Hoa Kỳ. Viên Lãnh Sự đã viết một thư giới thiệu với một người ở Mỹ có thể giúp cụ tiếp cận được với Tổng thống Mỹ. Cụ Bùi Viện lập tức quay trở về Huế để trình sự việc với vua Tự Đức. Sau đó cụ tiếp tục qua Nhật và đáp tàu đi San Francisco. Cụ lưu lại đây khoảng một năm để vận động và được Tổng thống thứ 18 của Hoa kỳ là Ulysses Grant tiếp kiến. Lúc này Mỹ và Pháp có chiến tranh với nhau tại Mexico nên Tổng thống Grant cũng muốn giúp một nước đang bị Pháp uy hiếp. Nhưng Bùi Viện không có quốc thư nên hai bên không thể chính thức

Cụ Bùi Viện.

giao ước.

Cụ Bùi Viện phải quay về nước để tâu tình hình và trình những điều mắt thấy tai nghe tại Mỹ cho nhà vua. Vua Tự Đức bằng lòng trao quốc thư cho cụ Bùi Viện theo lề lối ngoại giao chính thức. Cụ Bùi Viện lại lên đường qua Mỹ. Năm 1875, sứ thần Bùi Viện trình quốc thư lên Tổng Thống Grant nhưng xui xẻo gặp lúc Mỹ và Pháp hết thù địch nên Tổng thống Mỹ đã khước từ không giúp Việt Nam chống Pháp.

Năm 1873 cụ Bùi Viện mới xuống tầu đi Hương Cảng. Không biết chính xác năm nào cụ đặt chân tới Mỹ. Trong khi đó, cụ Trần Trọng Khiêm được biết chính xác đặt chân tới Mỹ vào năm 1849. Vậy chuyện cụ Bùi Viện mất một kỷ lục là chuyện chính xác. Nhưng tại sao cụ Khiêm lại lưu lạc tới Mỹ? Năm 20 tuổi, cụ Khiêm lập gia đình với một phụ nữ họ Lê, người cùng tổng. Ba năm chung sống mà vợ chồng không có mụn con nào. Bà họ Lê này trước đây bị tên chánh tổng muốn ép về làm vợ lẽ nhưng không thành. Tên quan này đem lòng căm thù. Năm 1843, tên chánh tổng này đã giết bà cùng với người lão bộc rồi đốt nhà phi tang. Một năm sau, đúng vào ngày giỗ đầu của vợ, cụ Khiêm giết tên chánh tổng để trả thù cho vợ. Sau đó, cụ bỏ xứ, trốn xuống phố Hiến thuộc tỉnh Hưng Yên, đổi tên là Lê Kim, xuống làm việc cho một tầu buôn ngoại quốc. Đời cụ bắt đầu lưu lạc qua nhiều nước. Vốn thông minh nên chỉ trong 5 năm cụ học và nói được 4 thứ tiếng: Anh, Pháp, Hoa, Hòa Lan. Năm 1849, cụ Lê Kim đặt chân tới miền Saint Louis, bên bờ sông Mississipi. Qua New Orleans, tiểu bang Lousiana, Lê Kim theo đoàn người qua miền Tây tìm vàng. Học giả Nguyễn Hiến Lê viết: *"Ở Nouvelle Orléans chắc cụ đã xuống một chiếc tầu đồ sộ sơn trắng chở được cả ngàn tấn, có chân vịt ở ngang hông, nhiều bánh xe mà sau này Mark Twain tả trong các tác phẩm của ông. Cụ đã lênh đênh nửa tháng trên con sông Mississippi dài vào hàng nhì hàng ba trên thế giới, ở gần vàm rộng mênh mông như biển cả, đứng bờ bên này không thấy bờ bên kia. Nhìn những khu rừng sên (chêne), những bãi cỏ bát ngát trên bờ, những con cá lớn bằng cả một chiếc thuyền thúng nhảy vọt lên khỏi mặt nước, vẩy bạc, lấp lánh dưới ánh trăng, nghe những tiếng hát lạ tai của biết bao giống người trên chiếc tầu, tuy khác giọng nhưng cùng một niềm nhớ quê, cảm xúc trong lòng cụ ra sao nhỉ?"*.

Cụ Lê Kim biết nhiều thứ tiếng nên được làm thông ngôn cho đoàn tìm vàng gồm nhiều quốc tịch, nói nhiều thứ tiếng.

Trước đó thủ lãnh của nhóm gồm chừng 60 người đã hỏi về khả năng nói nhiều thứ tiếng của Lê Kim. Cụ bùi ngùi trả lời: "Tôi nói được tiếng Pháp, Anh, Hòa Lan, Trung Hoa và một thứ tiếng khác nữa!". Thứ "tiếng khác" đó khi ấy chắc chẳng ai biết nên cụ không hài ra. Nhờ có thể tiếp xúc với mọi người trong đoàn bằng ngôn ngữ của họ, Lê Kim được mọi người thán phục. Cụ lại luôn luôn đề cao đạo đức mà cụ đã được dậy dỗ từ thời còn ở trong nước nên tiếng nói của cụ có sức mạnh. Khi đoàn gặp một làng người da đỏ ngăn cản không cho đi qua, trưởng đoàn phải nộp cho họ một số vật dụng, mọi người phản đối vì cho như vậy là nhục. Cụ ôn tồn giải thích: "Họ là những người chất phác, giữ tín mà không sợ chết. Chúng ta phải giữ tín với họ. Sau chúng ta còn nhiều đoàn tìm vàng khác đi qua đây nữa, chúng ta không nên vì cái lợi nhỏ gây nỗi khó khăn cho người sau. Ấy là chưa kể gây với họ thì thế nào cũng có người chết. Thử hỏi bấy nhiêu món có đáng đổi một mạng người không?". Mọi người cho là phải!

Chuyến đi thiệt cực. Nhiều người bỏ mạng vì đói khát, tật bệnh hoặc thú dữ. Cụ Lê Kim không ham vàng nên khi về tới San Francisco, cụ làm báo. Học giả Nguyễn Hiến Lê viết về chuyện này: *Một hôm cụ Lê Kim vừa về tới chòi, khoe với Hans: "Nhân đi qua tòa soạn Daily Evening, thấy họ dán giấy cần một người làm việc vặt trong tòa soạn biết tiếng Anh, tiếng Pháp, tôi xin vào đại, khoe còn biết cả tiếng Hòa Lan, tiếng Trung Hoa nữa, họ nhận liền: 100 Mỹ kim mỗi tuần, hứa sẽ tăng thêm nếu đắc lực. Công việc tựa như tùy phái, ngồi tiếp khách lại mua báo hay đăng quảng cáo".*

Sau đó Lê Kim được làm phóng viên, viết tin tức cho báo. Theo một bài báo của Tiến Sĩ Chu Huy Sơn, Lê Kim đã làm cho hai báo Alta California và Morning Post trước khi làm cho Daily Evening với bút danh Lee Kim.

Chuyện của ông Lê Kim đã được ghi lại trong cuốn sách tiếng Pháp "La Ruée vers L'or" của René Lefèvre, do nhà xuất bản Dumas ở Lyon in vào năm 1937.

Tháng 11 năm 1853, người ta còn thấy Lee Kim, người Việt Nam đầu tiên đặt chân tới Hoa Kỳ đồng thời là nhà báo Việt Nam đầu tiên, tại Berkeley, Hoa Kỳ. Sau đó Lê Kim về nước, Tiến Sĩ Chu Huy Sơn viết: *"Quá mệt mỏi với cuộc sống hỗn loạn nơi đất khách, nỗi nhớ quê nhà luôn cánh cánh trong lòng, cụ Trần Trọng Khiêm quyết định hồi hương. Đến Hồng Kông, cụ nhập tịch Trung Quốc, rồi về Việt Nam trong thân phận người Minh Hương (người Hoa di cư) với họ tên là Lê Kim. Năm 1854, Lê Kim về tới Nam bộ, liền bắt tay ngay cùng bạn bè khai khẩn đất hoang lập nên ấp Hòa An thuộc phủ Tân Thành, tỉnh Định Tường (nay là Sa Đéc, tỉnh Đồng Tháp). Cụ Khiêm lập gia đình với một người phụ nữ Nam bộ họ Phan, sinh hạ được 2 người con trai đặt tên là Lê Xuân Lãm và Lê Xuân Lương. Lấy chữ Xuân để nhớ về làng Xuân Lũng".*

Trong gia phả của dòng họ được viết vào năm 1928 cũng đã ghi: *"Cụ khai phá miền Hòa An chưa được mười năm, làng xóm vừa mới phong túc, thì nước nhà bị nạn ngoại xâm. Năm Giáp Tí, cụ khảng khái bỏ hết nhà cửa ruộng đất, dùng hết tài sản cùng với cụ Ngũ Linh Thiên Hộ mộ được mấy ngàn nghĩa quân, phất cờ khởi nghĩa trong Đồng Tháp*

Mười. Cụ có tài bắn súng, bách phát bách trúng, xây cất đồn lũy, cầm đầu một nhóm lính đào ngũ Pháp, tấn công Cái Bè, Mỹ Quới, quân Pháp trăm phần điêu linh. Cụ bà cũng dắt con theo, thật đáng mặt cân quắc anh hùng. Năm Bính Dần, Pháp đem quân bao vây ba mặt, tấn công đồn Tiền, cụ tổ chúng ta chống cự không nổi, tuẫn tiết. Các đồn khác lần lần thất thủ, nghĩa quân phải rút lui, khí thế suy mòn, sau cùng tan rã. Hỡi ơi! Lòng trời không tựa, tấm gương tiết nghĩa vì nước quyên sinh mà: chính khí nêu cao, tinh thần Hùng Nhị còn truyền hậu thế. Trước khi mất, cụ dặn cụ bà lánh qua Rạch Giá, rán nuôi con, dạy cho con cháu giữ đạo trung hiếu, làm ruộng mưu sinh, đừng trục lợi cầu vinh, đừng ham vàng bỏ nghĩa. Nghĩa quân chôn cụ ở dưới chân giồng Tháp. Năm đó cụ chưa tới ngũ tuần. Cụ bà theo lời dặn, về làng Mỹ Quới cất chòi, làm ruộng, nuôi heo. Họ chúng ta mấy đời nay không ai làm giàu, chỉ mong đủ ăn, giữ được thanh bạch, chính là giữ được cái nếp của các cụ vậy".

Năm cụ Trần Trọng Khiêm tuẫn tiết là 1866. Cụ hưởng dương đúng 45 tuổi. Trên mộ bia của cụ có ghi đôi câu đối: *"Lòng trời không tựa, tấm gương tiết nghĩa vì nước quyên sinh / Chính khí nêu cao, tinh thần hùng nhị còn truyền hậu thế".* Hậu thế ghi công người con yêu của đất nước đã sống một đời hào hùng bằng hai con phố mang tên Trần Trọng Khiêm. Đó là đường Trần Trọng Khiêm tại phường Long Bình, thành phố Thủ Đức. Và tại phường Khuê Mỹ, quận Ngũ Hành Sơn, Đà Nẵng, con đường Trần Trọng Khiêm nối đường Lê văn Hiến với đường Chương Dương.

Cuốn tiểu thuyết "Con Đường Thiên Lý" của Nguyễn

Hiến Lê ngả về tài liệu hơn là văn chương. Dù sao, đây cũng là một tài liệu quý về một người Việt chọc trời khuấy nước không chỉ ở trong nước mà còn ở ngoài nước. Khởi đầu cuốn truyện, tác giả đã nhắc tới anh bạn học trường Bưởi tên Trần văn Bảng, người đã hé lộ về cuộc đời của Trần Trọng Khiêm. Anh cũng chính là người đã giữ bức thư bằng chữ Nôm mà Trần Trọng Khiêm gửi về quê nhà ngoài Bắc sau khi trở về miền Nam Việt Nam. Bức thư đã được một Hoa kiều chuyển về Phú Thọ cho người anh ruột tên Trần Mạnh Trí, cụ tổ bảy đời của anh Trần văn Bảng. Thư không dám để tên thật, chỉ ghi là Lê Kim. Ông Trí nhìn qua nét chữ và những ý ngầm gửi trong thư nhận ra đúng là ông em đã gây án mạng và trốn biệt tích từ nhiều năm trước. Ông Trí đã dè dặt, không tin ông Tàu đưa thư nên không viết thư hồi đáp, chỉ nhắn miệng: gia đình ở quê nhà bình an, người đi xa chưa nên trở về lúc này. Nhận được lời nhắn, ông Trần Trọng Khiêm hiểu nên ở lại miền Nam tham gia kháng chiến chống lại thực dân Pháp.

Anh Trần văn Bảng là người đã giữ bức thư này. Anh cho Nguyễn Hiến Lê coi: *"Tối đó tôi nhắc anh Bảng kể tiếp chuyện cụ Khiêm. Anh gật đầu, lên nhà trên một lát, rồi trở xuống, vặn to ngọn đèn dầu, đưa tôi coi một tờ giấy bản vàng khè, lủng một vài lỗ, có nhiều nếp gấp gần muốn rách, nét chữ đã mờ nhưng còn đọc được"*. Bức thư đã được lưu giữ tới anh Bảng là bảy đời.

Ngày nay người Việt tỵ nạn cộng sản đã định cư tứ tung khắp thế giới. Cộng đồng người Việt tại Mỹ đã đông đảo tới hàng triệu người. Việt kiều đi về Việt Nam như đi chợ. Mấy ai đã có lúc dư thời giờ đặt câu hỏi ai là Việt kiều đầu tiên. Cụ Trần Trọng Khiêm đã một mình ra đi, một mình sống trên đất Mỹ trong nhiều năm trời, một mình quy hồi cố hương. Tôi nghĩ tới sự cô đơn của cụ. Rời cuốn sách điện tử "Con Đường Thiên Lý", tôi bâng khuâng như rời xa một người thân. Rất xa nhưng cũng rất gần!

02/2023

VIẾT MƯỚN

Ở Bưu điện Sài Gòn có một người viết mướn vang danh quốc tế. Các báo Toronto Star ở Canada, Der Spiegel ở Đức, Al Jazeera ở Qatar đã có các bài viết về ông. Báo chí Việt Nam đặt cho ông nhiều danh hiệu: "Người viết thư tình xuyên thế kỷ", "Người giữ hồn cho những lá thư tay", "Người nối thế giới bằng cây bút mực". Đó là ông Dương văn Ngộ. Ông bắt đầu đặt buya-rô tại Bưu Điện Sài Gòn từ năm 1990. Năm đó tôi không còn ở Việt Nam nên chưa bao giờ được gặp ông. Nhưng theo như mô tả thì tôi biết rất rõ nơi đặt buya-rô của ông. Đó là nơi đầu bàn của một chiếc bàn dài nằm giữa tiền sảnh để khách tới có nơi ngồi viết địa chỉ trên bì thư hay dán tem vào phong bì gửi đi. Theo tôi nhớ thì chiếc bàn này có để một số lọ keo cho khách dán bao bì. Keo dây vãi khắp nơi, dính nhớp nháp khắp mặt bàn.

Ông Ngộ được ngồi làm việc nơi đây mà không phải trả một cắc bạc nào. Đó là đặc ân mà Bưu Điện dành cho một

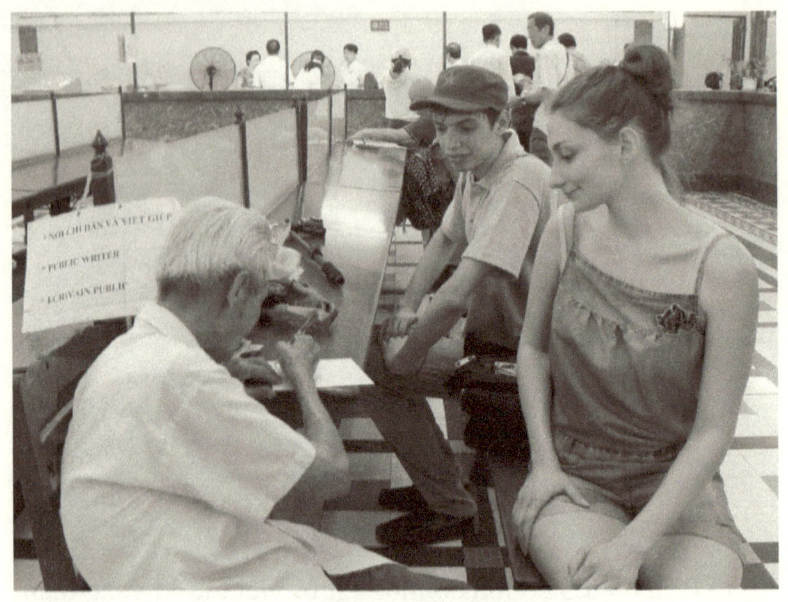

Khách tây của cụ Ngộ.

nhân viên kỳ cựu đã làm việc cho Bưu Điện từ năm 15 tuổi. Từ một lao công quèn leo lên chân thư ký. Năm 1990, khi đã 60 tuổi, ông về hưu. Ở nhà buồn tình, nhớ nơi làm xưa, ông ngày ngày tới ngồi viết mướn cho khách cần sự giúp đỡ. Đồ nghề làm việc của ông là 3 cuốn từ điển, chiếc kính lúp và một xấp giấy. Thư ông viết cho khách hàng khi bằng tiếng Việt, khi tiếng Anh, khi tiếng Pháp. Ông học tiếng Pháp tại trường Petrus Ký và tiếng Anh tại hội Việt Mỹ. Khách hàng của ông là người Việt, phần lớn có liên hệ với người ngoại quốc, và cả người ngoại quốc có liên hệ với người Việt. Có nhiều khách hàng người ngoại quốc chẳng thư từ chi, chỉ nhờ ông viết vài chữ tiếng Việt trên bưu thiếp gửi về cho người thân để cho có chút kỷ niệm địa phương. Có người trở về xứ sở vẫn nhớ tới ông, viết thư gửi ông nhưng không biết tên và địa chỉ của ông. Họ viết đại trên bao thư: "Người Viết Thư Thuê, Bưu Điện Trung Tâm Sài Gòn". Vậy mà thư cũng tới tay ông! Vui hơn nữa là thư của bà M. Admans, y tá của Đại học Oxford bên Anh, ghi địa chỉ người nhận là tấm hình chụp ông đang ngồi viết thư tại Bưu Điện kèm theo dòng chữ "Gửi Người Viết Thư, Bưu Điện Sài Gòn, Việt Nam". Vậy mà thư cũng tới! Ông vẫn nhớ bà này. Bà qua du lịch Việt Nam, nhờ ông viết giúp một lá thư. Viết xong, ông không nhận tiền. Trong thư bà coi ông như đại diện của người Việt Nam mà bà rất quý mến.

Ông Ngộ là người rất…ngộ. Ông như mắc nợ với việc chuyển tải tâm tình của người khác. Suốt một quãng đời 45 năm làm việc tại Bưu Điện, ông vui với công việc. Khi nghỉ hưu ông hụt hẫng. Những ngày đầu "tự do", ông vẫn đạp xe từ Thị Nghè lên bưu điện để thở lại cái không khí kết nối mọi phương trời. Ông than "buồn muốn chết" và nảy ra ý định giúp mọi người viết thư khi thấy nhiều người vất vả tự viết thư lấy. Bưu Điện chấp thuận cho ông được ngồi viết thư giùm ngay trong tiền sảnh. Gọi ông là người viết thư mướn coi bộ không chỉnh. Ông không hành nghề như một công việc kiếm tiền mà làm với tất cả tâm trí của một người muốn giúp đỡ người không đủ khả năng tự viết lấy. Với những người nghèo túng, ông giúp *free*, không tiền bạc chi cả. Nếu lấy tiền ông cũng chỉ lấy với cái giá rất bèo từ 10 ngàn tới 30 ngàn mỗi lá thư. Cuối ngày khi ra về, ông thường cho tiền những người bán vé số dạo bên ngoài bưu điện. Thư ông viết bằng tay chứ không xài máy móc chi cả. Ông thổ lộ: "Ai chê tui lạc hậu thì đành chịu, thật tình tôi không thích máy tính và điện thoại di động. Từ ngữ có cố gắng diễn đạt thế nào nó cũng máy móc và không có linh hồn". Ông cũng chỉ nhận viết giùm những lá thư thành thật, không lợi dụng, dối trá. Ông thẳng thắn từ chối không viết những lá thư xin tiền không có lý do chính đáng. Cách từ chối của ông cũng rất nhỏ nhẹ. Ông chỉ nói gọn: "Tôi không làm được!". Khi khách hỏi giá, ông cũng nhỏ nhẹ: "Tùy hảo tâm!". Ông rất trân quý cái tâm của khách. Nếu khách trả quá giá, ông gửi trả lại món tiền dư.

Sau 30 năm viết thư mướn, ông Ngộ đành giải nghệ vào năm 2020 khi tròn 90 tuổi. Có hai trường hợp ông ghi nhớ nhất trong suốt những năm hành nghề của ông. Thứ nhất là một bà mẹ ở Bình Phước tháng nào cũng tới nhờ ông dịch thư sang tiếng Pháp để gửi cho cô con gái ở nước ngoài. Rồi mỗi khi nhận được thư bằng tiếng Pháp của con, bà lại nhờ ông dịch ra tiếng Việt. Bà là khách hàng thường xuyên của ông trong mấy năm liền. Trường hợp thứ hai là một thanh niên ở ngoại quốc về tìm mẹ. Cậu nhờ ông dịch lá thư viết bằng tiếng Việt của người mẹ gửi qua cho cậu trong đó có ghi địa chỉ của bà. Có địa chỉ trong tay, cậu lại không biết đường về quê mẹ. Ông Ngộ giới thiệu cậu qua bên công an nhờ tìm người giúp. Vài ngày sau, hai mẹ con tới cám ơn ông. Họ ôm nhau khóc nức nở trước mặt người làm cây cầu nối cho hai mẹ con gặp nhau.

Dịch thư không phải công việc ông Ngộ làm một cách máy móc, ông để hết tâm tình trong đó. Ông chia sẻ: "Một bức thư không chỉ truyền đạt thông tin mà còn chứa đựng những tâm tư tình cảm của người viết. Do vậy, để dịch được một bức thư từ tiếng Anh, tiếng Pháp sang tiếng Việt hoặc ngược lại, cần phải dịch sao cho trọn ý, mềm mại là điều không hề dễ dàng. Người dịch phải nắm rõ được tâm ý của người viết gửi trọn vào câu từ trong thư, để từ đó mỗi câu mỗi từ cũng phải truyền đạt được tình cảm của họ đến với người nhận. Lúc đó người dịch thuật mới làm tròn tâm huyết với nghề của mình".

Cụ Dương văn Ngộ nghỉ hưu tại nhà.

Yêu nghề, ông Ngộ không muốn nghỉ việc. Nhưng sức khỏe của ông suy sụp mạnh. Tay chân yếu, mắt mờ, tai điếc, ông đành thúc thủ với thời gian. Chỗ ngồi quen thuộc trống vắng ông làm nhiều người ngẩn ngơ. Chị Lê thị Thu Thủy, nhân viên tạp vụ cho biết: "Quá nhiều người đến đây hỏi ổng, tôi muốn phát điên luôn. Ngày nào cũng có người hỏi thăm ổng. Nhiều người đi nước ngoài trở về, chưa biết ông nghỉ, họ cứ đến hỏi để dịch thư từ, giấy tờ. Nhưng mà ổng mệt, sức đuối, già rồi nên phải nghỉ. Khi ổng nghỉ tôi buồn và hụt hẫng vô cùng". Ông Ngộ cũng buồn khi phải xa nơi ông đã quyến luyến trong suốt 75 năm có mặt. Có lần nhớ Bưu Điện quá, ông đánh liều, trốn con cái, leo lên xe buýt trở lại nơi xưa. Ông kể lại cuộc "phiêu lưu" này: "Tháng trước tôi nhớ bưu điện và công việc quá, tôi lén con ra đường bắt xe buýt lên thăm bưu điện. Mắt tôi giờ chỉ nhìn thấy bóng thôi nhưng tôi vẫn đi được đến nơi, gặp mọi người, tôi vui lắm".

Buồn vì nhớ nghề, ông còn buồn vì không có người tiếp nối công việc của ông. Ông nói với một cô phóng viên tới phỏng vấn: "Rất tiếc cô ạ. Tôi không có người nối nghiệp. Trước cũng có nhiều người đến học, già có, trẻ cũng có, nhưng họ ham tiền quá, khách hỏi là mặc cả giá tiền luôn. Làm nghề này phải có tâm, không được nghĩ đến tiền. Mình giúp khách, họ trả 5 ngàn hay 10 ngàn, không trả cũng không sao".

Ông Ngộ không có người nối nghiệp tại Sài Gòn nhưng nghề của ông chưa mai một. Bà Phạm thị Anh Thư, 53 tuổi, cũng đang hành nghề viết mướn tại Nha Trang, buya-rô của bà nằm trên lề đường ngay ngã tư đường Hàn Thuyên và Phan Bội Châu. Khác với ông Ngộ, bà "văn minh" hơn khi dùng máy đánh chữ để viết thư mướn. Thâm niên nghề nghiệp của bà Anh Thư có thể thấy trên bàn phím của chiếc máy đánh chữ cũ. Những ký tự ghi trên nút bấm đã mòn, không có thấy rõ nữa. Nhưng bà Thư vẫn không thấy bất tiện vì bà đã thuộc nằm lòng vị trí của chúng. Không những mòn, chúng còn trì trệ khiến bà Thư gõ rất đau tay. Bà phải dùng một que gỗ để đánh máy. Bà không chỉ giúp viết thư mà còn soạn đơn từ khiếu nại hay ly hôn. Mỗi đơn viết theo ý của khách hàng bà tính từ 20 đến 30 ngàn đồng, tương đương 1 đô Mỹ. Với những đơn phức tạp, cần nhiều công sức và thời gian, bà tính 50 ngàn đồng, tương đương khoảng 2 đô Mỹ. Cũng như ông Ngộ ở Sài Gòn, bà không làm việc một cách máy móc, vô tâm. Thứ làm bà ngại viết nhất là đơn ly dị. Vì, theo lời bà, "sau tờ đơn là gia đình, con cái chia xa". Vậy nên, trước khi viết đơn, bà khuyên nhủ, nói lời hơn lẽ phải, để khách bỏ ý định làm đơn xin ly dị. Nhiều người tới nhờ bà làm đơn tố cáo, bà cho biết: "Nhiều trường hợp đến nhờ gõ đơn tố cáo người này người kia với giá cao nhưng mình cảm thấy có lỗi vì mình chấp bút trong khi không biết gì về người bị tố cáo, nên với loại đơn này tôi không nhận làm". Nhưng những đơn khiếu kiện thì bà sung sướng làm. Bà sẵn sàng giúp những người dân thấp cổ bé miệng bị oan ức. Mới đây, một khách hàng tới nhờ bà làm đơn khiếu kiện đất đai bị thu hồi làm dự án ở huyện Cam Lâm, tỉnh Khánh Hòa. Kết quả họ thắng kiện và quay lại đền ơn bà một triệu đồng, bằng thu nhập cả tuần của bà!

Gia đình bà Anh Thư đã mòn tay trong nghề gõ máy chữ thuê. Bà là đời thứ ba. Ông ngoại bà đã hành nghề này từ thập niên 1960, mẹ bà kế nghiệp sau đó, cuối cùng tới bà. Chiếc máy đánh chữ của bà tuy có hiện đại hơn cây viết của ông Dương văn Ngộ nhưng cũng đã bị thời gian phế bỏ. Từ ngày có máy *photocopy*, rồi *computer*, chiếc máy đánh chữ

Bà Phạm thị Anh Thư với chiếc máy đánh chữ cũ trên vỉa hè Nha Trang.

trở thành…cổ tích. Nghề nghiệp ba đời cha truyền con nối của bà bị thời đại bỏ lại sau lưng, thu nhập của bà kém hẳn đi. Tại Nha Trang ngày nay, bà là người cuối cùng còn chịu khó ôm chiếc máy đánh chữ làm kế sinh nhai.

Mỗi thời mỗi khác, thời bi chừ là thời của giới trẻ. Giới trẻ có nhu cầu viết thư tình cho người yêu. Có nhiều người tự viết được nhưng cũng có nhiều người không có khiếu văn chương chữ nghĩa. Muốn viết một bức thư tình cho hay, họ phải nhờ người khác. Người đó là cô Lê thị Bích, sinh viên năm chót của trường Đại học Ngoại Thương Hà Nội. Cô Bích rất có khiếu. Ngay từ ngày còn học cấp 3, cô đã viết thư tình giùm cho các bạn. Lên đại học, tài viết thư tình của cô còn phát triển hơn nữa. Nhiều cuộc tình đã viên mãn nhờ tài nắn nót của cô. Mỗi ngày cô có thể viết được cả chục bức thư tình. Mỗi bức thường mất một tiếng. Nhiều lúc có hứng, chỉ cần 15 phút nghỉ giải lao giữa giờ học, cô cũng hoàn thành một…kiệt tác. Tới nay cô đã hành nghề viết thư tình thuê được 2 năm, kiếm được từ 5 tới 6 triệu mỗi tháng.

Cô Bích khởi đầu "sự nghiệp" bằng viết thuê đủ thể loại thư: con viết cho mẹ, anh trai viết cho em gái, cháu viết cho ông bà. Nhưng sau một thời gian hành nghề, cô ngả sang chuyên đề viết thư tình cho những người thích tán tỉnh nhưng không đủ chữ nghĩa giãi bày một cách hấp dẫn với đối phương. Chuyện tình yêu của thanh niên là chuyện *hot* nhất nên việc làm ăn của cô Bích ngày một khá khẩm. Cô tâm sự: "Thông thường thu nhập có thể vào khoảng 3 hoặc 4 triệu đồng. Vào những tháng cao điểm như có ngày lễ lớn, đặc biệt như ngày lễ Valentine, ngày Phụ Nữ 8/3, thu nhập có thể lên tới 5 hoặc 6 triệu đồng một tháng". Giá trung bình cô tính cho một lá thư tình là 50 ngàn. Cao nhất là 100 ngàn cho những trường hợp phức tạp hơn. Nhưng đối với sinh viên nghèo cô cũng nới tay, tính khoảng 30 ngàn thôi. Nếu người mướn viết là những sinh viên nhiều tình nhưng ít tiền, cô Bích sẵn lòng "cho không biếu không".

Một "nhân tài" khác là cô Hoàng thị Thúy, sanh năm 1988, quê ở Thanh Hóa, sinh viên trường Đại học Luật Hà Nội. Cô bắt đầu sự nghiệp khi được một cậu học sinh lớp 10 đặt hàng, mỗi tuần viết một lá thư cho một cô học sinh lớp 8 là hàng xóm của cậu. Cậu tình nhân trẻ không biết viết thư tình này muốn có những bức thư hóm hỉnh, hài hước nhưng cũng phải lãng mạn, tình tứ và không đụng hàng. Ngày nay

Chị Lê Thị Bích (tóc ngắn) và chị Hoàng Thị Thúy đang cùng nhau trao đổi công việc viết thư thuê.

cô đã tham gia vào nghề viết mướn thư tình để có thêm lợi nhuận hầu trang trải học phí và chi dùng cho các nhu cầu thường ngày.

Bùi Quốc Tùng, nhân viên kinh doanh của một công ty truyền thông tại Hà Nội, cũng là một cao thủ trong nghề. Trong ba năm qua, anh đã viết được khoảng 500 bức thư tình. Anh được mệnh danh là "chuyên gia tâm lý" vì tài thấu hiểu tâm lý khách hàng. Anh thổ lộ: "Cái khó nhất đối với người viết thư thuê là lựa chọn văn phong sao cho phù hợp. Nếu chủ nhân của bức thư vốn dĩ là một người hiền lành, giản dị, nho nhã thì văn phong không thể hoa mỹ, bóng bẩy. Ngược lại, nếu người thuê viết là một người khô cằn, không thích văn thơ bay bổng, sướt mướt thì thư viết phải thực tế,

Trong vòng 2 năm, anh Bùi Quốc Tùng đã viết tới 500 bức thư tình.

lời lẽ chân phương. Viết cho một người nội tâm, có chiều sâu khác, viết cho một người sống theo bề nổi, "ruột để ngoài da" phải khác. Viết cho cô gái năng động, hiện đại khác, viết cho người vợ đảm đang, chỉ biết lo toan việc nhà khác. Vì vậy, nhiều bức thư rất mất thời gian do cứ phải viết đi, viết lại để làm hài lòng khách". Viết một bức thư tình vất vả như vậy nhưng anh Tùng rất chịu chơi. Thù lao cho mỗi bức thư không nhất định. Có khi chỉ một ly trà đá, một chầu bia hơi hay một bữa nhậu cũng O.K. Nhưng thông thường anh tính mỗi lá thư chỉ có 20 ngàn, rẻ rề!

Vậy nên khách hàng của anh rất gắn bó với anh. Có những người nhờ anh viết từ lúc mới làm quen, tỏ tình cho tới lúc cưới nhau, sanh con đẻ cái. Có những cụ ông nhờ anh viết đôi ba câu thơ để đọc mừng sinh nhật cháu. Tuy nhiên, viết thì viết nhưng anh luôn khuyến khích mỗi người tự viết thì hay hơn. Anh cho biết lý do: "Những bức thư thuê viết có thể thay lời người ta muốn nói nhưng khó mà có thể trở thành một bức thư tình bất hủ vì dù sao nó cũng được viết bởi một người khác, không phải là mình nên phút giây thăng hoa khó mà nắm bắt".

Viết thư thuê mà khuyên khách hàng tự viết lấy cho hay hơn, anh Bùi Quốc Tùng có cái hào sảng của một người viết mướn bất vụ lợi như cụ Dương văn Ngộ. Nhưng cụ Ngộ chẳng có thể viết được thư tình như anh Tùng. Thời buổi này mà không biết viết thư tình, cụ Ngộ về hưu cũng là điều hợp lý!

01/2023

WHISTLER

Nói về độ lớn thì Whistler chẳng là cái quái chi. Chỉ là một thị trấn có diện tích 148 cây số vuông, số dân là 9824 người. So với các nơi khác, Whistler chẳng được bằng một cái lỗ mũi. Nhưng cái lỗ mũi khiêm nhường này mỗi năm tiếp nhận tới 2 triệu người tới thăm viếng.

Tôi là một trong số 2 triệu người đó. Tôi đã tới Whistler hai lần. Một lần vào mùa hè và một lần, mới đây, vào tháng 4 năm 2023, trời còn rét mướt. Hai triệu người tới đây làm chi? Họ trượt tuyết. Tôi tới đây làm chi? Chẳng làm chi cả. Nhìn thấy người ta phóng vèo vèo từ trên núi xuống coi cũng vui mắt nhưng tuổi tôi phóng như vậy dễ gẫy chân gẫy cẳng lắm. Có những cái nhìn thì thích nhưng làm thì không thể. Muốn phóng vèo vèo như vậy phải nai nịt lôi thôi lắm. Hai thế hệ con và cháu của tôi có mặt trong đám người "đằng vân giá vũ" đó. Để sửa soạn ra…dàn phóng phải thuê đồ cụ bị. Trước hết phải thử giầy, thứ giầy cục mịch như hai cục sắt quá khổ với đôi bàn chân. Được đôi giầy đúng kích cỡ, có thanh sắt phía dưới đế, mới tính chuyện hai cái chân vịt. Tiếng tây gọi hai mảnh trượt này là chi, tôi không màng biết tới, cứ gọi là cái chân vịt cho tiện tuy chúng chẳng có ngón chân. Giữa chân vịt là một cục sắt ôm gọn đế giầy. Nhân viên cho thuê dụng cụ phải gõ gõ mài mài cho đế giầy khớp chặt với chân vịt. Sau đó mới tới mũ bảo hiểm, kính mát che gần kín hết mặt, găng tay, gậy chống. Thủ tục đầu tiên này mất hết trên nửa tiếng. Anh con rể tôi, ngán với sự lích kích này nên mua luôn một bộ từ A tới Z cho khỏi mất thời giờ. Không mất thời giờ nhưng cái túi hụt mất một mảng đáng kể. Chuyện chi cũng có cái giá của nó.

Cụ bị đồ nghề xong, các "vận động viên" mới lạch bạch lê đôi giầy qua chỗ cáp treo. Dáng đi khá giống…vịt! Cáp treo kéo lên cao 2240 thước. Từ nơi chót vót này, các "trượt nhân" lượn vòng vèo đổ dốc xuống dưới chân núi. Tất cả có 200 đường trượt xuống. Từ dễ tới khó. Có 35 đường dễ nhất dành cho dân ABC mới tập, 110 đường khó khăn hơn, 35 đường khó tàn canh và 20 đường dành cho dân trượt loại xịn. Tôi không dùng đường nào cả nhưng cũng leo lên xe cáp *gondola* lên đỉnh núi để…chơi. Trên đỉnh có một nhà bán đồ lưu niệm và các cửa hàng ăn. Mỗi lần lên tôi không quên tìm tới cột ghi độ cao, đứng vào chụp một tấm hình cho oai. Ra cái điều ta cũng đã leo lên tới mút chỉ. Về khoe bạn bè, ai cũng phục sức trai dẻo dai, giấu biệt cái xe *gondola* 8 chỗ ngồi ì ạch kéo mình lên.

Ngồi cho *gondola* kéo lên thấy quang cảnh thay đổi thật thích mắt. Những gốc thông đủ loại đủ giống tùy độ cao trên

Khu bán đồ lưu niệm và cửa hàng ăn trên đỉnh núi.

triền núi ôm gọn một đống tuyết trắng xóa. Những hẻm núi khuất nẻo nhìn từ trên cao xuống nằm ôm niềm bí mật bao ngàn năm cô đơn. Chỉ có những chú gấu thơ thẩn giữa rừng cây bát ngát. Gấu không nhiều. Họa hoằn người ngồi trong *gondola* mới may mắn nhìn được những chú gấu đen nhẩn nha trên tuyết trắng. Vậy mà tôi đã có lần nhìn được những chú gấu hiếm hoi này. Nhưng cảnh vui nhất là những bóng người li ti đang vặn vẹo uốn mình trượt tuyết. Những tay mơ vụng về chèo chống. Những cao thủ lượn lờ nhanh như chớp xẹt qua bên này bên kia như đang thực hành một vũ điệu không âm nhạc. Trông rất bắt mắt, nhưng chỉ một sơ sẩy là té chổng gọng.

Cô cháu tôi đã té tới mức không đứng lên được. Toán cấp cứu xẹt tới hiện trường ngay tức thì. Đó là hai tay cứu hộ kéo một chiếc băng-ca trượt trên tuyết. Họ nhẹ nhàng bồng nạn nhân đặt lên băng-ca. Hai người hai đầu đẩy như bay xuống. Xe cứu thương đợi sẵn đưa về trạm xá. Kết quả đầu gối bị trật phải băng bó và đi bằng nạng chống. Khi tôi ở trên đỉnh núi, một tai nạn khác xảy ra. Lần này họ phải dùng xe có càng trượt tuyết lao xuống cứu. Chiếc xe gọn gàng hú còi inh ỏi, đèn đỏ chớp lia lịa chạy từ nhà chứa xe băng ra, lao xuống. Họ cứu ra sao, tôi không thấy vì nơi xảy ra tai nạn ở xa đỉnh núi.

Bên ngoài ngôi nhà hàng ăn và bán đồ lưu niệm trên đỉnh núi ngổn ngang những giá sắt để dân trượt tuyết gác gậy gộc và ván trượt trước khi vào bên trong. Phía dưới chân núi là một khu vui chơi nhỏ cũng ngổn ngang những giá gác như vậy. Khu này gồm nhiều khách sạn, tiệm bán áo quần nhưng nhiều nhất là các tiệm ăn, quán kem, quán nước. Giá cả khỏi phải nói. Đắt lè lưỡi. Gấp đôi gấp ba ở Vancouver.

Vancouver là thành phố gần Whistler nhất, chỉ cách 125 cây số nhưng phải mất 2 giờ lái xe. Sở dĩ như vậy vì đường vòng quanh núi, khi lên leo dốc mệt nghỉ, khi xuống phải hạ tốc độ xe chậm chậm. Đường quanh co thiệt đẹp. Một bên là núi rậm rạp toàn một giống thông, có những thác nước nho nhỏ ri rỉ chảy quanh năm suốt tháng, một bên là vực sâu hay hồ nước nhìn xuống thấy rợn người. Xe len lỏi giữa thiên nhiên hầu như còn hoang sơ mang lại cho chúng ta cảm giác khai phá.

Gọi Whistler là một cách gọi tắt. Chính ra thị trấn này được hình thành giữa hai ngọn núi Whistler và Blackcomb. Cáp treo *gondola* nối hai đỉnh núi này với nhau nên người ta gọi là *"Gondola Peak 2 Peak"*. Hai khu Whistler và Black-

Khu cửa hàng dưới chân núi.

comb đã có thời cạnh tranh nhau gay gắt. Whistler đã có tham vọng là nơi tổ chức thi bộ môn trượt tuyết của Thế Vận Hội Mùa Đông 1968. Năm đó Canada ứng tuyển tổ chức tại Calgary nhưng thua Grenoble của Pháp. Mặc dù không được tổ chức nhưng Whistler vẫn tiến hành các công trình xây cất. Tháng giêng năm 1966, khu trượt tuyết Whistler được khánh thành. Khu núi Blackcomb khi đó là một thực thể riêng biệt và cạnh tranh với Whistler. Khu Blackcomb được khánh thành vào tháng 12 năm 1980. Trong suốt thập niên 1990, hai khu không ngừng cải tiến. Giữa thập niên 1990, khu vực này được nhiều tạp chí chuyên về bộ môn trượt tuyết coi là khu trượt tuyết tốt nhất Bắc Mỹ, danh tiếng vang lừng qua tới Âu châu. Công ty Intrawest sau đó đã phát triển khu Blackcomb, mua luôn khu Whistler vào năm 1997, sáp nhập hoàn toàn hai khu lại với nhau vào năm 2003.

Giấc mơ tổ chức môn trượt tuyết cho Thế Vận Hội mùa Đông được thực hiện vào năm 2010 khi Vancouver được chọn. Thế Vận Hội 2010 được tổ chức tại Vancouver. Whistler chỉ ăn theo khi được chọn để tổ chức các môn trượt tuyết. Nhưng dù chỉ ăn theo, Whistler cũng mừng hết lớn. Giấc mơ 42 năm, kể từ năm 1968, đã thành sự thực. Khi tôi tới Whistler vào năm nay, 13 năm sau Thế Vận Hội, các "di tích" của ngày hội thể thao mùa đông vẫn được giữ cho du khách ngửi mùi thế vận hội muộn màng. Tôi đã xoay đủ các góc cạnh để chụp khu quảng trường nho nhỏ dưới chân núi với 5 vòng tròn thế vận hội và cây đuốc thế vận hội. Cây đuốc còn đó nhưng lửa đuốc không còn. Khi lên tới đỉnh núi, tôi cũng loay hoay lấy các góc cạnh của 5 vòng tròn thế vận nằm giữa một rừng cờ Canada.

Để được đốt ngọn đuốc thế vận tại Vancouver và Whistler, thành phố thuộc miền tây Canada này cũng phải bon chen tới mướt mồ hôi. Có 3 thành phố Canada muốn đứng ra tổ chức: Quebec, Calgary và Vancouver. Vòng bỏ phiếu đầu diễn ra vào ngày 21/11/1998. Vancouver-Whistler được 26 phiếu, Quebec 25 phiếu và Calgary 21 phiếu. Đúng là kẻ tám lạng người nửa cân. Hai thành phố dẫn đầu được tham gia vòng bỏ phiếu lần thứ nhì vào ngày 3/12/1998. Vancouver- Whistler về đầu với 40 phiếu so với Quebec được 32 phiếu. Đấu nội bộ xong, ra trường quốc tế. Có ba thành phố ứng tuyển: Vancouver-Whistler, Pyeongchang của Đại Hàn và Salzburg của Áo. Bỏ phiếu vòng đầu, Vancouver được 40 phiếu, Pyeongchang được 51 phiếu và Salzburg được 16

Năm vòng thế vận và cờ Canada trên đỉnh núi.

phiếu. Hai thành phố về đầu được tham gia bỏ phiếu vòng hai. Kết quả Vancouver được 56 phiếu trong khi Pyeongchang được 53 phiếu. Hú vía! Chỉ cách nhau có 3 phiếu.

Thế Vận Hội diễn ra từ ngày 12 tới 27 tháng 2 năm 2010. Có 82 quốc gia với tổng số 2566 lực sĩ tranh tài trong 86 môn thi. Đây là thế vận hội đáng ghi nhớ cho đoàn lực sĩ Canada. Họ tạo kỷ lục về số huy chương vàng giành được tại một kỳ thế vận hội mùa đông với 14 huy chương. Kỷ lục trước đó là 13 huy chương vàng của đoàn Liên Xô tại thế vận hội mùa đông 1976 và của Na Uy tại thế vận hội 2002. Đoàn lực sĩ Hoa Kỳ cũng phá kỷ lục về tổng số huy chương đoạt được với 37 huy chương vàng, bạc và đồng. Kỷ lục trước đó do Đức giữ với 36 huy chương vào kỳ thế vận hội mùa đông 2002.

Canada đất rộng người thưa, dân số chỉ trên 30 triệu người, bằng 1/10 dân số Mỹ, nhưng mỗi kỳ thế vận hội là một lần dân Canada chúng tôi so kè với Mỹ. Thế Vận Hội Mùa Đông năm 2010 là một cuộc so kè lịch sử. Môn thể thao được chú ý nhất trong các thế vận hội mùa đông là môn *hockey*. Dân Canada chúng tôi mê *hockey* gần chết. Dân Mỹ mê *football* hơn nhưng mỗi kỳ thế vận hội mùa đông đều theo dõi sát sao các trận *hockey* giữa Mỹ và Canada, hai nước đứng đầu về môn thể thao hấp dẫn này. Kỳ thế vận này có 12 đội *hockey* nam và 8 đội nữ tranh tài. Vô chung kết cả nam lẫn nữ là cuộc đối đầu giữa Canada và Mỹ.

Ngày 25/2/2010, đội tuyển nữ Canada đã hạ đội tuyển nữ Mỹ 2-0 đoạt huy chương vàng. Hai bàn thắng được ghi ngay từ hiệp đầu.

Nhưng trận then chốt mà dân Mỹ và Canada mong đợi là trận tranh hùng giữa hai đội tuyển *hockey* nam được diễn ra ngay trước lễ bế mạc. Trận đấu được coi như cái đinh của thế vận hội mùa đông cũng như trận chung kết túc cầu là cái đinh của thế vận hội mùa hè. Tất cả các tuyển thủ gạo cội của hai đội, toàn các ngôi sao của *hockey* nhà nghề trong liên đoàn NHL, được tung ra tranh tài. Khi giờ thi đấu chính thức của trận đấu chỉ còn vỏn vẹn 25 giây, Canada đang dẫn trước 2-1. Dân Canada tưởng đã nắm chắc trong tay huy chương vàng thì Zach Parise của đội tuyển Mỹ gỡ huề. Thiệt đau cái đầu. Trận đấu tiếp tục qua hiệp phụ đấu thêm giờ. Phút thứ 7:40, Sidney Crosby nhận đường truyền banh từ Jarome Iginla sút tung lưới Mỹ đem huy chương vàng thứ 14 về cho đoàn Canada.

Tôi có một kỷ niệm khó quên với trận đấu sanh tử này. Đúng lúc trận đấu đang nghỉ giải lao chờ thi đấu hiệp phụ, tôi tới nhà ông anh họ ở Sacramento, thủ đô của tiểu bang California. Mọi người đang hả hê với bàn ghi hòa khi chỉ còn 25 giây phù du. Tôi nhập bọn dán mắt vào màn hình. Khi Sidney Crosby tung lưới Mỹ, ông anh họ dân Mỹ và bạn bè của ông chửi om sòm. Ông anh tôi, trong lúc say sưa với trận đấu, quên có ông em Canada mới nhập bọn, chửi thề: "Mẹ tụi Canada!". Tôi lên tiếng: "Có tụi Canada đây!". Ông quê độ, cười giả lả.

Đứng trên đỉnh núi Whistler, nhìn dấu tích 5 vòng tròn thế vận và hàng cờ Canada đang phấp phới theo những cơn gió lạnh cắt da, tôi bỗng nhớ lại kỳ thế vận hội sôi nổi 13 năm trước. Dân ăn nhờ ở đậu như ông anh họ tôi và tôi, đã từng cùng nhau bày đủ trò chơi thời nhỏ nhít cho tới khi trưởng thành ở Sài Gòn, nay mỗi người một quốc tịch, mà cũng "yêu nước" ra rít. Dòng đời xoay chuyển thiệt kỳ cục!

Mùa hè, ngồi trên chiếc ghế gỗ chênh vênh bên triền núi Whistler, nhìn những đám mây lặng lẽ trôi qua cũng nghĩ ra được nhiều điều thú vị. Chẳng nói tới những suy nghĩ lớn lao như thân phận con người, ta đã làm chi đời ta, chỉ một mình lặng thinh đối diện với đá núi mây trời cũng đủ thấy hạt cát trong mình. Vài đống tuyết nho nhỏ, đen xì, còn sót lại như cố bám víu vào quá khứ, so với con người, cũng tủi phận. Vài chú chim to như những con vịt lăng xăng bay nhảy chung quanh giữa thằng tôi ngồi bất động như lạc lõng trong chốn này. Dòng đời cứ trôi, con người chẳng là cái quái chi. Có đấy, biến đấy. Lẽ vô thường như hiển lộng trước mắt.

Whistler là nơi các vương tôn công tử, mệnh phụ phu nhân khắp thế giới, kéo nhau về trượt tuyết. Mùa hè lấy đâu ra tuyết cho các vị này nhảy nhót. Bộ các *gondola* vẫn lên xuống như mắc cửi trong mùa hè chỉ để kéo những con người gần như đã yên phận với cuộc đời lên ngồi suy nghĩ lẩm cẩm chăng? Không, mùa hè núi non bày trò của mùa hè. Nam thanh nữ tú nườm nượp kéo nhau tới để leo núi, chạy xe đạp đổ dốc núi, cũng nhộn nhịp như mùa đông. Whistler chẳng bao giờ ngừng sức sống. Từ trăm năm trước tới trăm năm sau. Núi chẳng bao giờ già. Ca dao Việt Nam đã từng hỏi móc: *Trăng bao nhiêu tuổi trăng già / Núi bao nhiêu tuổi gọi là núi non!*

05/2023

XƯNG TỘI

Theo báo Business Insider ra ngày 14/6/2023 mới đây, chủ nhà hàng Taqueria Garibaldi ở Sacramento, tiểu bang California, vào tháng 11 năm 2021, đã mời một người mà họ bảo là linh mục tới nghe nhân viên xưng tội trong giờ làm việc để, theo chủ nhà hàng, "giúp ích cho sức khỏe tinh thần" của nhân viên. Một nhân viên đã xưng tội bữa đó kể lại: "Tôi quyết định xưng tội với linh mục đó, nhưng vừa bắt đầu, tôi thấy lạ, không giống những lần xưng tội bình thường khi tôi muốn xưng tội gì với linh mục thì xưng. Thay vào đó, linh mục hỏi tôi trước để giúp tôi biết tội lỗi của tôi. Rồi linh mục chủ yếu hỏi những câu liên quan tới công việc. Tôi thấy là lạ". Ông cha này hỏi người nhân viên có bao giờ lái xe quá tốc độ không, có uống rượu không, có trộm cắp đồ của nhà hàng không, có đi làm trễ không, có làm chuyện chi với mục đích ám hại chủ không, có ý định gì xấu với chủ không? Cứ như FBI!

Ông linh mục này có lối giải tội không giống các linh mục trong nhà thờ nên người ta nghi đây là một linh mục giả được chủ nhà hàng thuê để điều tra hành động của nhân viên. Nếu đúng vậy thì màn kịch này được đạo diễn dở ẹc! Người Công Giáo rất rành "thủ tục" trong tòa giải tội. Tôi cũng vậy.

Ngay từ nhỏ tôi đã được theo học các lớp giáo lý vào các ngày nghỉ học. Thời đó là ngày thứ năm và Chủ Nhật. Khi đó tôi chưa được 10 tuổi, cha nói câu nào là nuốt trọng vào miệng. Khi dạy cách xưng tội, cha đưa ra những hình ảnh hết sức cụ thể cho dễ hiểu. Cha bảo là tội nằm trong người như những con cóc nằm vùng. Khi xưng một tội thì một con cóc nhảy ra khỏi miệng. Xưng hết tội thì trong người không còn con cóc nào. Nhưng nếu giấu tội nào không xưng hết thì khi xưng xong, đàn cóc vừa nhảy ra sẽ chui lại vào miệng hết. Cóc là một con vật gớm ghiếc chúng tôi rất sợ. Tội cũng vậy. Nhưng trong tâm trí non nớt của chúng tôi, cóc nhảy ra nhảy vô trong miệng là một hình ảnh đe dọa, ám ảnh không rời. Mỗi lần xưng tội, sợ muốn chết. Mà tội có lớn lao chi cho cam. Nói chuyện trong nhà thờ, chia trí khi xem lễ, ngủ gật khi đọc kinh sáng tối, cãi nhau với bạn, những thứ gọi là tội chỉ là hành động do tính hiếu động của con nít bị kềm chế. Hồi đó, lễ cử hành bằng tiếng La Tinh, cha nói cha nghe, giáo dân chôn mắt vào bản dịch tiếng Việt trong sách lễ, con nít ngồi như một cực hình, có biết chi đâu. Như bị giam hãm trong tù ngục. Động đậy, nói chuyện, hích đứa ngồi bên là chuyện thuận theo thiên nhiên, có chi mà tội. Ngày đó chúng tôi có câu đồng dao thần chú: *có tội thì lội xuống sông / đánh ba tiếng cồng thì tội nổi lên.*

Của đáng tội, đi xưng tội là một cái ách. Ngày nhỏ cha cố, bố mẹ ra thời hạn đàng hoàng. Mỗi tháng phải xưng tội một lần. Tội lẻ tẻ như lá mùa thu. Cứ nhai đi nhai lại hoài, tháng nọ qua tháng kia, chẳng có chi thêm bớt. Xưng xong lại tiếp tục phạm tội tiếp. Chán như cơm nếp nát. Vậy mà tới kỳ hạn, chưa chui vào tòa giải tội là không xong với các đấng bậc ở nhà thờ cũng như tại tư gia.

Không biết có phải bị ép buộc đi xưng tội mà dân tiếu lâm đã chế ra một số chuyện để chọc quê sự ngây thơ của các cha giải tội không. Chuyện tiếu lâm này nhiều lắm, tôi lựa ra hai chuyện.

Chuyện thứ nhất: Một ông Việt Kiều già về Việt Nam chơi, hồi hộp đi xưng tội. "Thưa cha, con có mèo!". Cha giải tội dễ dãi: "Có vấn đề gì đâu! Cha cũng có mèo vậy!".

Chuyện thứ hai: Một linh mục già về coi một xứ đạo. Khi ngồi tòa giải tội, cha nghe nhiều người xưng tội ngoại tình, thấy giáo dân bê bối quá, cha nản. Một bữa, trong bài giảng cha nói: "Kể từ nay, nếu tôi còn nghe ai xưng tội ngoại tình thì tôi sẽ bỏ xứ đạo này để về nhà dòng". Hội đồng giáo xứ bèn triệu tập phiên họp để tìm giải pháp. Họ quyết định là từ nay khi xưng tội, giáo dân không nói tới chữ "ngoại tình" mà gọi là "bị té". Vị linh mục già rất hài lòng khi không thấy ai xưng tội ngoại tình nữa. Khi Ngài qua đời, một linh mục trẻ về thay thế. Một bữa vị linh mục trẻ hỏi vị Chủ tịch Hội Đồng Giáo Xứ: "Này ông Chủ tịch, xứ ta đường xá thế nào mà giáo dân cứ bị té hoài vậy ông?". Ông Chủ tịch không nín được cười. Thấy ông này không trả lời mà còn nhăn răng ra cười, vị linh mục bực mình: "Ông cười cái gì? Tuần rồi vợ ông đã bị té ba lần rồi đó!".

Tòa giải tội.

Tòa giải tội là một cái hộp gỗ có ba ngăn. Ngăn giữa dành cho linh mục, có hai cửa sổ kéo ra kéo vào, có màn che, có cửa kéo, nằm ở hai bên. Hai bên là hai khoang dành cho giáo dân xưng tội. Khi cửa sổ bên nào mở là cha giải tội cho hối nhân bên đó. Xong, cha quay qua bên kia, kéo cửa, tới lượt người bên đó. Vào quỳ trong khoang tối tăm, leo lét ánh đèn bên ngoài chiếu vào, hồi hộp như sắp lên đoạn đầu đài. Gặp những ngày hè nóng nực, cha con mồ hôi mồ kê nhễ nhại. Chẳng ai muốn chui vào chỗ tối tăm bí bách này. Mùa chay năm 2007, Linh Mục Nguyễn Xuân Quýnh kể: "*Năm tôi 24 tuổi, vừa đi giúp xứ về và trước khi về Đại Chủng Viện Sài Gòn tôi đến nhà thờ dòng Chúa Cứu Thế Kỳ Đồng xưng tội. Khi đến phiên tôi, vừa làm dấu thánh giá nhưng không đọc to tiếng thì nghe một tiếng quát thật to: "Con xưng tội đi, con biết không, cha ngồi đây từ sáng tới giờ, trời nóng, tại sao không xưng tội đi?".* Với tự ái của một chủng sinh, tôi bước ra khỏi tòa giải tội đang khi bao người đang xếp hàng nhìn tôi. Cũng may hôm đó tôi không mặc áo dòng đen. Tôi bước ra vừa xấu hổ vừa bực tức. Ngay lúc đó một vị linh mục ngoại quốc mở cửa tòa giải tội đi ra, hai tay ôm lấy tôi và xin lỗi: *"Cha nóng quá, cha xin lỗi con, con vào xưng tội đi.* Ngài dắt tôi vào tòa giải tội dù tôi chỉ muốn bỏ đi. Vào tòa giải tội, tôi hạch lại ngài tại sao ngài làm vậy. Ngài lại xin lỗi. Tôi xưng tội cho qua lần trong sự bực tức và đi ra. Về nhà tôi vẫn giận linh mục đó mà không làm sao bỏ được. Tôi đã cầu nguyện để được sự an bình vì cứ mỗi lần nghĩ tới là tôi giận vị linh mục đó. Tôi đã bực bội như vậy trên sáu tháng. Thế rồi, một lần kia đang khi tôi cầu nguyện tại Đại Chủng Viện, một ý nghĩ đến với tôi: có bao nhiêu cha Việt Nam chửi mắng con chiên phi lý mà biết xin lỗi như cha ngoại quốc đó. Từ cảm phục, tôi đã tha thứ cho cha đó ngay. Và tôi được an bình. Tôi hứa với Chúa trong lời cầu nguyện bữa đó: *"Nếu một ngày kia con làm linh mục, con sẽ không để cho bất cứ ai là nạn nhân do tính nóng của con trong tòa giải tội".*

Xưng tội cực như vậy, cực cả cha lẫn con, nhưng tại sao giáo dân phải xưng tội. Tiếng "xưng tội" nghe cũng cực. Vậy nên Giáo hội đã sửa thành "hòa giải", nghe nhẹ nhàng hơn. Nhưng trong các nhánh của Thiên Chúa Giáo, chỉ có Công Giáo và Chính Thống Giáo Đông Phương (*Eastern Orthodox Churches*) mới có xưng tội. Bên Tin Lành và Anh giáo không có. Họ tiếp xúc thẳng với Chúa, không qua các mục sư. Lý giải cho sự khác biệt này, bên Công Giáo viện vào Kinh Thánh, trích lời Chúa: "Anh em tha cho ai thì người ấy được tha. Anh em cầm giữ ai thì người ấy bị cầm giữ" (Ga 20:23). Chúa còn nhấn mạnh thêm: "Thầy sẽ trao cho anh chìa khóa Nước Trời. Dưới đất anh cầm buộc điều gì, trên Trời cũng sẽ cầm buộc như vậy; dưới đất anh tháo gỡ điều gì, trên Trời cũng sẽ tháo gỡ như vậy". (Mt 16:19). Vậy là Chúa đã trao quyền cho Giáo Hội của Ngài dưới thế này. Ngày xưa là các tông đồ, ngày nay là hệ thống giáo quyền cầm đầu bởi Giáo Hoàng. Giáo Hoàng chỉ có một mà giáo dân cả tỷ, tràn lan khắp trên mặt đất, làm sao giải tội cho xuể. Ngài theo hệ thống "quân giai", ủy nhiệm cho các hàng Giám Mục và Linh Mục được quyền giải tội.

Xưng tội hay giải tội đều cực cả. Các linh mục chẳng thú vị chi khi phải ngồi nghe toàn những tội lỗi. Lớn có nhỏ có. Linh mục Lê Quang Uy, Dòng Chúa Cứu Thế, đã bày tỏ nỗi niềm : *"Mỗi phiên ngồi Tòa Giải Tội, chúng tôi thấy căng thẳng quá, phải nghe bao nhiêu thứ tội lỗi của cuộc đời. Mệt không phải do ngồi lâu tê chân mỏi lưng, mà mệt vì... buồn, thậm chí gặp trường hợp kinh thiên động địa, bị ám ảnh, không khéo lại rơi vào khủng hoảng, chấn thương nội tâm và xói mòn ơn gọi Linh Mục! Khổ nỗi, suốt 40 ngày Mùa Chay, người ta đi xưng tội rất ư là thưa thớt. Đến cuối Mùa Chay, sợ không còn kịp nữa, người ta đổ xô đến Nhà Thờ, xếp hàng hai kéo dài thành nhiều chuỗi trong Nhà Thờ, có khi tràn ra hành lang, ra cả ngoài sân. Ngồi trong Tòa, thỉnh thoảng thò đầu ra quan sát, thấy chuỗi người hình như chỉ có dài thêm ra chứ không thấy bớt đi.*

Đến khi đã được gần hai tiếng đồng hồ, tai ù không còn nghe rõ lời thú tội của người ta, cổ thấy khan vì khuyên lơn hướng dẫn đã nhiều, lại thò đầu ra lần nữa, lòng thầm hy vọng sẽ thấy chỉ còn độ chục người đỏ lại, không ngờ mấy cha ở Tòa khác đứng lên về trước, thế là người ta dồn hết sang bên mình, phát hoảng!"

Giáo dân cũng ớn tòa giải tội, chẳng muốn nhắc tới những tội lỗi của mình, dù lớn hay nhỏ. Vậy nên họ tìm những lý do để thoái thác việc cực chẳng đã này. Có nhiều lý do lắm. Có người nói họ không muốn vào quỳ xưng tội trong chốn ngột ngạt của tòa giải tội. Có người nói không thấy thoải mái trong những lần xưng tội trước. Cũng có người nói họ không muốn lặp đi lặp lại những điều nhàm chán lần này qua lần khác. Có người cảm thấy mắc cở khi phải nhắc tới những điều mình đã làm. Lại có người cho rằng ông cha có thể còn tội lỗi hơn. Có người không nghĩ rằng tội của họ không được ông cha giữ bí mật như luật định.

Bí mật trong tòa giải tội là điều các vị linh mục phải giữ như giữ gìn con ngươi của họ. Theo Đức Ông Krzysztof Nykiel, Phó Tòa Ân Giải Tối cao tại Vatican, bí mật giải tội không phải là một bí mật bình thường mà là một bí mật được Thiên Chúa đóng ấn và không có quyền lực thế gian nào có thể tháo gỡ. Linh mục phải bảo vệ bí mật tòa giải tội dù có phải tử vì đạo. Giáo hội ra án phạt tối đa cho những người cố tình vi phạm ấn tín tòa giải tội. Linh mục tiết lộ bí mật tòa giải tội sẽ ngay lập tức bị vạ tuyệt thông. Do đó, các tín hữu có thể chắc chắn rằng những điều họ xưng trong tòa giải tội sẽ không bao giờ bị tiết lộ.

Bìa cuốn "Je vous pardonne tous vos péchés"

Tháng 3 năm 2021 đã xuất hiện một cuốn sách gây sôi nổi dư luận công giáo. Đó là cuốn *"Je vous pardonne tous vos péchés"* của nhà báo Vincent Mongaillard, do nhà xuất bản Opportun phát hành, ghi lại lời kể của 40 linh mục ẩn danh những câu chuyện họ nghe giáo dân xưng trong tòa giải tội. Phóng viên này là thứ dữ của nhật báo Parisien chuyên về các vấn đề tôn giáo. Sách ghi những tội ngoại tình, giết người, sống hai mặt, xem phim hoặc các trang *web* khiêu dâm ở sở hay ở nhà, tội của trẻ con, tội của người lớn tuổi. Các linh mục Pháp đã mạnh mẽ phản ứng. Linh mục Thomas Michelet, Giáo sư Thần học tại Giáo Hoàng Học Viện Thánh Thomas Aquino ở Roma, gay gắt: "Bê bối, ghê tởm, không xứng đáng, hoàn toàn là thương mại". Linh mục Michelet công nhận quyển sách này đã phá vỡ bí mật tòa giải tội. Ngài tiếp: "Giáo luật, Điều 1388, khoản 1. Người giải tội trực tiếp vi phạm bí mật bí tích sẽ bị vạ tuyệt thông *'latae sententiae'*, thẩm quyền dành riêng cho Tòa thánh; ai vi phạm dù gián tiếp cũng sẽ bị trừng phạt tùy theo mức độ nghiêm trọng của hành vi phạm tội." Ngay cả khi ẩn danh, những chứng từ này là cực kỳ nghiêm trọng. Chúng ta không bao giờ được tiết lộ cho bất cứ ai hoặc dùng những gì đã nghe trong tòa giải tội vào bất cứ việc gì."

Đoán trước được phản ứng của dư luận, nhà báo Vincent Mongaillard đã viết trong "Lời Nói Đầu": *"Ngay cả đôi khi những lời tâm sự này là chính xác, chúng tôi đã cẩn thận để không có lời kể nào phản bội bí mật thánh của bí tích giải tội. Chúng tôi không muốn các ân nhân của các thông tin này bị mất chức thánh vì tác phẩm thế tục của chúng tôi".*

Xưng tội là chuyện cá nhân giữa giáo dân và linh mục. Nhưng trong những trường hợp như thiên tai, bão lụt, đắm tàu, sóng thần hay động đất gây nguy hiểm chết người tại một địa phương nào đó khiến linh mục không có đủ thời giờ để giải tội cho từng cá nhân, linh mục có thể tổ chức cho xưng tội tập thể. Hoặc trong các dịp lễ trọng đại như lễ Giáng Sinh, Tuần Thánh hay lễ Phục Sinh là dịp có nhiều người muốn xưng tội, linh mục cũng có thể tổ chức bí tích xưng tội tập thể vì nhu cầu mục vụ và vì lợi ích thiêng liêng của giáo dân.

Khi tổ chức xưng tội tập thể, hay còn gọi là bí tích hòa giải tập thể, linh mục gom giáo dân lại, giúp họ xét mình, thống hối ăn năn rồi ban phép tha tội tập thể cho cộng đồng giáo dân. Nhưng dù được tha tội tập thể, nếu ai xét mình có tội trọng hoặc phải giải quyết những hậu quả do tội gây ra, người đó vẫn phải xưng tội riêng với linh mục để được tha thứ sau khi được hướng dẫn việc đền tội.

Chuyện giải tội tập thể là chuyện diễn ra hàng năm trong mùa Phục Sinh tại nhà thờ tôi thường tham dự thánh lễ tại Montreal. Khỏi phải nói, tôi rất khoái lối giải tội giản dị, xóa đi những ngại ngùng và rất...tiện lợi này. Chắc nhiều người cũng nghĩ như tôi. Hình như chuyện hối lỗi kiểu cộng đồng như vậy, đứng giữa không gian khoảng khoát và trang nghiêm của thánh đường, hòa cùng cộng đồng anh chị em kề sát bên cạnh, khiến giáo dân cảm thấy cùng nhau gần Thiên Chúa hơn.

07/2023

VIẾT TỪ BÈ BẠN

LỜI MỞ

Cuốn Phiếm 30 này là một con số chẵn, được phát hành vào đúng dịp sinh nhật 85 tuổi của tôi. Con số 85 cũng là một con số chẵn, chẵn theo kiểu trò chơi trốn tìm thời con nít của chúng ta. Trong trò chơi trốn tìm này, đứa phải đi tìm úp mặt vào gốc cây đếm theo kiểu nhảy 5 số; 5, 10, 15, 20.

Tháng 5 / 2023 vừa qua, tạp chí Ngôn Ngữ đã có nhã ý ra một số đặc biệt viết về tác giả Song Thao, số 25. Lại hai con số chẵn: tháng 5 và số 25. Số bài nhận được khá nhiều từ khắp nơi. Canada, Mỹ, Đức, Anh và Việt Nam. Có lẽ nhờ Facebook nên số bạn bè của tôi rất đa dạng, già có trẻ có, nam có nữ có, đã gặp mặt hay chưa bao giờ gặp mặt. Cuộc quần hùng tụ hội thật đông vui. Từ Canada có các ông bạn Trang Châu, Hoàng Xuân Sơn, Võ Kỳ Điền, Luân Hoán, Trúc Lan. Từ Hoa Kỳ có Lê Hân, Trần Vấn Lệ, Quan Dương, Minh Đạo Đoàn Vinh, Trần Yên Hòa, Minh Ngọc, Trần Thị Nguyệt Mai, Orchid Lâm Quỳnh. Từ Đức có Hoàng Quân. Từ Anh có Nguyễn Hoàng Quân. Và từ Việt Nam có Phạm Hiền Mây và Nguyễn Dạ Quỳnh.

Để tạ ơn những bạn bè đã quý mến chia sẻ những tình cảm giữa người viết với nhau, tôi mạn phép in lại trong cuốn Phiếm 30 này những bài viết đầy giá trị và đậm thân tình của bè bạn. Vậy nên cuốn Phiếm 30 này nảy sinh thêm một mục mới chưa từng có từ trước: Viết Từ Bè Bạn.

Ước mong các độc giả của Phiếm đọc với sự thông cảm cùng tác giả.

VUA PHIẾM

Trần Thị Nguyệt Mai

Bắt chước ông Luân Hoán
Thử bày giấy, cọ, sơn
"Vẽ" chân dung Vua Phiếm
Xem giống chút nào chăng?

Ra đời năm 38
Khi cha ở Sơn Tây
Ngặt quê làng Giáp Bát
Muốn về khai sinh đây

Phải chờ thêm vài tháng
Dĩ nhiên giấy tờ sai
Tử vi chẳng thể chấm
Ngẫm lại, thế mà hay

Không bận tâm lo nghĩ
Phần số như thế nào
Cứ học hành chăm chỉ
Đường công danh, đẹp sao!

Năm 64 tốt nghiệp
Cử Nhân trường Văn Khoa
Đã có những bài viết
Trên Văn Học, Thời Nay,

Thời Việt, Thăng Tiến nữa
Cả nhật báo Con Ong
Đời Nay cùng Tìm Hiểu
Vân vân và vân vân

Tên thật Tạ Trung Sơn
Ký dưới nhiều bút hiệu
Sơn Nhân, Tạ Sương Phụng,
Phượng Uyển rồi Song Thao...

Năm 75 đứt bóng
Nền cộng hòa miền Nam

Phúc cho ông chỉ sống
Trong "đại học" [1] *một năm*

"Ra trường" không thể chọn
Nên làm đủ thứ nghề
Chẳng nề hà việc mọn
Mở quán nhỏ cà phê

Sửa radio, ti-vi
Còn lăm le xây cất...
Nhưng số ông may mắn
Chẳng nhọc nhằn tay chân

Chỉ sau đó hai năm
Được trở về bục giảng
Dạy Anh văn cấp ba
Tại trung học Thanh Đa

85 ông rời nước
Định cư Canada
Xứ lạnh, tình nồng ấm
Vẫn không quên nỗi nhà...

Vốn sống đã rất dày
Vầy cùng nhiều lăn lóc
Với cuộc đời... Nơi đây
Bắt đầu năm 91

---

1. Đại Học Máu – Hà Thúc Sinh

Khởi sự viết truyện ngắn
Khi in tập đầu tiên
"Bỏ chốn mù sương", nên
Thành công rất vượt bực

Được thể, nhảy qua Phiếm
Phiếm 1 rồi Phiếm 2
Cuốn nào cũng tái bản
Chậm chân phải thở dài

Sung sức ông viết tiếp
Phiếm 3 rồi Phiếm 4
... Năm ngoái Phiếm 28
Phiếm 29 năm nay...

Không mang nặng lý tưởng
"Văn dĩ tải đạo" chi
Nhẹ nhàng sống sao sướng [2]
Cười khì là "ăn tiền"

Nói vậy, không phải vậy
Độc giả một đôi khi
Buông sách còn ngẫm nghĩ
Vấn vương lời thầm thì...

Đời thật 4 đứa con
Nhân cho ông thêm cháu

2. Già sao cho sướng? – Đỗ Hồng Ngọc

Văn chương: 29 phiếm
7 tập truyện chào đời

Cộng thêm 2 du ký
Thành 38 chẵn chòi
Tặng ông bao bằng hữu
Quý giá nhất trên đời

Ông xứng danh VUA PHIẾM
Mong ông khỏe, dẻo dai
Mãi hoài mê chữ nghĩa
Tiếp tục viết dài dài

Sẽ chẳng bao giờ chán
Nên ông cứ lai rai
Mỗi ngày một truyện ngắn
Hay phiếm mọi đề tài

Đừng lo, nơi cõi tạm
Mộng Lệ An [3] xinh tươi
Luôn có thừa giấy bút [4]
Giữ ông với cuộc chơi

Một hôm nào sách mới
Theo ông bước vào đời
Cùng nâng ly kính chúc

---

3. Montréal, Canada
4. Lấy ý từ thơ Luân Hoán viết tặng Song Thao

Mừng ông VUA PHIẾM ơi!

Trần Thị Nguyệt Mai
28.3.2023

SONG THAO
TRUYỆN PHIẾM DU
Minh Đạo Đoàn Vinh

Lần đầu tiên gặp anh, Hà Túc Đạo giới thiệu: Song Thao Thời Nay! Tôi ngước nhìn ông bạn mới, anh cao dáng người mảnh, thanh, ngược lại với Hà Túc Đạo thấp và đậm người. Song Thao cười đưa tay ra bắt, cái xiết tay ấm áp chân thành. Tôi nói có đọc anh, Sông Thao trên Thời Nay! Anh đáp: Song Thao! Tôi xin lỗi phát âm sai bị ám bởi "Du kích Sông Thao" của Đỗ Nhuận; thực tình tôi chưa hiểu hết nghĩa bút danh của anh! Anh cười Hà Túc Đạo có nói về "ông", "Khô Vinh"! Khi nhắc đến cái tên đùa trong bè bạn, anh cười thoải mái, cái cười không chỉ là hàm răng khỏe mở rộng với chút kềm chế và cả cặp mắt to hơi lộ nheo lại. Có một chút gì trào lộng, khoái hoạt cái phong thái dễ gây thiện cảm.

Đó là khởi đầu quen biết giữa nhóm chúng tôi kéo dài đến nay có lẽ hơn năm thập kỷ. Phần lớn bè bạn khi nói về anh đều gọi bằng bút danh Song Thao, đến quên cả cái tên cúng cơm của "tiền bối" Tạ Trung Sơn, nếu không có những thiệp chúc Tết hay Giáng sinh in sẵn tiêu đề! Gọi đàn anh thì có vẻ giang hồ quá, nhưng thực tế cả về tuổi tác, kiến thức anh đích thực là tiền bối của tôi! Có lẽ những bài viết, tác phẩm của anh giúp tôi cảm nhận tầm vóc ấy. Anh là dân Hà Nội, học tại trường Dũng Lạc. Hà Nội theo tôi biết có hai trường đạo lớn, một là Dũng Lạc ở Nhà Thờ Lớn và trường Puginier thuộc dòng Lasan. Anh học trường đạo cho đến khi di cư vào Nam thì vào học Chu Văn An, hậu thân Trường Bưởi và

Văn Khoa Sài Gòn; tôi có dính năm cuối học Chu Văn An và năm đầu ghi Văn Khoa Sài Gòn nhưng tình hình Sài Gòn lúc đó quá lộn xộn nên bỏ lên Đà Lạt học. Nếu nói là đồng môn với anh thì hơi quá "bắt quàng" vì đâu bằng vai bằng lứa; so tuổi tác cách nhau khá xa như thầy trò, khi tôi vào học thì anh đã ra trường mất tăm! Cố gợi lại chút truyền thống của mấy ngôi trường này để hiểu và cảm nhận chút phong cách, cá tính trong đời sống cũng như đời văn của anh.

Hà Túc Đạo giới thiệu tôi với anh là bạn cùng học với tôi từ nhỏ. Năm đó là năm cuối sưu khảo Chính Trị Kinh Doanh, khoa Báo Chí Đại Học Đà Lạt nên Đạo về Sài gòn thực tập tại báo Thời Nay và làm tiểu luận ra trường dưới sự hướng dẫn của Giám đốc báo, thầy Nguyễn Văn Thái. Anh nhà báo Hà Túc Đạo này không biết Tam Thánh của chàng là tài nghệ gì? Cái đa tài không rõ lắm, nhưng đa tình thì bạn bè đều biết! Chàng ra trường làm việc ở Sài Gòn, cô bạn gái vẫn còn học trên Khoa Học Đà Lạt, nên chàng không cách chi an tâm và Song Thao mượn lời nhân vật chính trong Bỏ Chốn Mù Sương kể: *"Hoàng tốt nghiệp Chính Trị Kinh Doanh năm ngoái rồi về Saigon làm báo. Nhờ cần cù, xốc vác và xông xáo anh đã sớm có chút tên tuổi trong làng báo Thủ Đô. Tiền vắt tim vắt óc kiếm được anh dùng để nuôi hãng máy bay Air Vietnam. Hãng Air Vietnam được cái diễm phúc như vậy cũng là nhờ...Việt Cộng. Số là Hoàng ở Saigon nhưng lại có cô bồ đang học ở Viện Đại Học Đà Lạt. Cái thỏi nam châm khả ái này kéo anh xuôi ngược Saigon Đà Lạt như một con thoi hạnh phúc. Đang yêu đương nồng nàn như vậy mà lại bị mấy anh mã tấu chặn đường kéo vô rừng thì mất vui đi nên*

Hoàng cứ đều đều góp tiền cho Air Vietnam mua thêm máy bay phản lực".

Vậy mà vẫn chưa yên thân, không hiểu Song Thao có biết không, Hà Túc Đạo tránh trời vẫn không khỏi nắng! Không bị Việt Cộng điểm mặt thì bị quốc gia xách tay! Hắn kể cho tôi biết lần đó vừa xuống máy bay đã bị công an an ninh phi trường còng dẫn vào phòng điều tra vì bị nghi là Việt Cộng! Thẩm vấn hỏi anh có phải là Hoàng Phủ Ngọc Phan không? Oan ơi chỉ vì tên căn cước Hà Túc Đạo là Hoàng Ngọc Phan!

Lại nói, cái lối viết u mặc *(humorous)* của Song Thao không chỉ tếu trên báo mà lan cả ngoài đời, giữa bạn bè gặp nhau là y như cái chợ, mạnh ai người nấy lây tính giễu cợt rất Chu Văn An của Song Thao. Còn Hà Túc Đạo họ Hoàng này gia đình sống bên Lào, bố là đại diện Việt kiều ở Lào! Nên ông Song Thao tặng ngay cho họ Hoàng cái tên rất ư kênh kiệu "Hoàng thân Lèo"! Mà cũng phải trong khi bọn "gia tư thường thường bậc trung" như chúng tôi với Movado, hộp quẹt Zippo thì chàng máng lên tay cái Rolex và châm thuốc bằng hộp quẹt Dupont! Thân tình lắm tôi mới nói: "Mày mang ba thứ của nợ ấy làm gì?". "Để khi cần... cầm có giá!". Cũng phải, ông bạn tôi trọ học mà gia đình ở xa.

Từ đó mỗi lần Hà Túc Đạo đi chơi với đào về, ôi thôi lắm chuyện lắm. Cứ ba ngày nắng bốn ngày mưa không biết đâu mà lường! Có lúc về cười toe, có khi mặt như cái mền, ném cái mũ xuống bàn như ném một con bài binh lủng! Những lúc đó Song Thao ổng đâu có tha, quơ tay kêu gọi "Anh em mau lên, Hoàng thân họp báo!" Hà Túc Đạo đến dở khóc dở cười.

Mối giao tình của bạn bè qua Hà Túc Đạo với Song Thao thêm gắn bó vì báo Thời Nay có vài anh em như Nguyễn Hoàng Quân và tôi cũng đóng góp bài cho báo. Tưởng đâu nhà báo Song Thao chỉ dự họp báo với Hoàng thân Lèo như chuyến du lịch Đà Lạt không dè tiền bối cũng bị cuốn hút vào cuộc vui do Hoàng thân sắp xếp khiến những cuộc đi về giữa trung nguyên lên cao nguyên của hai vị đều đặn như tàu con thoi, chẳng ai thua ai; mãi sau tôi mới biết nguồn cơn! Những sắp xếp trong tình trường cũng hệt như những cuộc đi đêm trong chính trường. Nhân vật nữ trong Bỏ Chốn Mù Sương thuật lại: *"Tôi hai mươi tuổi. Da tôi trắng ngần mượt mà mát dịu. Khí hậu miền núi tặng cho tôi đôi gò má hồng hào khỏe mạnh. Môi tôi như cánh hoa đào. Hai hàng răng trắng đứng xếp hàng thẳng tắp đều đặn. Nụ cười của tôi tươi trẻ thanh xuân rạng rỡ như ánh bình minh. Đó là nhận xét của chị Bích. Và chị cho nhan sắc tôi số điểm ngất ngưởng "mười phân vẹn mười"*.... *"Tiếng Hoàng năn nỉ trong điện thoại: "Sao bà khó thế? Có ai đâu? Chỉ có mấy cô đàn em cũng dân Nha Trang mình vừa chân ướt chân ráo lên nhập Viện cần bà chỉ dẫn cho bước đầu. Có thêm vài ông bạn tôi ở Saigon lên chơi ngắm cảnh coi người xứ hoa anh đào cũng cần bà chỉ dẫn cho...đàn anh đang lạ nước lạ cái"*.

Vẽ đường cho hươu chạy là thế đấy! Lúc ấy chắc đàn anh thấy em út ong bướm đến sốt ruột. Dẫu lấy cái tên Song Thao ra mà bàn, thằng bạn sính chữ góp ý, chữ Thao Hối như Thao quang dưỡng hối, che dấu nỗi lòng, dễ gì mấy ai giữ được! Tiền bối cũng chỉ "Dĩ lạc thao ưu" Dùng cái vui giấu cái ưu tư khi người ta vướng vào bất cứ cuộc tình nào, dù tôi chẳng chút nghi ngờ năng lực đàn anh. Với tài du thuyết, du tình của người, cuốn tiểu thuyết ngôn tình ấy tất ắt đắt giá, đúng y như rằng, chẳng bao lâu giai nhân xiêu lòng theo chàng mà "bỏ chốn mù sương" về nơi nắng ấm:

Giấc ngủ miền xa ôm trời núi dựng
Bên rừng nhớ nắng trung nguyên

(Kim Tuấn).

Câu chuyện *happy ending* với hồi kết: *"Những ngày trống vắng sau đó đã đưa tôi tới một quyết định: tôi phải về nơi đáng lẽ tôi phải có mặt. Còn một năm chót tôi sẽ về học ở Saigon. Tôi viết thư cho bà chị ngỏ ý muốn về trọ học. Tôi âm thầm tiến hành thủ tục ghi danh. Tôi báo tin cho Trung. Tôi thu xếp mọi việc một cách gọn gàng thuần thục như được soi sáng bằng một mặc khải nào đó. Hình như vạt nắng thắp sáng trên mắt Trung ngày nào trên thác Cam Ly cứ quẩn quanh trong tâm trí tôi. Và tôi thấy dâng lên trong tôi một niềm tin mãnh liệt. Ngày rời học xá chân tôi nặng nề đổ xuống con đường dốc. Chiếc va ly trên tay hay nỗi lòng tôi ngổn ngang trăm mối đã làm trì trệ đôi chân tội nghiệp. Xuống hết con dốc tôi đặt va ly xuống đất quay người nhìn lại. Những khóm hoa muôn màu ngoài sân, ngôi nhà thân thương im lìm dưới nắng chiều và chiếc cửa sổ phòng tôi, tất cả như quá vô tình với tôi. Tôi chẳng biết mình vui hay buồn. Tôi quay lưng bước đi để lại học xá ở phía sau."*

Cuộc thành hôn của Song Thao và Diệu Hương là khởi đầu cho những chân trời hạnh phúc. Có dịp nào tôi đến thăm anh chị, không quên được cảnh đầm ấm gia đình những đứa con trai gái hồn nhiên trong sáng như thiên thần, kết một cuộc tình được ươm lên trong một thành phố thơ mộng, của cỏ hoa, của những dấu tích kỷ niệm. Xin gửi anh chị một khúc tình ca gợi lại đôi hình ảnh các cuộc tình sinh viên thuở nào:

Đà Lạt diệu vợi cỏ hoa
Ngày trở về soi từng kỷ niệm
Căn nhà gỗ cửa sổ tường rêu
Tử đinh hương rải phấn
Hãy đổ đầy chúng tôi
Bằng hương da đào hoa của các em
Tuôn ra từ các giảng đường
Sũng đầy ký ức ngày mưa
Chiếc dù che chung niềm bí mật
Nụ hôn
Kính mừng các em xóm học
Đã dâng đầy hạnh phúc chúng tôi
Anh đào trở lại
Các em cũng trở lại với Xuân thì
Trên các lối đi
Forget me not
Học xá đồi hoa lối về
Pensée
Cửa sổ phòng em
Muguet
Hãy đánh thức em những hoa chuông nhỏ hò hẹn trữ tình
Những tờ thơ trao nhau đều như giảng khóa
Câu hát buổi chiều xuống phố

Thơm hàng quán vỉa hè
Tiếng dương cầm ngõ đêm
Chopin Nocturne
Hoài niệm nao nao.
Marguerite cánh sao phủ cuối tường
Mặt hồ màu nắng xa xăm hồn nhiên trắng xóa...
(Đoàn Minh Đạo)

Minh Đạo Đoàn Vinh – Song Thao – Hà Túc Đạo.

Nếu nói mỗi người sinh ra đời đều dưới một ngôi sao bản mệnh thì ngôi sao của Song Thao khá lấp lánh. Tiểu hay đại đăng khoa đều thuận lợi. Lúc đó đường công danh hoạn lộ của chàng đúng thời tấn phát. Mới thành hôn xong vợ chồng chàng đã được ông bà cụ chia cho một căn nhà khang trang, trong khuôn viên xây nhiều căn cho các con có thể sống quây quần với nhau như một tiểu gia trang bên Thị Nghè. Dịp đến thăm anh chị và thán phục các cụ thân anh đã chu đáo sửa soạn cho con cháu; cần nhất phải ổn định cuộc sống, trong tinh thần người xưa: Tri chỉ nhi hậu hữu định! Trước tiên phải có nơi sống chắc chắn. Nếu đọc truyện Song Thao viết thì mới hiểu đây là cơ ngơi thứ hai, cái đầu là ở Hà Nội phố Trần Xuân Soạn cũng lớn không kém đã bỏ lại để di cư vào Nam 54! Ở Hà Nội tòa nhà nhiều tầng với nhiều phòng ốc sau này được phân cho mười hộ gia đình cán bộ ở. Khi anh thăm lại mọi thứ đều xuống cấp, hư hỏng thảm hại. Trong *"Chốn Cũ"* anh nhắc lại những kỷ niệm Hà Nội từ phố xá, trường học với những hoài niệm niên thiếu, những nuối tiếc day dứt, xót xa của tuổi 15-16 mà tôi nghĩ với Song Thao những ngày vào Nam chắc hẳn có nhiều dịp ký ức Hà Nội trở về, giữa những ngày Sài gòn se lạnh tưởng đâu cái rét nàng Bân xưa làm xao động tâm hồn, như một hoài cảm thắt tim!

Nay người tìm về cố quận lòng mang nặng nhớ thương từng góc phố, con đường, mảng tường, mái cũ, vỉa hè nay đã thành chợ vải: *"Đất thánh của tuổi thơ tôi. Mắt tôi hoa lên vì tức. Người ta đã ăn cắp vỉa hè của tôi. Tôi ngậm ngùi trước nhà cũ. Ngót nửa thế kỷ lưu lạc, tôi mới trở về. Tôi có phải khóc không nhỉ? Mắt tôi khô đi vì xúc động. Tôi đứng lặng người. Hình ảnh những ngày cũ quay mòng trong chiếc đầu đã hai thứ tóc, những sợi tóc bạc mầu nhung nhớ nằm lẫn lướt những sợi tóc ngày xanh."*

Một Hà Nội lầm than, lạc hết phong cách, dù xưa kia giấy rách vẫn phải giữ lấy lề. Khi cái hạ tầng nhếch nhác ấy nắm đầu cái thượng tầng; khi cuộc cách mạng thứ nhất vừa qua đang lăm le xốc tới ván nhì, xây dựng Xã Hội Chủ Nghĩa thì chỉ thấy đổ nát chưa biết về đâu! Vì thực tế bày ra: *"Chắc đã lâu, tòa nhà không biết mùi vôi vữa gì. Hai tấm hoa văn trắng chạy dọc từ trên xuống lấy gió và ánh sáng cho cầu thang nay đen đủi thảm hại. Chấn song sắt trên các cửa sổ nhìn ra đường vẫn là chấn song xưa nay đã bị thời gian gậm nhấm lồi lõm. Những cánh cửa vênh váo, sứt mẻ, tróc sơn không biết có còn đóng kín lại được không? Phương đứng bên tôi, ngắm tòa nhà, giọng e dè. "Nhà anh đấy hả?". Tôi gật đầu không nói gì. Phương dựa tay lên vai tôi, ghé sát tai nói nhỏ. "Anh là con địa chủ!"*

Câu nói vô tình khiến cố gắng chắp nối với quá khứ của nhà văn bỗng bị khựng lại. Dòng hồi niệm hiện ngay những biến cố lịch sử nửa thế kỷ tưởng đã qua đi như cơn ác mộng, nhưng bỗng hiện về đè nặng trên vai; nào kháng chiến, chiến tranh Quốc Cộng, cải cách ruộng đất, Nhân văn giai phẩm, Mậu thân, 30 tháng Tư, cải tạo, vượt biên…một vòng lịch sử tàn nhẫn, khốc liệt, vô lý… người ta gán cho nhau những tên gọi vô nghĩa để đàn áp, tiêu diệt, để khủng bố, để thuần hóa lớp người bị trị! Chung kết là một giai cấp bóc lột mới hình thành: Cộng sản! Chắc những ý nghĩ này vụt hiện trong đầu nhà văn khi nghe câu: *"Anh là con địa chủ!"*. Không lẽ bài học cải cách ruộng đất phi nhân còn ảnh hưởng truyền đời? Nhưng cái tâm lành của anh luôn nhìn thấy mặt sáng và tìm được lý do để cảm thông: *"Tôi quay phắt người lại. Phương buông tay khỏi vai tôi, đứng sững. Tôi nhìn chằm chặp vào mặt Phương. Khi chiến tranh kết thúc, Phương còn chưa tượng hình trong bụng mẹ. Em học ở đâu được cái danh từ tưởng đã phải bị chôn vùi với thời gian từ lâu rồi. Mắt tôi chắc lạ lắm. Tôi thấy vẻ sửng sốt trên mặt Phương. Khắp người tôi ớn lạnh trước giọng nói nhởn nhơ của em. Mặt Phương bỗng giãn ra. Miệng em nhếch lên bày ra một nụ cười bằng hai hàm răng muốt mát. Cũng may! Phương có nụ cười hiền, thật hiền."*

Song Thao với Nguyễn Đình Toàn có thể nói là đồng trang lứa. Di cư 54 anh 16, Nguyễn Đình Toàn 18. Nhưng sự cách biệt nhỏ ấy lại cho ta hai nét hoài niệm về "chốn cũ" khác nhau. Tuổi trẻ đầu đời mỗi năm thân xác và tâm hồn đổi thay rất lớn. So ký ức 8 tuổi của tôi về Hà Nội thì chỉ đầy những trò nghịch ngợm! Trong "Áo mơ phai" của Nguyễn Đình Toàn tìm lại quá khứ qua hình ảnh được Xuân Diệu lãng mạn hóa *"Đây mùa Thu tới, mùa Thu tới/ Với áo mơ phai dệt lá vàng"*, hồi niệm trên trang văn người thanh niên Hà Nội ấy nhuốm đậm ưu tư, nỗi sầu mộng của những cuộc tình chia ly Nam Bắc. Nhà văn họ Nguyễn mô tả: *"Cái màu xanh của lá sẫm lại trong mùa Thu kéo dài sang mùa Đông, bao giờ cũng làm cho Hà Nội có một vẻ xanh xao ủ ê"*. Ủ ê ấy chính là sầu muộn trong lòng kẻ tha phương. Nhưng Hà Nội sau 50 năm trở lại trong mắt Song Thao nó thực tế hơn, nó phũ phàng hơn, dẫu vậy những nét thân thương của "đường xưa lối cũ" tha thiết ấy mấy ai đã chối bỏ được: *"Tôi vẫn nhận ra cái ngã tư này. Hàng cây xanh trên đường Ngô Thời Nhiệm vẫn đứng như vậy chờ tôi từ nửa thế kỷ trước. Từ con đường Trần Xuân Soạn chạy ngang trước cửa nhà tôi quẹo trái là những bóng cây lực lưỡng hơn, nơi những chú ve sầu họp nhau lại kêu ra rả suốt mùa hè. Bây giờ đang mùa đông, ve sầu vắng bóng. Những con sâu tiền thân của ve chắc còn đang nằm im lìm dưới lòng đất chờ tới đầu mùa hè sẽ nhích dần lên gốc cây để hóa thân".*

Miền đất chỉ sống động khi nó được nối kết với hồn người. Sợi dây ràng buộc mong manh ấy có thể chỉ là những rung động của mối tình "chanh cốm" khi xưa Hà Nội. *"Tuổi của nàng tôi nhớ chỉ mười ba / Tôi phải van lơn ngoan nhé, đừng ngờ."* (Nguyên Sa). Khói sương cuộc tình ấy nằm trong vùng mây ký ức, bỗng trở về thì đã thành "Tình già" hơn của Phan Khôi, âu là : *"Năm mươi năm sau, tìm về đất cũ gặp nhau: Đôi cái đầu đều bạc. Nếu chẳng quen lung, đố có nhìn ra được? Ôn chuyện cũ mà thôi. Liếc đưa nhau đi rồi, con mắt còn có đuôi."*

Câu chuyện tâm tình nhẹ nhàng qua ngòi bút của nhà văn Song Thao mà tôi rất yêu, rất xúc động được kết thúc như sau: *"Tôi muốn hỏi cô Chuyên?".* Mắt Chuyên nheo lại. *"Cô Chuyên?". "Vâng! Cô ấy khoảng mười ba tuổi". "Làm gì có cô Chuyên nào ở đây! Ông có nhầm nhà không vậy?". "Không. Tôi không nghĩ là tôi nhầm. Tôi ở xa về, mới hỏi thăm nơi nhà cũ của cô ấy và được người em cho địa chỉ ở đây."* Chuyên run lên. *"Anh Ngạn phải không?"*

Bao chuyện xưa như thước phim cũ tái hiện:

"Chuyên cười. "Bố em dữ, em biết. Nhưng tưởng chỉ dữ với tụi em thôi chứ. Ai ngờ ông còn dữ cả với anh nữa." Tôi vẫn chưa ngưng được cuộc chơi. " Chắc tại em khai anh ra nên ông ấy đuổi anh chạy xa như vậy cho chắc ăn!" Chuyên luồn ra phía sau, ôm cứng lấy tôi, thì thào bên tai. "Vậy thì

em phải giữ anh cho chắc. Ngày xưa em cũng đã giữ anh như vậy nhưng anh vẫn gỡ vòng tay em chạy mất. Em còn nhớ vòng tay xưa của em không?". Ngày xưa, Chuyên cũng ôm sát lưng tôi, đôi tay ngắn cố nối thành vòng, giọng nồng nàn. Em cầu trời cho ngực em mau lớn để em lấy anh! Tôi đứng như trời trồng. Gió bên bờ đê lồng lộng thổi bên tai. Vòng tay Chuyên chặt chịa. Ngực Chuyên giờ tràn đầy sau lưng".

Lần này Song Thao nhắn Nguyễn Hoàng Quân và tôi Tạp chí Ngôn Ngữ sắp ra số đặc biệt về anh, anh muốn có bài của anh em chúng tôi, những người từng cộng tác với Thời Nay xưa! Nhóm này coi lại đếm không hết bàn tay. Nhất là những người khai phá như anh hầu như không còn mấy ai! Hai anh em chúng tôi lớp trẻ đến với Thời Nay muộn màng nhất nên còn lại! Trả lời phỏng vấn với Lê Bảo Hoàng, giờ đây Song Thao là người có đủ tín dụng nhất nói về một tờ tạp chí đã có mặt trên thị trường sách báo Sài Gòn trước đây 65 năm: *"Tôi tới với Thời Nay ngay từ những số đầu khi còn là sinh viên Văn Khoa và viết cho Thời Nay tới số cuối cùng. Trong năm học, tôi viết bài ở nhà và gửi tới tòa báo. Mỗi kỳ hè, tôi tới tòa soạn ngồi viết thường xuyên. Có số tôi viết tới bảy, tám bài dưới nhiều bút hiệu khác nhau. Những bút hiệu tới ngày nay tôi còn nhớ được là: Sơn Nhân, Tạ Sương Phụng, Phượng Uyển và, dĩ nhiên, Song Thao! Khi nhà thơ Hoài Thương nhập ngũ thì tôi thay anh phụ trách việc chọn thơ đăng báo. Những cộng tác viên của Thời Nay ngày xưa, tôi còn liên lạc được với một số như Hoàng Hà, tức Bác Sĩ Hoàng Bính Tý, hiện cư ngụ tại Úc; Minh Đức Hoài Trinh hiện sống ở Hoa Kỳ; Hà Túc Đạo hiện ở Sài Gòn; Thiên Ân cũng còn ở Sài Gòn; Đông Quân ở Hoa Kỳ. Tổng Thư Ký Khánh Giang đã mất vào tháng 2 năm 2003 tại Sài Gòn, Hoài Thương cũng đã mất. Ông Giám Đốc Nguyễn Văn Thái hiện vẫn còn ở Sài Gòn".*

Cuộc phỏng vấn trên là vào ngày 11/7/2006, thì những người nêu danh hầu như đã ra đi! Chắc chỉ còn Hoàng Hà ở Úc theo tôi biết. Ký ức đẹp về Thời Nay mà mỗi người không khỏi tiếc nuối. Cái không khí tòa báo bình an, thân thiện như một gia đình. Tờ Thời Nay mượn hình thức, khuôn khổ các tạp chí ngoại quốc như *Reader's Digest* của Mỹ hay *Constellation - Le monde vu en français* của Pháp và Thời Nay - Thế giới dưới mắt người Việt! Mục tiêu đem đến những kiến thức hiện đại phổ thông và đại chúng cũng như những tiết mục văn học, giải trí tầm cỡ đã giúp tờ báo định hình qua 15 sinh hoạt phục vụ độc giả cho tới 30/4/1975! Trong bài báo kỷ niệm 10 năm, Thẩm Dương còn kể đến nhiều khuôn mặt, tác giả đã từng cộng tác với Thời Nay : *"Mười năm Thời Nay không quên những Trần Nhã, Đoàn Bích, Trần Thọ, trong những số đầu rồi kế đến những Song Thao, Đoàn Văn Lập, Hoài Thương, Diệu Liên, Phạm Ánh Dương. Đó là những người vắng mặt mang ít nhiều kỷ niệm, có lẽ là kỷ niệm của "thủa ban đầu"* (Thẩm Dương, Về Với Thời Nay.)

Vì phải đi dạy học xa và sau này đi lính; thuộc lớp cuối cùng nên tôi ít có dịp tiếp xúc với anh em viết bài cho báo, may ra kỳ hè hoặc mãn khóa về Sài Gòn có dịp gặp gỡ thân tình với vài người. Trên đây tôi đã lướt qua một chút giao tình với Song Thao, tôi còn trở lại với anh. Tòa báo Thời Nay là một căn nhà phố đường Phạm Ngũ Lão. Bước vào

bên phải ngay cửa là bàn của Cô Ca thủ quỹ và phía trong là
phòng in ấn, tôi nhớ có một máy in Offset Heidelberg KORS
hay KORD gì đó tôi không rõ, vì thường đi vào là leo cầu
thang lên căn gác lửng có bàn làm việc của Khánh Giang,
thư ký tòa soạn và phòng phía trong là nơi làm việc của ông
Giám đốc Nguyễn Văn Thái. Song Thao viết: *"Rồi bài được
chọn đăng. Rồi giáp mặt với Khánh Giang"*! Có lẽ cái thủa
ban đầu với Thời Nay ai cũng qua cánh cửa đó. Cảm tưởng lần
đầu gặp gỡ của tôi với Khánh Giang rất thoải mái. Anh khá cao
lớn so với tầm vóc chung, nước da mỏng trắng với khuôn mặt
bầu bĩnh rất *baby*! Cung cách thân thiện, hào phóng kiểu công
tử nhà giàu Nam kỳ, học trường Tây vừa học vừa ăn chơi tá lả!
Anh là thư ký tòa soạn chăm sóc bài vở cũng là hồn của tờ báo,
góp công tạo nét riêng và lớp độc giả riêng cho tờ báo.

Chủ nhân tạp chí ông Nguyễn Văn Thái là người chừng
mực, tổ chức rất giỏi. Tâm nguyện ông làm báo chí không chỉ

là kinh doanh. Thời Nay với số phát hành mười ngàn mỗi kỳ là một thành tích quán quân lúc đó, những ảnh hưởng đưa đến chủ trương đặt nặng kiến thức, giáo dục. Nhớ một lần ông gọi tôi vào phòng và đưa cho tôi mấy quyển sách như *The living philosophy, How shall we live* hay đại loại như cuốn khá phổ biến *The important of living* của Lâm Ngữ Đường bảo tôi thử theo lối viết đó để viết một loạt bài về ý thức sống và mục đích hành động đối với người trẻ. Tôi thưa, thầy ơi em sợ không viết nổi vì kinh nghiệm và kiến thức chưa đủ. Ông khích lệ, cuối cùng tôi cũng ráng. (Tôi quen gọi ông là thầy theo bạn tôi là Hà Túc Đạo, mỗi lần đi ăn uống, cà phê cùng ông khi ông lên dạy ở Đà Lạt.) .

Trở lại với người lo bài vở ở Thời Nay là Sáu Khoa, Song Thao viết về bạn cũ: *"Tôi không nhớ rõ lần đầu tiên gặp Khánh Giang, chúng tôi đã nói với nhau những gì. Tôi chỉ mường tượng được một vài điệu bộ, cử chỉ và lối nói của anh. Trước ly rượu (Khánh Giang bao giờ cũng phải có rượu) anh cân nhắc câu nói và như khó diễn tả những ý tưởng của mình. Những lúc đó anh thường nhờ vả đến đôi tay khua thành nhiều vòng trong không khí. Trong đời tôi, tuy đã nhiều lần tức bực vì sự kém trí nhớ của mình, bây giờ cũng vậy, tôi không thể nào mường tượng được "sắc đẹp" của Khánh Giang hồi đó. Nhưng có một điều chắc là từ đó tới giờ Khánh Giang đã khác xa. Anh sống một ngày bằng một năm, một năm bằng một đời. ... Nếu Khánh Giang có một tiểu sử thì tiểu sử đó phải có rất nhiều chữ đại loại như "rượu, nhậu, nhảy, OK, té". Và người ta có thể nhìn lối sống của anh trên chiếc xe Vespa EB của anh. Nó hư máy, cong lá chắn, bể lốp, móp méo, vỡ đèn... Dĩ nhiên những "hiện tượng" này không phải không liên quan tới những ly rượu và những cái té. Người buồn nhất vì những cái té đó lại không phải là Khánh Giang mà là ông Giám đốc! Mỗi cái té, đối với ông Giám đốc, là một ngày không có mặt Khánh Giang trong tòa soạn, một ngày anh Ba Dân – sếp thợ chữ - nhăn nhó, gãi đầu gãi tai đòi bài, một ngày báo ra trễ. Báo ra trễ là điều lo sợ nhất của ông".*

Song Thao kể về những kinh nghiệm mưa nắng bất thường của Khánh Giang. Và tôi gặp anh thường là kỳ hè. Khi thì anh đang vui vẻ bia bọt một bàn. Có lúc thấy anh đang bận tíu tít trong tòa soạn. Nhưng không sao chỉ dăm phút là anh xong việc! Có bữa thấy anh gạch chỗ nọ xóa chỗ kia, xé dăm trang kẹp lại… nhớ lại trước đây có thời tôi là độc giả ái mộ và trung thành với những sáng tác của Khánh Giang, rất hấp dẫn dễ thương, chỉ tiếc nhiều khi chuyện đang đến hồi gay cấn … bỗng ngưng, hồi đó đâu có biết ai để hỏi! Sau này làm việc với anh, tôi thấy ít có người đặt đề tựa cũng như làm *"chapeau"* lời mào đầu cho một bài báo khi dí dỏm lúc sâu sắc hay được như anh! Tôi có lần thầm cám ơn nhờ anh bài viết của tôi thành trong sáng, quyến rũ hơn nhiều! Nhớ một hôm đến định rủ anh bia bọt lai rai, rồi ngần ngại thấy anh đang mắc công chuyện tính đi ra, anh bảo chờ chút làm xong cái quảng cáo. Anh nói một cái quảng cáo dầu gội đầu thôi, nhanh lắm. Tôi thấy sản phẩm của Lanson nên bật miệng đọc: *"Tóc mai sợi vắn sợi dài / Lanson em gội thương hoài ngàn năm!".*

Anh bỏ bút xuống, đứng dậy nói câu cửa miệng thường ngày: Xong, thôi đi kiếm cái gì mát mát uống đi!

Từ trái sang phải: Song Thao, Nguyễn Văn Thái (đã mất ngày 31/8/2017), Khánh Giang (đã mất vào tháng 2/2003), Nguyễn Hoàng Quân, Hà Túc Đạo (đã mất ngày 24/11/2020), Thiên Ân - (Saigon, 2/2003)

Nhậu với Khánh Giang mới thấy cái vui hào sảng. Bất cứ Martel, Rivalet gì cũng ly cối soda đá chế vừa đậm đưa lên mời anh em: Zô một cái cho nó mát. Thường thì đồ nhậu tươm tất, và bia rượu thoải mái. Thiếu thì ký ứng trước tiền bài nơi Cô Ca. Cô chẳng hơi đâu mà thắc mắc, có lẽ anh em đều có tín dụng! Mỗi cuộc gầy sòng mà Sáu Khoa chủ xị biến thiên khôn lường khó đoán, người đến kẻ đi. Những người bạn của anh rất đa dạng nhưng có một người anh đặc biệt quý mến, đó là nhà văn Nguyên Vũ, một sĩ quan tác chiến và là một tác giả ăn khách của Sài gòn lúc bấy giờ. Nguyên Vũ hẹn đến là Khánh Giang bồn chồn ra mặt. Cũng phải, có bằng hữu từ phương xa đến chẳng là vui lắm sao? Tuy chưa hẳn là tri âm tri kỷ, nhưng có lần Khánh Giang đang ngồi buồn nhổ râu thấy tôi bèn rủ kiếm cái gì uống cho nó mát, tôi gợi ý ra Ngã tư quốc tế kiếm cái lẩu đầu cá hấp. Hết la de đến rượu cũng trễ, bà bán dọn hàng đi về. Chưa đến chỉ, anh Sáu khều tôi về nhà nhậu tiếp. Chàng chạy vespa dẫn đường cũng dễ theo thẳng Trần Hưng Đạo gần Đồng khánh, quẹo vào căn nhà phố mặt tiền, nhìn vô tối thui không đèn đóm, gọi không người mở, lần túi không tìm thấy chìa khóa! Má con nó chắc sang ngoại! Ông để tui! Vậy là chàng đưa vai dựt vô cái rầm, hai cánh cửa xanh bung ra tức thì! Bước vào nhà trên bàn đã sẵn sàng một mâm cơm mở lồng bàn thấy nửa con gà, tô canh, đĩa xào… tối đó đúng uống xả láng sáng về sớm!

Ăn nhậu mỗi người một nết, lâu quá tôi không nhớ hết những người sơ giao, chỉ đóng gọn trong nhóm bốn người chúng tôi: Hà Túc Đạo, còn ký tên Trang Cung một tên ký chung khi chúng tôi làm báo sinh viên. Côn Lôn Tam Thánh lả lướt bao nhiêu thì y lầm lỳ bấy nhiêu trong bàn rượu, y uống đằm và bền, ai tới đâu tôi tới đó. Vừa bập điếu thuốc tay trái vân vê cái hộp quẹt Dupont, nói năng chậm rãi như nhả chữ, hơi cúi đầu liếc nhìn người chung quanh như nhìn bài binh xì phé. Tôi cứ thắc mắc đi đứng như gấu sao hắn lại đào hoa vậy? Vợ tôi nói anh không thấy con mắt ổng đa tình lắm sao? Đàn bà thiệt rắc rối!

Hà Túc Đạo và tôi bạn bè từ nhỏ. Không đồng ý nhau là nói thẳng chẳng bao giờ giận. Vui buồn có nhau. Có lần ngồi quán cà phê trên Đà Lạt, hắn lên gặp được, tay bắt mặt mừng, khi chia tay hắn hỏi mày còn tiền xài không, rồi rút ra 5.000 đồng bảo viết bài gửi không gấp. Chợt nghĩ Thời Nay chơi đẹp quá còn ứng trước, nhẩm tính ít ra phải viết hai bài trả nợ. Sau này mới biết hắn trúng độc đắc! Lần sau về Sài gòn hắn lái cái Citroen đưa tôi đi ăn. Tên này còn nhiều cú phát tài lớn khác nhưng số không giữ được của!

Ngược lại với họ Hoàng. Nguyễn Hoàng Quân cũng bạn tôi thời trung học. Nếu chọn người hiền trong bàn hay trong đời tôi sẽ chọn anh. Trong bàn anh ăn uống từ tốn, chưa bao giờ thấy anh say. Và theo mọi người, anh đẹp trai nhất trong đám bạn tôi và cũng là mẫu người tình thủy chung của quý bà, người chỉ thuộc có bài ca *Only You!* Anh thông minh, học giỏi, hiểu biết rộng. Khi cùng học hai đứa đều thích đọc và cùng có tủ sách khá tốt. Tôi quý và học nơi anh cái suy nghĩ độc lập. Chẳng hạn nói anh thích Thượng Chi Văn Tập hơn Nhận Định! Và tôi không ngạc nhiên khi anh thích Doãn Quốc Sỹ. Có vẻ bảo thủ, dù còn là học sinh chúng tôi đọc đều các tác giả cả trong lẫn ngoài nước. Nên sau này rắn rết sinh ra chúng tôi ít chịu tác hại. Anh thoát khỏi Việt Nam 30 tháng Tư 75. Nhờ khi tập sự ở văn phòng Thủ lãnh Luật sư đoàn Hồ Tri Châu anh có mối quan hệ với Luật sư đoàn Anh Quốc, anh được bảo trợ đến Anh làm việc, học tiếp và là Luật Sư cho chính phủ, một trong những luật sư Việt đầu tiên ở Anh, nay đã nghỉ hưu.

Trở về người đàn anh Song Thao của chúng tôi. Anh nặng như ngọn núi đứng giữa chúng tôi, Tạ Trung Sơn! Hồi đó anh giữ chức vụ chuyên môn trong Bộ Xã Hội, có nhiều chuyến xuất ngoại công vụ hay tu nghiệp. Đi nhiều cũng là điểm mạnh giúp anh có nhiều kiến thức, nhận định và hiểu biết xứ người là đề tài cho những du ký, hay chuyện phiếm vui trên báo. Nhìn cái *Passport* công vụ đóng đầy dấu quá cảnh hồi đó mà thèm. Một lần trên bàn nhậu Khánh Giang cho biết Song Thao mới báo đến Tokyo và có mua một chai Sake, anh em chờ về tới Tân Sơn Nhất là đến ngay! Anh em nhậu tiếp chờ, và Song Thao, người từ xứ mặt trời mọc trở về, tươi cười được nồng nhiệt chào đón bởi nhiều mặt trời trong bàn sắp lặn! Mọi người cầm chai Sake bàn nhau uống nóng hay lạnh đây? *That's a question!* Khánh Giang tiện tay cái ly trống bỏ cục đá rót gần đầy ly: Zô cái cho nó mát! Rồi anh em chuyền nhau mỗi người thử một chút để xem đồ Nhật khác với đồ nhà ra sao.

Song Thao quý và chân thành, tin cậy bạn bè, đó là cái thiên lương của anh. Từ cách sống đến cách viết, từ công việc đến giao du lúc nào cũng chừng mực. Thái độ lạc quan; giọng văn của anh không nghiêng về lối phúng thích, lối châm biếm, trào phúng mà theo tôi là lối văn u mặc *(humour)*, thâm trầm, nhẹ nhàng, hóm hỉnh hơn, không nhắm đả kích, chỉ trích hay chế nhạo. Hướng tới đề cao xây dựng và hòa đồng. *"Thực ra Phiếm không phải là một thể loại mới viết của tôi. Tôi đã viết phiếm trên Thời Nay ngày xưa ở Sài Gòn, trên Nắng Mới ở Montreal khoảng trên mười năm trước đây. Sở dĩ tôi viết phiếm trở lại bởi vì tôi...già! Khi có ý định về hưu, tôi sắp đặt cho tôi một chương trình làm việc thật bận rộn để tránh cái cảnh ra shopping mall ngồi nhìn ông đi qua bà đi lại. Vậy là tôi cứ ngày ngày ngồi gõ computer, giao du với cái anh mặt vuông, cho qua ngày. Không ngờ những bài phiếm đối già đó lại được độc giả đón nhận nồng nhiệt. Tôi làm tới: cho in Phiếm1, rồi Phiếm2, và vừa hoàn tất Phiếm3. Ai ngờ già rồi vẫn còn duyên. Sách bán khá chạy. Phiếm1 hết, vừa tái bản lại. Phiếm2 cũng vừa hết. Hứng chí, tôi chơi luôn Phiếm3 và còn mon men làm thêm Phiếm4 nữa!'*

Từ Truyện đến Phiếm những cuốn sách của anh mang tính lạc quan vui sống, và nếu được, cố sống đẹp với đời! Lối suy nghĩ tích cực ấy giúp anh đạt được những kết quả tốt và niềm vui ngoài mong ước. Tôi nhớ lần ở tù cải tạo về anh đến chơi nhà tôi hỏi tình hình ngoài này ra sao, tôi sống được không? Hỏi đến chuyện tình hình trong ngoài nước, tôi nói lâu nay tôi không quan tâm, hỏi chuyện gì tôi cũng không biết, tôi hờ hững, dửng dưng với xã hội này! Anh nói thế ông còn thua bọn chúng tôi trong tù, chúng tôi biết hết! Không những biết các anh còn đảo ngược tình thế bi quan thành tích cực lạc quan, để sống còn để tồn tại. Anh hát cho tôi nghe những bài hát như Trường Sơn Đông Trường Sơn Tây mà các anh chế lời khôi hài, châm biếm đến khiến chúng tôi cùng bật cười.

Chuyện viết lách của anh cũng là một hiện tượng. Thị trường sách báo Việt ngữ ở đây nhỏ, mà cứ mỗi ngày một teo tóp lại. Báo giấy phải chuyển thành báo điện tử, còn sách số phát hành mỗi lúc một khiêm tốn hơn. Vậy mà Truyện, Phiếm của Song Thao vẫn bán được, vẫn phát hành mới đều đều. Hồi đó tôi thấy anh liên tục in sách hết Phiếm 1 lại 2, 3 đã đùa anh: "Bao giờ ông qua mặt Bầu Long đây?", chẳng là bầu Long chủ gánh cải lương Kim Chung Tiếng chuông vàng thủ đô hồi đó làm ăn khấm khá, mở thêm hết đoàn này đến đoàn khác, đến Kim Chung 6 mới ngừng. Nay Song Thao đã qua mặt bầu Long tới năm lần, anh được tôn là Vua Phiếm. Anh đã tìm được tiếng nói chung của người đọc. Con người ta ai cũng mong được sống vui và hạnh phúc. Và tiếng cười là khởi đầu và là chấm dứt cho một câu chuyện hạnh phúc.

Tôi định phân tích, minh giải một số Truyện và Phiếm của nhà văn Song Thao nhưng thấy nếu cố gắng cũng chỉ là cỡi ngựa xem hoa, mà cái vườn hoa văn học ấy anh cần mẫn vun trồng mấy chục năm nay với tôi nó bao la ước lượng tới gần 12,000 trang sách! Chắc nếu muốn tôi phải dành cả đời.

Ông Vĩnh nói người Annam ta cái gì cũng cười, bớt cười lại vì nó thiếu nghiêm túc. Mấy chục năm trước tôi không chấp nhận và đã suy tôn bằng bài Cái Cười trên Thời Nay. Nhà văn Song Thao qua con đường văn học trong sáng, thái độ mẫu mực, anh hiểu hơn ai giá trị xã hội của tiếng cười, sự hữu ích của nó làm cho xã hội nhân văn hơn, hạnh phúc hơn. Gửi đến nhà văn một tư duy của triết gia Bergson trong tác phẩm Cái Cười *(Le Rire)* như một lời chúc hoan lạc. *"Tiếng cười có chức năng xã hội: Muốn hiểu tiếng cười, chúng ta phải đặt nó trở lại môi trường tự nhiên của nó, đó là xã hội, và trên hết, chúng ta phải xác định tính hữu ích của nó, đó là tính xã hội. Đó sẽ là ý tưởng chỉ đạo cho tất cả các cuộc thẩm tra của chúng tôi. Tiếng cười phải đáp ứng những yêu cầu nhất định của cuộc sống chung. Nó phải có một ý nghĩa xã hội"* (Henri Bergson).

California 4/14/2023.

SONG THAO, THỜI NAY VÀ ĐÀ LẠT

Nguyễn Hoàng Quân

Song Thao và Nguyễn Hoàng Quân. Ngồi phía sau là Hà Túc Đạo (Saigon, 2002)

Tôi giã từ Thời Nay khi nhận giấy mời vào Bộ Binh Thủ Đức. Đã hơn 50 năm từ những ngày nón sắt, ba lô, súng trường, *poncho* nền đất ấy, tôi mới cầm bút lại. Lần đầu cách đây khoảng ba năm, Hà Túc Đạo bất ngờ ra đi không trở lại, vài ngày sau khi báo tin bạo bệnh tới Song Thao, Đoàn Minh Đạo (Đoàn Vinh) và tôi.

Lần này là lần thứ hai cầm bút. Nhưng có khác vì sẽ viết về một tin vui. Ngôn Ngữ số tới phát hành có phần đặc biệt, giới thiệu Song Thao, Bạn ta.

Bạn ta thì vẫn là Bạn ta, nhưng thật ra trong số những

tay viết Thời Nay còn liên lạc ở hải ngoại, ngoài Hoàng Hà ở Úc, Song Thao đúng ra phải là " đàn anh" của cả tôi lẫn Đoàn Minh Đạo.

Khi tôi còn là sinh viên, tập tành viết báo , Song Thao đã nhiều năm là một cây bút kỳ cựu của Thời Nay. Ở tay phải, Bạn ta là chuyên viên một Bộ, lại nắm được một ghế tại các buổi họp liên Bộ tập tành nghề kiểm duyệt.Tôi còn nhớ những buổi chiều ngồi uống la-ve "de la rue 33" chai lớn, với tôm khô củ kiệu, ở con hẻm nhỏ bên cạnh tòa soạn Thời Nay. Có Khánh Giang, có Song Thao, có Hà Túc Đạo, cộng thêm mấy tay viết Thời Nay tình cờ tới tòa soạn trong ngày. Ai ai cũng ngẩn tò te khi nghe Song Thao điểm danh những đoạn phim mà nhà nước Việt Nam Cộng Hòa quyết định vượt quá khả năng tiếp nhận của quần chúng quê mùa chúng ta.

Kỷ niệm của tôi với Song Thao thì đa số là trước 1975, sau đó thì ai cũng ở Bắc Mỹ cả, chỉ có tôi là mò qua tới tận Âu Châu.

Gặp nhau thì có những lần nhậu nhẹt với Khánh Giang *"and all"*. Những lần họp mặt chính thức của toàn thể anh em toà soạn. Lần chứng kiến Song Thao trổ tài văn nghệ, rất trường Bưởi, rất Chu Văn An, với cô em Bắc Kỳ, nhưng không còn nho nhỏ, trong bữa ăn bún bò Huế của toà soạn Thời Nay, do Hà Túc Đạo tổ chức tại nhà. Lần Đông Quân mang từ Singapore về một lô bia đen Guiness, lần đầu mới thấy ở Saigon cho anh em thưởng thức. Lần ông chủ nhiệm Thời Nay chở xe ra Vũng Tàu để cùng nhau uống rượu với mực tươi tại chỗ. Lần có Song Thao, Khánh Giang, Thiên

Ân, Hà Túc Đạo tại bữa tiệc tiễn đưa tôi theo Q. về nhà ở rể. Để rồi cuối năm trong bài phiếm về anh em toà soạn, Song Thao đã tặng ngay tôi một huy chương vàng lao động, vì tôi cưới đúng ngay vào ngày mùng 1 tháng Năm năm ấy, đã "chót dại" ký giấy cam kết là trong suốt phần đời còn lại, sẽ chăm sóc, cuốc rẫy, cày bừa chỉ một mảnh đất rất Huế và rất là nho nhỏ thôi.

Sau 1975 thì có hai lần.

Năm 2002, gặp nhau ở Saigon. Có Song Thao, Hà Túc Đạo, Thiên Ân và tôi, lại rủ thêm ông chủ nhiệm ngày nào Nguyễn văn Thái, mang rượu tới thăm Khánh Giang, khi đó đã bị cắt cụt cả hai chân - không ngờ đó lại là chuyến ngồi bên Khánh Giang lần cuối. Rồi tới lần sang Montreal thăm gia đình, Q. và tôi được Song Thao và Hương (hai Bà đều là dân rất Huế) cho đi ăn bánh đập, sau đó Bạn ta đưa về thăm nhà và tặng toàn bộ tác phẩm đã xuất bản ở Bắc Mỹ…

Nhưng có một lần trước 1975, tôi nhớ mãi, lần lên miền đất thân yêu Đà Lạt, thăm Đoàn Vinh, Hà Túc Đạo, nhóm bạn bè Đại Học Đà Lạt và cà-phê Tùng. Song Thao và tôi buổi sáng đang trò chuyện trước căn nhà trọ sinh viên. Câu chuyện giữa hai đứa chúng tôi, chỉ có Bạn ta và tôi biết thôi, có lẽ và chắc sẽ là không bao giờ chia sẻ với ai.

Sáng tạo của Bạn ta thì dồi dào, phong phú và đi vào đủ mọi thể loại.

Khi còn Thời Nay, cứ mỗi cuối năm là tôi lại mong chờ số báo Xuân với bài phiếm đặc biệt của Bạn ta, viết về anh em toà soạn và các cây bút Thời Nay, từ ông chủ nhiệm tới anh sếp nhóm thợ sắp chữ nhà in.

Nhưng nhất trong toà soạn thì vẫn phải là cô Ca, người thư ký có trách nhiệm cực kỳ quan trọng cho cả bọn cầm bút chúng tôi - cô chính là người chi tiền nhuận bút cho bài mới đăng, ứng trước cho bài đã viết nhưng chưa kịp đăng, và lại còn cả cho những bài chưa kịp viết, chỉ có cái tựa bài đặt ra trong lúc rượu tràn môi. Cô còn rất là rộng rãi với những tập báo mới thơm mùi mực in, lại có đóng dấu "Kính Biếu" đỏ lòm, để cho vui lòng các cô bé gái hậu phương.

Những bài cuối năm ấy, Bạn ta lúc nào cũng hóm hỉnh, duyên dáng, lại thêm một chút khôi hài kiểu phớt tỉnh ăng-lê, nhẹ nhàng nhưng đầy những nhận xét bất ngờ. Các bài viết này phải là tiền thân của những câu chuyện Phiếm mà Bạn ta đã cho ra đời hàng năm, không ngừng từ ngày ra hải ngoại.

Vậy là đã tới lúc tôi xin có lời chúc mừng Song Thao, nhân dịp số Ngôn Ngữ đặc biệt này. Một điểm chấm to trong sự nghiệp sáng tác của Bạn ta, mà tôi nghĩ và mong vẫn sẽ còn một chặng rất dài tiếp nối.

Nhưng, nói riêng với Song Thao thôi nhé, với riêng tôi sáng tác mà nếu tôi phải nhắc tới đầu tiên, vẫn là "Bỏ Chốn Mù Sương", một truyện trong tuyển tập truyện ngắn cùng tên của Bạn ta.

Truyện đã làm sống lại trong tôi cả một khung trời của thành phố mộng mơ ấy, của cái lành lạnh khi ban đêm rời khỏi cà phê Tùng, của những buổi sáng dọc theo bờ hồ khi nắng sớm mai còn lung linh trên mái tóc ai. Một thời của những tình yêu ban đầu thoáng qua như gió thoảng. Của những lãng mạn nhưng trong sáng , của những mong ước tương lai chưa tới, của gần 3 năm chuẩn rồi thiếu úy ở quân

những khuôn mặt thời nay

Phượng Uyên

TÔI không có mặt ở Thời Nay từ những ngày đầu. Theo Khánh Giang kể lại trong số kỷ niệm đệ tam chu niên Thời Nay thì tờ báo khởi đầu với « ba chàng ngư lâm phao thủ ». Nguyễn văn Thái, Trần Nhã và Khánh Giang. Cái « tam đầu chế » của thuở ban đầu nay đã gầy mất một chân : Trần Nhã đang phiêu dạt đâu đó bên trời Âu ở Thụy Điển thì phải Cái thế chân vạc ba cẳng chỉ còn hai. Nhưng từ đó đến nay có rất nhiều chân cẳng khác chống đỡ thêm vào để Thờ

23

trường Chỉ Huy Tham Mưu Đà Lạt, của những ngày thăm viếng hẹn hò, của những sáng sớm thứ bảy vội vã kéo nhau chạy ra Liên Khang, theo những chuyến phi công tập bay vận tải C23, bị đổi hướng từ Huế hay Đà Nẵng lên Đà Lạt, để tôi theo về Saigon, để tôi có được chưa đến trọn một ngày quý báu với ai…

Trong truyện ấy, tôi cũng còn thấy đâu đó bóng hình của chính Bạn ta và Hương, cùng với ông bạn Hà Túc Đạo.

Không cần chi những suy tư, triết lý thời trang về cuộc đời hay thân phận con người, câu chuyện là của lãng mạn, của nhẹ nhàng, nhưng vẫn hóm hỉnh và rất là… Song Thao.

Bây giờ thì tôi sẽ không viết nữa. Từ trong những tập truyện mà Bạn ta đã tặng cho tôi vào một ngày thân ái tháng Chín năm 2004 ấy, tôi sẽ một lần nữa để mình đắm chìm vào một Chốn Mù Sương, của Bạn, của tôi , để tôi lại được quay trở lại một thời đã qua, nhưng vẫn chưa rơi vào quên lãng .

3/2023.

NEW YORK DƯỚI DẤU CHÂN LANG BẠT CỦA SONG THAO

Minh Ngọc

    Tôi đọc Thời Nay cuối thập niên 70 sau khi nó đã bị khai tử năm 1975 cùng với chính thể Việt Nam Cộng Hòa. Lý do thành độc giả trễ tràng như vậy là vì phải đợi đủ lớn để đọc được tạp chí. Lý do được đọc trong thời điểm sách báo bị tịch thu, tiêu hủy, bán ve chai, làm giấy vụn là vì ba má tôi là độc giả trung thành của Thời Nay, đón mua mỗi khi báo ra vào ngày 1 và 15 hàng tháng, cất giấu cẩn mật cho qua cơn sóng gió trong khi vàng vòng đồ đạc trong nhà từ từ đội nón ra đi.

Đã đọc Thời Nay, không thể bỏ qua tác giả Song Thao, cộng tác viên đắc lực thường trực mỗi số báo trong nhiều mục: Những điều trông thấy, phóng sự, phiếm, truyện ngắn. "Những điều trông thấy" nhận định thời sự thẳng thắn, dí

**VIẾT TRONG
KHÓI LỰU ĐẠN CAY**

Những tiếng hô, những khẩu hiệu, những biểu ngữ, những tiếng súng, những lưỡi lê, những viên gạch, những cục đá, những tấm khiên, những mặt nạ, những miếng chanh, những túi ni lông, những tiếng còi, những tiếng hét... đã làm nền cho những ngày rối loạn của đất nước này. Những ngày rối loạn từ mấy năm nay vẫn trở lại hoài hoài. Và lại một lần nữa, dân chúng Đô Thành chảy nước mắt vì lựu đạn cay. Những làn khói trắng ngấm vào làm sót sa từng tấm lòng người Việt.

Tất cả đều quay cuồng. Sự việc rối loạn qua những cuộc xô xát ngoài đường phố. Lòng người rối loạn bên bờ giây thép gai. Những con người tham dự vào guồng máy đôi khi lại là những con người lạc lõng nhất. Có ích gì đâu một ông Thị Trưởng thất thế lại vội xưng mình là tín đồ của một tôn giáo này. Có nghĩa gì đâu một ông Thị Trưởng vừa nhậm chức lại được báo chí gài thêm rất kỹ lưỡng là ông là tín đồ của một tôn giáo kia. Những nhãn hiệu tinh thần chỉ có nghĩa khi con người biết âm thầm sống cho đúng những gì mình tin tưởng, men theo đúng con đường mình đã chọn. Dùng nó để làm một chiếc mộc đỡ phía này che phía kia là vô tình tiêu hủy giá trị của nó.

Giữa cái bối cảnh rối rắm

dỏm, tôi thích đọc để hiểu thêm xã hội thời ấy. Phóng sự, phiếm cũng với giọng văn sắc sảo hóm hỉnh như vậy.

Ngược lại, truyện của ông, ký tên Tạ Sương Phụng, Phượng Uyển, lãng mạn nhẹ nhàng. Tôi mê nhất, hơn hết, là các du ký của ông, cùng với du ký của cô Minh Đức, mở ra một thế giới phong phú thú vị với những chi tiết tỉ mỉ về văn hóa, xã hội, con người, cho một đứa nhỏ giam mình suốt ngày trong nhà đọc sách, không có dịp đi đâu ngoài những chuyến lặn lội rừng núi thăm ba trong trại tù cải tạo. Lúc ấy, tôi không hề ngờ có ngày mình đến định cư ngay New York, thủ phủ thế giới, và rong ruổi du lịch khắp nơi, đặt chân lên những góc phố vỉa hè từng được đọc trong những trang du ký thuở nhỏ trên Thời Nay. Du lịch nhiều nơi, tôi phát hiện lý do tôi yêu thích những bài du ký của ông - tính tôi cũng ham khám phá ngõ ngách xó xỉnh chứ không cưỡi ngựa xem hoa ở những khách sạn nhà hàng sang trọng dành cho khách ngoại quốc và những địa điểm nhàm chán nơi hàng trăm người chen chúc dòm một cái, chụp một tấm hình.

Trước 1975, Song Thao có dịp đi nhiều nơi do nhu cầu công vụ, đi tới đâu ông cũng mò tới hang cùng ngõ hẻm, mạo hiểm với dân địa phương dù nhiều khi bất đồng ngôn ngữ, tìm hiểu đặc điểm văn hóa ở những thành phố khác nhau: New York, Washington DC, Tokyo, Seoul, Hong Kong, Manila. Các bài du ký của ông thành chủ đề trang bìa của số báo. Độc giả theo ông gặp gỡ người quen (ở đâu cũng có), ăn ngủ vui chơi với các sinh viên du học, cho đến người bản xứ trước lạ sau quen, cái thời mà người Việt Nam (Cộng Hòa) đi tới đâu cũng được chào đón niềm nở. Ta được trải qua những đêm thiết quân luật dưới chính thể Marcos, khám phá một phần thế giới cộng sản trong cửa hàng Trung cộng ở Hương Cảng, hít thở không khí hòa bình chờ chiến tranh ở Hán Thành, ngưỡng mộ tinh thần kỷ luật lịch thiệp của dân Nhật, chứng kiến thái độ đối nghịch nhau của người Mỹ về chiến tranh Việt Nam giữa trào lưu hippie, sau khi theo ông lăn lóc ở những phòng trọ bình dân, lang thang khắp phố to

hẻm nhỏ, hàng quán, vật vờ trên chuyến tàu đêm, mua giày ở Ginza, xem hát khiêu dâm bằng... chân giấy ở Đông Kinh, "hát cô đầu" (kisaeng) ở Thanh Châu (Cheongju), đi phà và ăn nhà hàng nổi ở Hương Cảng, diễn văn nghệ ở Manila...

Song Thao dám đi và dám làm, bản thân tôi là dân New York lâu năm cũng lắc đầu le lưỡi chào thua cái bạo gan thám hiểm Times Square, SoHo và khu Harlem của ông. Khi tôi đặt chân đến New York năm 1994, thành phố vẫn còn y như ông mô tả trong chuyến đi năm 1969 - Times Square là khu ăn chơi trác táng với vũ trường, hộp đêm, quán khiêu dâm; SoHo là làng nghệ sĩ (Greenwich Village) với những tòa chung cư cổ kính có phòng trọ cho nghệ sĩ nghèo như Jonathan Larsen tả trong ca kịch *Rent* hay *Tick... Tick... Boom!*, phòng tranh tự phát, quán ăn bình dân; còn Harlem đặc mùi jazz vào ban đêm với những ban nhạc da đen.

Gọi là Times Square vì trụ sở nhật báo New York Times đặt ở đó (dịch ra tiếng Việt phải là Quảng trường Thời Báo chứ không phải Quảng trường Thời Đại như báo Việt Nam dịch tầm bậy), nằm trên đường 42, ngay chạc ba hình chữ Y tách ra thành Broadway và đại lộ số 7 chạy xuống downtown. Lúc ấy, từ Penn Station ra, giữa đại lộ số 7 và 8, đường 34 và 35, đi lên phía Bắc về hướng Times Square thấy ngay những cửa sổ chạy đèn màu hồng màu đỏ "XXX", "SEX", "Adult", "Topless" giữa ban ngày, hoạt động liên tục, ngay cả tiệm sách cũng cùng trường phái. Song Thao viếng thử chỗ hiền nhất chốn này để xem... nút: *"Những cửa hiệu không bao giờ được đặt tên và ngoài cửa chỉ ghi hàng chữ thông thường Books and Magazines. Nếu bạn nhìn hai chữ này và bước chân vào mong tìm những loại sách và tạp chí bạn vẫn thường đọc ở Việt Nam thì bạn sẽ thất vọng. Vì sách và tạp chí ở đây chỉ gồm những loại mang tên và hình ảnh có thể làm đỏ mặt những nhà đạo đức. Nếu muốn dùng một chữ quen thuộc để chỉ những sách, tạp chí, và hình trong những cửa hiệu này tôi sẽ dùng chữ 'khiêu dâm'. Bạn có thể tìm thấy đủ mọi trình độ 'khiêu dâm' nơi đây. Từ những chiếc máy chiếu phim tự động mà bạn chỉ cần bỏ 25 xu vào một chiếc lỗ là có thể thưởng thức một đoạn phim 'thoát y' lâu chừng năm phút, những bộ phim trình bày những thân hình không cần che đậy với giá 20 đô la tới những tạp chí in hình những thiếu nữ hở hang đại loại như tạp chí Playboy với giá khoảng 1 đô la, những tạp chí 'nóng bỏng' hơn phô diễn đầy đủ hình ảnh giống đực và giống cái trên các đảo khóa thân với giá 3 đô la."* (Những Chiếc Nút Nhiều Lời, Thời Nay số 238). Song Thao theo dấu trào lưu mang nút có chữ thông điệp thời đó, nhưng khu phố này còn nổi tiếng với... những chiếc áo thiếu nút. Chiều vừa xuống, đi theo đoạn đường này gặp phải từng nhóm cô gái son phấn loè loẹt, ăn mặc hở hang, chèo kéo đàn ông. Năm 1995, thị trưởng Giuliani, xuất thân thẩm phán, bất thần mở đợt càn quét một đêm. Sáng hôm sau, từ Penn Station ra để đến khóa học, tôi thấy băng nhựa vàng của cảnh sát giăng khắp nơi, các cửa hiệu tắt đèn đóng khóa im ỉm. Từ đó, những quán ăn, hiệu buôn trang hoàng thanh lịch thay thế những cửa hiệu chạy đèn hồng ngày trước. Times Square nay là nơi vui nhộn lành mạnh cho du khách mua sắm, chụp ảnh với thiết kế trang hoàng theo từng ngày lễ khác nhau và những nhân vật hoạt hình, nhiều ban nhạc trình diễn tự do, khách cho tiền tùy hỉ, xung quanh là vô số nhà hát kịch Broadway với biển quảng cáo lộng lẫy, màn hình rộng chạy quảng cáo sáng rực ngày đêm, xứng danh *"City never sleeps"*.

Song Thao ghé làng nghệ sĩ Greenwich Village vào buổi chiều. Washington Square nằm trong khu vực New York University, cũng như Cambridge của Harvard, nên dễ hiểu khi ông gặp đám đông thanh niên thiếu nữ tụ tập quanh bồn phun nước, đàn hát nhảy nhót. Qua khỏi nơi này, làng nghệ sĩ vắng lặng về đêm: *"Dưới ánh đèn vàng vọt lười biếng, đường phố khu Village mang một vẻ trầm trầm khắc khoải. Những khung cửa đóng kín, những dáng người lầm lũi bất cần đời, những khuôn mặt không thiết nhìn những người chung quanh cùng cái không khí mang mang kỳ quái khiến du khách cảm thấy xa lạ với khu vực danh tiếng này. Một vài tiệm cà phê tối tăm cùng những cửa hàng bán họa phẩm cũng không đánh tan được sự trống vắng trong lòng khách lạ."* (La Cà Trong Khu Nghệ sĩ, Thời Nay số 239). Sức sống ban đêm ở đâu? Song Thao khám phá khi đẩy cửa vào một *bar* tràn ngập không khí ồn ào náo nhiệt, ăn nhậu hát hò, rất "nghệ sĩ": *"Thỉnh thoảng lại có một ca sĩ ăn mặc xốc xếch từ ngoài cửa chạy vào xồng xộc bước lên máy vi âm la hét khoảng chừng nửa tiếng rồi ngả mũ đi từng bàn xin tiền sau khi đã báo động khán giả bằng câu tuyên bố nghèo. Nếu quý vị thấy thích tài trình diễn của tôi thì thưởng cho tôi một số tiền. Nếu không cũng xin cho tôi một nụ cười."* SoHo ngày nay là khu sang trọng, có những hiệu thời trang lộng lẫy, quán ăn đắt tiền, nổi tiếng là nơi tụ tập của giới đồng tính

(LGBTQ+), chiều tối đi trên đường gặp nam thanh nữ tú dập dìu, không biết ai nam ai nữ. Vào ăn ở đây tuy ngon nhưng rất mệt vì đông đúc giới trẻ cười đùa ồn ào, muốn nói chuyện phải hét to, ra khỏi quán đau cả họng.

Song Thao còn bạo gan đi xe *bus* lên Harlem la cà trong quán rượu hát jazz tới ba giờ sáng, việc mà đa số dân New York (không phải da đen) rụt cổ lắc đầu. Khách trong quán rất thân thiện hòa đồng, ai muốn lên đàn hát cứ việc, khiến tác giả cao hứng hát tặng hai người bạn da đen trên xe *bus* bản "Bây giờ tháng mấy"! Harlem bây giờ nhếch nhác bẩn thỉu, dày đặc các cửa hàng, dịch vụ toàn bằng tiếng Spanish, chạy xe giữa ban ngày không dám hạ kính cửa sổ, nhà hát Apollo lừng danh chỉ còn quá khứ vàng son. Họ hàng, người quen tới New York, đòi đi chơi Harlem, tôi trợn mắt hỏi "Muốn nạp mạng hả?". Cái thời jazz lãng mạn đã xa lắc rồi, đừng đọc bài của Song Thao từ năm 1969 mà tưởng bở.

New York là thủ phủ thế giới với trụ sở Liên Hợp Quốc, quy tụ đầy đủ các nguyên thủ quốc gia mỗi kỳ họp, dĩ nhiên là thành phố đa chủng tộc nhất thế giới, với dân chúng nói gần 200 ngôn ngữ khác nhau. Trong phim *Inside Man*, khi nghe được đoạn ghi âm bằng tiếng ngoại quốc, Denzel Washington trong vai sĩ quan điều tra hất hàm bảo thuộc cấp hỏi đám đông hiếu kỳ đang xúm xít bên ngoài, *"This is New York. Someone must know what language it is."* Có lần, John Rocker, tay ném bóng chày của đội Atlanta Braves, phát biểu về New York với giọng khinh thị: "Thành phố gì mà ngồi xe điện ngầm nghe đủ thứ tiếng ngoại trừ tiếng Anh". Đến thành phố phong phú sắc tộc như vậy, Song Thao cũng có nhiều bạn để đi ăn cơm Nhật, nói tiếng Anh giọng Tàu, bất đồng ngôn ngữ với mấy anh Thổ Nhĩ Kỳ, có khi quan điểm va chạm lụp cụp như với anh chàng Zambia kỳ thị người da trắng. (Những Tên Bạn Tạp Chủng, Thời Nay số 240).

Có lần, nói chuyện Thời Nay, tôi hỏi ông có ý định in lại những bài du ký không, ông nói bây giờ ai cũng đi nhiều rồi, đâu có gì mới lạ nữa. Với tôi, là người sống ở New York ngót ba chục năm qua, chứng kiến thành phố thay đổi qua nhiều sự kiện, những bài du ký năm 1969 ghi lại sinh hoạt thời ấy dưới mắt của một du khách không chịu dừng ở mức độ du khách mà tìm tòi thâm nhập cùng dân "thổ địa" vẫn rất thú vị. May thay, ông đã tái bản loạt bài du ký này cùng những bài mới trong tập Dấu Chân Lang Bạt (Nhân Ảnh 2016). Người miền Nam gọi những người "lang bạt" như Song Thao là "chân đi", "có mụt ruồi ở chân". Tôi không biết ông có mụt ruồi ở chân không, nhưng ông vẫn còn ham đi lắm, và vẫn ham viết du ký, súc tích hơn nhiều vì có thì giờ đi dài ngày hơn xưa, chỉ có con Covid mới cầm chân được ông.

New York, 04/2023

SONG THAO – CHÙM TRÁI CẤM NỬA VỜI

Hoàng Xuân Sơn

    Song Thao (ST) là một ông già chịu chơi. Sở dĩ tôi gọi ST là ông già vì anh lớn hơn tôi vài tuổi. Tụi tôi hay nói đùa tay X, tay Y già từ bé. Nhưng thật ra, đó là một cách đùa vui nói ngược: ST ngoài đời, từ mười mấy năm nay, nhân dạng không hề thay đổi.Mặt mày da dẻ vẫn tươi tắn hồng hào. Cứ cho là từ hồi anh bắt đầu viết Phiếm (Tôi gọi ST là Phiếm công. Mà công công thì có bao giờ chịu già đâu, vì tu mi giấu nhẹm bên trong cơ thể). Một chiều ngược khác nhưng tương đồng giữa anh và tôi là ST chồng Bắc vợ Huế trong lúc tôi chồng Huế vợ Bắc. ST tình thiệt là một người lắm chuyện: chả thế mà anh đã ra Phiếm tới cuốn thứ 29 viết đủ mọi thứ chuyện trên trời dưới đất, từ chuyện nhỏ như con thỏ cho tới chuyện vũ trụ bao la hoành tráng. Lúc này đây tôi không bàn tới Phiếm, vì đó là món tủ của chàng, với đông đủ ngàn ngàn bạn đọc nam-phụ-lão-ấu mến mộ. Nếu ai chưa là "fan" của ST xin mời mua Phiếm đọc chơi: bảo đảm sẽ vui đời, mê mẩn theo những câu chuyện ngộ nghĩnh lắm lời của anh. Nhân đây, tôi chỉ xin góp ý một chút về phong cách viết truyện ngắn của nhà văn Song Thao. Bài chẳng phải là phê bình nhận định gì ráo. Chỉ là ngẫu hứng của một kẻ viết không chuyên, liều lĩnh: Song Thao là người có duyên với chữ nghĩa. Mặc dù anh cầm bút đã lâu ở quê nhà, nhưng những truyện ngắn thực sự mang bút hiệu Song Thao (ST) chỉ xuất hiện trên văn đàn hải ngoại từ năm 1991. Tôi nói anh là người có duyên với chữ nghĩa bởi lẽ anh vừa mới trình làng tập truyện ngắn mới nhất: "Cuối Ngày, Một Lần Ngồi Lại" do Văn Mới xuất bản năm 2001. Đây là tập truyện thứ 5 của anh được trình làng kể từ khi cầm bút trở lại ở nước ngoài. Mười năm, 5 cuốn sách xuất bản thoạt nhìn tưởng không nhiều, nhưng ở hải ngoại in ấn được như thế, kể đã là một kỳ công trên trường sinh hoạt chữ nghĩa. Có rất nhiều người viết liên tục từ quê nhà sang tới đất khách mà số sách in ấn cũng chỉ đếm được rất khiêm nhường trên đầu ngón tay. Phương chi ST chưa bao giờ phải dồn hết tài lực cho việc ấn hành các tác phẩm của mình. Tôi tin như thế. Nhìn qua thư mục ST, thấy dường như anh được thiên hạ gánh vác giùm tất! Thế mới đúng là có duyên. Và có tài nữa. Không có tài sao được khi nhà xuất bản Văn Mới đã in cho anh liên tiếp 3 cuốn sách trong vòng 4 năm. Hẳn ông chủ Văn Mới cũng mặn ST lắm nên chịu chi hết mình. Nói chung, cả bằng hữu và bạn đọc đều mặn truyện ST, mà anh cũng đã trổ tay nêm muối đều chi! Bằng chứng là trên báo chí văn học Việt Nam hải ngoại hiện nay nhan nhản truyện ngắn ST. Tôi hỏi đùa anh tu luyện ở đâu mà công lực dồi dào thế? Anh nói đùa lại: nội công thâm hậu chính là tôi (?!) vì rớ tới tờ báo nào cũng thấy thơ HXS. Anh ST à! Tôi tuy mang tiếng là chường mặt hơi nhiều nhưng ngó qua ngó lại cũng chỉ là đánh đấm cọ quẹt bên ngoài thôi (mấy chục niên mần thơ mà chỉ in được hai cuốn thì quả là tệ!). Cứ như anh tượng hình đều đều, lâm bồn sanh con đẻ cháu hẳn hòi mới là dễ nể. Tôi ghen "lồng lộn" với anh rồi đấy! Nhưng thôi, để rán viết đoạn ngắn ngắn này chúc mừng Anh Bạn Già đã cho ra đời đứa con tinh thần thứ 5. Tôi biết đọc đến đây anh sẽ dẫy nẩy lên: "Tôi như thế này mà bảo là già à!". "Vâng! Thưa anh, anh chỉ có già nua tuổi tác thôi (làm ơn nhớ lại giùm ra đường có bao nhiêu người gọi mình bằng bác, bao nhiêu người thưa ôn); nhưng tâm hồn thì còn trẻ lắm. Trẻ măng hà! Không trẻ sao được khi anh ngồi một chỗ mà vẽ ra biết bao cảnh tượng giật gân, cụp lạc. Không biết là do tài hư cấu nên văn chương tiểu thuyết. Hay là chuyện thật đời người?! (ai đâu biết được chỗ ma ăn cỗ!)".

Về cuốn sách mới nhất của ST, phần đọc và điểm xin để dành cho bạn đọc và các nhà chuyên môn. Lại chỉ xin được nói tới một điểm nhỏ mà vô cùng lớn trong quá trình sáng tác của nhà văn "trẻ trung" này: Cái duyên của ngòi bút ST. Ấy thế, anh bạn tôi không những có duyên trong việc mua bán chữ nghĩa mà còn là một cây bút mặn mà duyên dáng lắm trong những câu chuyện kể. Dĩ nhiên là những câu chuyện tình. Không phải là những thiên tình sử lâm ly bi đát. Cũng không đẫm ướt dục tình. Mà chỉ là những tình khúc kín đáo nhưng thập phần khêu gợi. Tôi gọi những tình khúc ST là chuyện tình của Chùm Trái Cấm Nửa Vời. Đấy là những đoạn phim tình cảm của cuộc đời, của những nhân vật nam/ nữ trong những tình huống gặp gỡ va chạm thật ngồ ngộ. Nhiều khi đẩy đưa hơi tréo cẳng ngỗng, mà cái hậu khá dễ thương để lại cho người đọc một chút gì ngẩn ngơ, luyến tiếc. Rồi như gió thoảng bay. Nhân vật ở ngôi thứ nhất của ST có khi là phái nữ. Nhưng chính những nhân vật nam mới làm nên phong cách ST. Đó là những mẫu người tinh đời, lọc lõi.Cũng có khi hiền lành, khù khờ nhưng vẫn luôn được trời đãi theo cái triết lý mèo mù vớ cá rán. Và những nhân vật nữ của anh thì luôn tươi rói. Luôn luôn là những quả chín nà nuột: Có khi là một cô cháu hờ chịu chơi. Một cô em gái bạn của ngày-xưa-bé-bỏng. Một cô chanh cốm sợi nhỏ tóc vàng. Một cô bạn đồng nghiệp dễ thương. Hay một cô bạn đồng hành mắt xanh nom trí thức bụi bụi vv..vv. Biết bao là hương hoa trời đất! Nên chi tôi rất thích đóng vai Nam nhân vật của ST để tưởng tượng ra rằng mình đang (có thể) nhấm nháp nguyên cả chùm trái cấm đầu mùa: Một múi bưởi Biên Hòa ngọt lịm - Một múi mít tố nữ thơm lừng - Hay là một quả tuyết lê, một chùm nho mọng nước miền ôn đới? Đọc ST để thấy mình vẫn còn da diết vì những cái không đâu. Nhưng chính những cái không đâu ấy làm nên cung cách đời sống thật sự. Một đời sống mộng mơ thoát ra ngoài cánh cửa đóng ập tàn bạo của thời gian. Hãy theo chân ST đi tìm để tưởng tiếc về những cái luyến, cái nhớ vu vơ này: Một nốt ruồi hồng trên bờ ngực thanh tân - Một mắt kiếng to tổ bố và miệng cười trẻ thơ giữa trưa hè trên bãi tắm - một vết son ịn hờ trên vai áo - Một cái lắc đầu của chùm tóc nũng nịu - Một cái vịn còn e dè trên eo thon nữ... Chết! Chết thật. Chết theo những đối đáp ngủng ngẳng mà đầy tình ý. Cái trò chơi của ST là đưa ra những trái cấm nửa vời: Làm cho người ta tơ tưởng. Thấy như nhấm nhá được rồi. Mà phút cuối lại hụt hẫng! Anh nhử nhử con mồi trước mắt, vờn qua vờn lại. Rồi bỗng "fẹc-mê-bu-tích" cái rụp. Làm người ta chới dzới, hỏng giò hỏng cẳng hết trơn. Có lẽ cái tinh thần nhà giáo vẫn còn tồn tại sau bao cuộc đổi dời mà tuy viết truyện tình khá ướt át, ST vẫn chọn lựa thái độ "quyết liệt sau cùng": chừng ấy đủ rồi, đừng tơ tưởng thêm nữa! Nhưng dù mô phạm cách gì, ST cũng đã tỏ ra tinh tường trong bút pháp NHEM THÈM (người miền Trung gọi là Dem Thèm). Xem ra chính cái đòn nhắp nhắp nhá nhá con mồi là độc chiêu dụ hoặc làm người đọc (trong đó có tôi) xây xẩm, luôn luôn chờ đợi được đọc những sáng tác mới của ST. Để háo hức chờ xem có "sự cố" gì mới lạ xảy ra không? Rào có bị vạch toang ra không?

ST viết: Cuối Ngày, Một Lần Ngồi Lại. Tôi muốn nói thuội theo: Than ôi! Cuối Cùng, Trái Cấm Hãy Còn Nguyên!

Có bao giờ thưởng thức được trọn vẹn đâu. Nếu bạn đọc chưa tin, hãy sắm toàn bộ tác phẩm ST. Nhẩn nha đọc. Và gẫm xem có cùng một nỗi ấm ức như tôi không?

27-juin-2001

VIẾT VỀ MỘT NGƯỜI VIẾT PHIẾM
Phạm Hiền Mây

I/ SONG THAO, THẦN PHIẾM, VUA PHIẾM, PHIẾM CHỦ

Trong một lần trò chuyện, khoảng đâu mười năm trước, với một nhà thơ mà danh tiếng đã từ thế kỷ hai mươi, khi nhắc về Song Thao, ông ấy nói, Song Thao ư, văn ông ấy, cứ gọi là, các bà, mê như điếu đổ.

Tại sao lại là các bà, mà không là các ông, tôi đồ rằng, người ta thường vậy, nghĩ vậy, âm dương hút nhau, nên trước hết, nên số đông, với các ông nhà văn nhà thơ, sẽ là phái nữ. Mê như điếu đổ là mê như thế nào. Nghĩa là mê đến không biết gì, như người say thuốc lào, phê thuốc lào, nửa tỉnh nửa mơ, hồn xác lơ lửng chín tầng mây xanh, mặc hết cả mọi thứ chung quanh.

Tôi tự nghĩ thêm, thế người đọc mê người hay mê văn, rồi tức khắc, lại thầm trả lời, cả hai, người duyên mà văn cũng duyên, nên đáng để mà mê lắm lắm.

Có người gọi Song Thao là thần phiếm, lại có người gọi ông là vua phiếm, người viết bài thơ Khúc Thụy Du thì gọi ông là phiếm chủ, vì, ngoài viết truyện ngắn, du ký ông ấy còn viết phiếm, số lượng xuất bản đến nay, đâu đã xấp xỉ ba mươi cuốn, cuốn nào cuốn nấy bán đắt như tôm tươi. Không chỉ ăn đứt những người từng viết phiếm về số lượng phát hành, mà cho tới nay, từ đông sang tây, hễ nhắc tới thể loại phiếm là người ta tấm tắc ngay, gần như đầu tiên, Song Thao. Vậy thì phong danh hiệu thần hay vua hay chủ ấy cho ông, tôi nghĩ cũng chẳng gì quá đáng, quá lố cả.

Như nhà thơ Du Tử Lê từng dí dỏm, và, không quá, không thách một chút nào, *ngày nào còn bác Song Thao / vẫn còn mãi đấy phiếm vào phiếm ra.*

Riêng tôi, thì tôi hay ngầm so sánh Song Thao với nhà văn Nguyễn Ngọc Ngạn, một MC gạo cội của chương trình Thúy Nga Paris By Night, bởi từ vẻ ngoài lịch lãm đến lời ăn tiếng nói, chừng mực, lưu loát, trôi chảy cho đến kiến thức lẫn kiến văn của họ cũng đều rất mực làu thông. Nghiêm trang, đạo mạo mà lại duyên ngầm, hai ông, chỉ có thể là, kẻ tám lạng, người nửa cân.

II/ VIẾT PHIẾM, DỄ CÓ MẤY TAY

Phiếm, hay phiếm đàm, phiếm luận là một tiểu thể loại

của tản văn. Đặc điểm chung của phiếm là luôn hiện diện trực tiếp cái tôi của tác giả; là quan điểm, cách cảm, cách nhìn của tác giả và so với việc thông tin sự kiện thì lý lẽ của thông tin sẽ luôn được ưu tiên hơn (*Thôi Về Đi*). Đặc điểm của phiếm còn là sự linh hoạt, phóng túng (xin hiểu phóng túng đây là tự do, không theo khuôn khổ), trong cách hành văn và sắp xếp chi tiết (*Coi World Cup*). Giọng của phiếm luôn ở vị thế cao đàm, ung dung tự tại, vượt lên thói thường, đưa đường chỉ lối cho độc giả đến với những cách nhìn, cách nghĩ, cách cảm khác, tích cực, mới mẻ, ý vị, mang yếu tố rủ rê khám phá, khuyến khích trải nghiệm về thời cuộc, về đời sống nhân sinh.

Xưa, đã nhiều lắm các đại nhân, khi viết, từng sử dụng đến các thể loại gần với phiếm như tạp văn, tùy bút, thời đàm, tiểu phẩm, tiểu luận, bút ký, đoản văn, đó là các tên tuổi như Lỗ Tấn, Tản Đà, Ngô Tất Tố, Nguyễn Tuân, Vũ Bằng, Võ Phiến… (mà với khả năng hạn hẹp của mình, tôi không thể đủ sức biết hết để mà ghi ra đây). Nay, tôi được biết thêm một số người khác, như Đặng Tiến với những tiểu luận phê bình, và, đương nhiên, nhà văn Song Thao, với những tác phẩm phiếm, không chỉ đáng nể về số lượng xuất bản mà còn đáng để nghiêng mình bái phục về chất lượng đề tài, về lối viết tinh tế, duyên dáng, khó ai bì. Một số bài, vượt lên, nó giống với một tiểu luận nghiên cứu hơn vì những chứng cứ, bút lục được thu thập công phu, cặn kẽ, chi tiết, khó thể bắt bẻ, như phiếm "*Nhạc Bolero*", chẳng hạn.

Nên, nếu như, có ai đó từng đọc, mang tâm hài lòng, thích thú mà ưu ái gọi Song Thao là nhà nghiên cứu, một nhà nghiên cứu về văn hóa, xã hội, ví dụ vậy, thì theo tôi, cũng không quá là lộng ngôn.

III/ SONG THAO, PHIẾM LÀ NGƯỜI

Có một truyền tụng, chẳng biết từ đâu, lúc nào, "văn là người", ý là, đọc văn thấy ra sao thì người thực cũng hệt thế ấy.

Nay tôi mượn lại câu trên, chế đi chút đỉnh, muốn biết Song Thao là người thế nào thì cứ đọc phiếm của ông ấy. Đọc hết được thì quá tốt, còn bằng như không có điều kiện, thì tôi tin, chỉ cần đọc năm, bảy câu chuyện phiếm, vẫn thường đăng lai rai trên trang *facebook* của ông, là cũng đủ để đoán ra, ông là người thế nào.

Với một vẻ ngoài gọn gàng, tươm tất, chỉn chu, lịch sự, trang nhã, ông dễ dàng tạo cho người đối diện một đánh giá tốt ngay từ ban đầu, đây là người rất mực đàng hoàng, một nhà mô phạm, một giáo sư, hoặc, một bác sĩ giám đốc. Đọc các câu ông trả lời phỏng vấn hay còn trao đổi với các bạn bè, thân hữu, thì lại càng thấy thêm ra, ông là người có lối ứng xử điềm tĩnh, nhẹ nhàng trong hầu hết các trường hợp. Đặc biệt, là thông minh.

Mà, thông minh thì hay đi kèm với dí dỏm, hài hước. Cả văn lẫn người, đúng vậy, đều thế. Ở đây là phiếm. Xem chữ thấy ra người. Nhìn người ra bút pháp - nhàn tản, giản dị, trong tếu táo có chân thành (*Ông Văn Nghệ*), trong cợt cười có nghiêm trang (*Đạp*), trong hóm hỉnh có ngẫm ngợi suy tư (*Cờ Tây*), trong châm biếm có thư giãn giải trí (*Happy Birthday Mr. President*).

Phiếm của ông cung cấp cho bạn đọc nhiều chi tiết mới lạ, được khám phá bất ngờ nhưng có chọn lọc, nên trở thành giá trị trong đời sống trùng trùng sự kiện (*World Cup 2022*). Lối phê phán của ông là lối phê phán ẩn dụ, kín đáo; nghiêm mà hiền từ, ân cần; chậm rãi, từ tốn mà không lê thê, không làm nhàm chán người nghe; thiệt mà chơi chơi mà thiệt.

Khi được hỏi về chuyện nghề, ông cởi mở, không giấu giếm, viết cũng như đu dây làm xiếc, không những cần vững tay để khỏi té mà còn phải trình diễn cho hay; hoặc, văn phong là con người của tác giả, cứ thành thật khi viết là ló ra cái văn phong của mình, nếu điệu đà bắt chước người này người kia thì độc giả biết ngay là đồ giả, nhưng xây dựng truyện thì phải có kỹ thuật, đó là cách đóng mở, thêm gia vị, không lạt quá mà cũng không mặn quá.

Tài viết phiếm của ông, chắc phải kể thêm, ông viết về vấn đề tế nhị mà đọc không bị đỏ mặt *(Cỏ Dại)*, ông đụng đến những chuyện nhạy cảm mà không gây khó chịu cho người xem. Văn ông không hấp tấp, vội vã, đọc mà như đang đối diện cùng ông và nghe ông nói (*Nước Mắm Vạn Vân*). Câu chuyện càng về cuối càng hay, khiến chẳng ai muốn rời, dù đã kết thúc *(Gỏi Đu Đủ)*. Nó khớp với quan niệm của ông về việc viết, trà ngon thì phải có hậu vị, tác phẩm hay là tác phẩm khiến độc giả cứ còn vấn vương mãi, sau khi đọc xong.

IV/ SONG THAO - PHIẾM CHỈ LÀ PHIẾM THÔI

Ấy là tôi đọc ở đâu đó, trong một bài trả lời phỏng vấn, không nhớ của nhà văn Hai Trầu - Lương Thư Trung hay nhà văn Hồ Đình Nghiêm, Song Thao khiêm tốn khi được hỏi và trả lời - phiếm chỉ là phiếm thôi.

Như Nguyễn Du, mua vui cũng được một vài trống canh, như Bùi Giáng, vui thôi mà, Song Thao cũng, phiếm chỉ là phiếm thôi.

Sự kính trọng của bạn đọc với các tác giả, không bao giờ chỉ do bởi tác phẩm mà nên. Nếu bởi tác phẩm, thì cao lắm chỉ là sự ngưỡng mộ về tài văn. Nhưng kính trọng thì phải bao gồm cả tác phẩm lẫn tính cách thực của tác giả trong đời. Và một trong những làm nên tính cách riêng đáng cho người ta cảm phục ấy chính là sự khiêm tốn, khiêm tốn chân thành chớ không phải kiểu khiêm tốn làm dáng.

Sau khi dẫn mấy câu thơ, *dẫu từ lâu bỏ việc văn chương / thiệt tình tên bạn ta không nhớ / nhưng mà trông mặt thấy quen quen / hề chi ta uống cho say đã / nào có ra gì một cái tên* (Tô Thùy Yên), Song Thao khiêm cung trả lời độc giả, viết lách với ông, là một cách thế để vượt ra khỏi những tù túng; viết là vì thích viết, chẳng bắt những trang chữ khệ nệ vác một sứ mệnh nào cả; viết là một cách giải thoát nên văn dĩ tải đạo là một ý niệm xa lạ; viết trước hết là viết cho mình, nên chỉ cần viết với trách nhiệm và lương tâm của mình.

Ông nói thêm, viết phiếm chỉ cốt làm sao cho người đọc cười được, tốt cho sức khỏe tinh thần và thể xác; ngày xưa, những bài viết của tôi nặng về phần chỉ trích, chế giễu, đòi hỏi và có ý hướng cải tạo xã hội; ngày nay, viết là viết lấy vui, cười với nhau, ngẫm nghĩ với nhau một cách chung chung, ba lơn ba cợt; tinh thần và bài viết xưa nay đã khác nhau xa lắm; xưa vừa viết vừa đi làm, nay viết như một cái thú, thích thì viết, hứng thì viết, chẳng ai bắt, chẳng vội vàng chi, cứ như rong chơi vậy.

Ôi, ông Song Thao ơi, ông rong chơi thôi mà sung sức đến thế ư, tôi đồ rằng, gộp lại cả truyện lẫn phiếm và này kia kia nọ, chắc cũng đến nửa trăm chớ phải chơi, các tác phẩm đã xuất bản. Ông rong chơi mà văn của ông trôi chảy như suối trên ngàn băng băng đổ xuống, có bao nhiêu lên thác xuống ghềnh thì ông cũng đều một tâm thế ấy, vững vàng mà đằm thắm, cười cợt dí dỏm mà không gây hấn cự nự với cuộc đời.

Ông rong chơi nhưng lại viết về những điều có thực *(Bún Chả Hà Nội)*, ông đang khiến độc giả mắc cười vì những chuyện tiếu lâm, lại ngay lập tức, ngoạn mục, khiến người ta chuyển ngon lành sang trạng thái bùi ngùi, cám cảnh, nghe cơn buồn chợt từ đầu từ đâu xộc đến, mênh mênh mang mang *(Già Khú Đế)*. Ông rong chơi mà phiếm nào của ông cũng rất thời sự, ông viết kiểu gì cũng thấy hơi hướng của văn chương khi mà ông lãng mạn đưa vào thêm thơ văn trích dẫn, đưa vào thêm các giai thoại của bạn văn *(Ngày Cao Niên)*.

Rong chơi như ông, tôi đây cũng thèm, và triệu triệu người trên hành tinh này, mơ ước.

Để kết bài, tôi muốn mượn, ngẫu nhiên, câu kết dưới đây, trích trong "Tuân", trước là để ngợi khen văn ông, vui chơi thôi mà bút lực hết sức trầm tĩnh, sâu xa, sau nữa là để cảm ơn các bạn đã chịu khó đọc hết bài của tôi về một tác giả đặc biệt, đặc biệt ngay cả trong tên hiệu, tên đời, Song Thao - Tạ Trung Sơn. Câu ấy như sau:

"Cho tới bây giờ tôi vẫn ân hận vì ngày đó đã không nhìn thấy tầm vóc lớn lao của Tuân Nguyễn trong cái dáng gầy guộc như gánh hết cái gầy của con người trên thế gian này. Tưởng anh chẳng bao giờ là một tình nhân, nhưng thực ra anh có một mối tình lớn: tình yêu nhân loại".

Mới thấy, giữa tưởng, tưởng như, tưởng chừng và thực ra, lúc biết ra sự thực, giá trị đánh đổi của nó luôn là nỗi nuối tiếc muộn màng, là niềm ân hận, day dứt khôn nguôi, cứ thế, suốt cả một đời người.

Sài Gòn cuối tháng 3/2023

VIẾT VỀ SONG THAO
Luân Hoán

Khác với những tay viết chuyên về phê bình nghiên cứu, tôi cũng viết khá nhiều về những người cầm bút quen biết hoặc chưa. Nhưng những bài viết của tôi gần như thuần về gợi nhớ những kỷ niệm có chung giữa hai người với nhau, Bàn về tác phẩm, qua những khía cạnh nghệ thuật viết, hoặc nội dung đề tài cũng có, nhưng tôi đã ma mị hoán đổi điểm chính thành điểm phụ, để tránh nhức đầu, tránh bày ra những yếu thế của mình. Với nhà văn Song Thao, một người bạn thân, cũng vậy, dù hình như tôi viết về anh khá nhiều lần. Trong những trang giới thiệu Song Thao trên Ngôn Ngữ 25 này, tôi không viết gì thêm, ngoài trích đoạn từ vài ba bài đã viết.

1. Trích đoạn trong *"Song Thao, người bạn văn, biết sớm, gặp muộn"*

... Chúng tôi vẫn thường xuyên liên lạc với nhau qua điện thoại. Và cuối mỗi tuần thường gặp mặt ở các quán cà phê. Song Thao là người phải tiêu nhiều thời gian trên xa lộ để đến điểm hẹn, nhưng chả khi nào anh than. Anh quí bạn và ham đọc. Mặc dù tình hình sinh hoạt văn học ở Montréal có vẻ chùng xuống nhưng chúng tôi vẫn sáng tác. Riêng Song Thao, giữa năm 1996 tác phẩm thứ hai của anh được trình làng, tập *Đong Đưa Cuộc Tình*. Lần này tôi lại khều Đinh Cường để tặng anh một mẫu bìa. Tác phẩm không ra mắt nhưng lượng tiêu thụ khả quan và Song Thao mắc lại chứng bệnh ham viết như thời còn ở Việt Nam. Ngoài Văn Học, Hợp Lưu, Văn, Thế Kỷ 21, tôi còn rủ anh tặng truyện cho Sóng Văn, một tạp chí mới do hai anh em Nguyễn Sao Mai, Hoàng thị Bích Ti ở Hoa Kỳ chủ trương, mở đầu mối cho *Còn Đó Bóng Hình*, tập truyện thứ ba của Song Thao, được nhà xuất bản Văn Mới gởi đến bạn đọc năm 1997. Hai năm sau, năm 1999, tập truyện thứ tư của Song Thao, Chân Mang Giày Số 6, cũng lại được nhà Văn Mới xuất bản. Có lẽ Song Thao có duyên với Ông Nguyễn Khoa Kha, chủ nhân Văn Mới, nên năm 2000 tập truyện ngắn *Cuối Ngày, Một Lần Ngồi Lại* được gởi đến bạn đọc, và năm 2003, *Bên Lưng Những Con Chữ*, một tập truyện ngắn khác của anh cũng được ấn hành. Trong tình trạng tiêu thụ văn hóa phẩm không lấy gì làm khả quan của thị trường chữ nghĩa Việt ngữ hải ngoại, việc ấn hành liên tiếp nhiều tác phẩm, minh chứng vững chắc giá trị nghệ thuật sáng tác và nội dung phong phú của Song Thao. Truyện của anh còn phổ biến rộng rãi trên các trang điện toán. Nhiều trang chủ lịch sự xin phép, và cũng không ít địa chỉ "vô tư", lặng lẽ gởi đến bạn đọc. Đang trên tốc độ phát triển tốt đẹp như vậy, nhà văn Song Thao bỗng tạm ngưng sáng tác truyện ngắn để viết phiếm. Việc chuyển đổi thể loại của anh, nhiều bạn văn có ý kiến hơi khác nhau. Nhà văn Nguyễn Sao Mai tỏ ý hơi tiếc cho Song Thao, nhà văn Nguyễn Mộng Giác thì nhận xét ngược lại, ông cho rằng đây là một thay đổi hợp lý. Cá nhân tôi, từng thú vị khi đọc những trang phiếm của Song Thao trên tạp chí Nắng Mới ở Montréal, nên rất ủng hộ ông bạn đã giữ mục *Những Điều Trông Thấy* trên bán nguyệt san Thời Nay ở Sài Gòn năm nào. Sự đồng tình của tôi hoàn toàn không phải vì trong nhiều bài phiếm của Song Thao có trích dẫn thơ tôi. Dĩ nhiên tôi cũng như nhiều bạn thơ khác rất vui được anh nhắc đến. Vốn sống, trình độ văn hóa, cách quan sát, nắm bắt đề tài và nghệ thuật luận bàn hết sức thông minh, dí dỏm tạo nên giá trị cao cho từng trang phiếm Song Thao. Để trở thành một chuyện phiếm từ mỗi góc cạnh thật nhỏ của cuộc sống, Song Thao phải giàu công góp nhặt tài liệu, rồi dùng trí tuệ để đúc kết nó thành những bài học nho nhỏ về quan niệm sống, cách xử thế, trải ra bằng những nụ cười. Chuyện phiếm của Song Thao nhờ đó mỗi ngày một giàu bạn đọc, không phân biệt trí thức hay bình dân. Trong vòng hai năm, 2005 và 2006, anh cho in liền hai tác phẩm Phiếm. Cuốn nào cũng trên ba trăm trang. Mức tiêu thụ phải được coi là lý tưởng. Cuốn Phiếm 1 của anh đã hết, nhưng người hỏi mua còn khá nhiều, nhà xuất bản Nhân Ảnh tại Toronto, Canada, của Lê Hân đang chuẩn bị tái bản. Để minh chứng giá trị tác phẩm phiếm của Song Thao, tôi trích dưới đây một số nhận xét của văn giới.

Nhà văn Phạm Phú Minh, chủ bút tạp chí Thế Kỷ 21 tại Hoa Kỳ:

... *"Nghệ thuật viết phiếm là một loại nghệ thuật riêng biệt, không ai giống ai, giống như cái duyên dáng của một người kể chuyện vui vậy. Và chúng ta đang có một trường hợp cụ thể để xem xét, là cuốn PHIẾM của Song Thao. Thật ra hiện nay rất ít người viết phiếm thành công như Song Thao, và lại với một số lượng dồi dào đủ để in thành sách, nên đây là trường hợp hy hữu để khảo sát một loại hình viết lách không phải là mới lắm, nhưng ít có người viết một cách say mê kiên trì như Song Thao.*

... Song Thao viết chuyện phiếm rất đều tay, mỗi tháng "đúng hẹn lại lên" đều gửi cho Thế Kỷ 21 một bài với ba đề tài, ngót nghét gần mười ngàn chữ. Độc giả thích ông ngay từ những bài đầu tiên. Báo Thế Kỷ 21 chữ nhỏ, mỗi trang chứa độ một ngàn chữ, như thế mỗi bài phiếm của Song Thao chiếm gần mười trang báo. Kinh nghiệm làm báo cho chúng tôi biết rằng một bài báo đến mười ngàn chữ là vào hạng quá dài, thường là phải cắt đôi để "kỳ sau tiếp," nếu không sẽ gây nản cho người đọc. Nhưng phiếm của Song Thao thì khác, người đọc "tiêu thụ" mười trang dễ như không, lại còn viết thư về tòa soạn để nói rằng họ thích lắm. Yếu tố nào khiến ông thành công như thế? Trước hết là đề tài. Toàn là những đề tài gần gũi trong cuộc sống, không rắc rối

cao xa... Ngẫm ra, viết được mấy trang như giỡn ấy không phải là dễ. Ngoài cái duyên và cái chất hài hước trời cho cộng với khả năng sáng tác văn học vững chắc của mình, tác giả bắt buộc phải đọc nhiều và nhớ nhiều. Tài liệu ngày nay như rừng như biển trong báo chí, sách vở và internet, phải chịu khó sưu tầm tìm đọc những gì có liên quan đến đề tài mình viết. Thời đại này là thời đại của kiến thức, người cầm bút mà không trau dồi kiến thức thì trang viết sẽ dễ trở nên hời hợt, chữ nhiều hơn ý. Nhiều người nghĩ bản chất của Phiếm là lan man, viết gì lại chẳng được, nhưng nghĩ thế là lầm. Mỗi bài Phiếm của Song Thao là một công phu. Là một nhà văn, trước hết tác giả trao cho chúng ta cái khía cạnh cảm xúc của đề tài, thường bắt nguồn từ vốn sống và kỷ niệm của riêng mình với bạn bè thân hữu qua các câu thơ, câu văn, lời nói. Tác giả sử dụng nguồn tư liệu sống này rất tự nhiên, như là một cách chia sẻ với độc giả cái thế giới thân mật của những người làm văn nghệ với nhau. Về lâu về dài, với sự đãi lọc của thời gian, một số câu chuyện có vẻ riêng tư này có thể thành những giai thoại hay tài liệu văn học cho đời sau...”

Nhà thơ Lưu Nguyễn, trong “Luân Hoán, Một Đời Thơ”:

“...Chuyện phiếm, theo tôi, thường là những mẩu chuyện chung chung, vui vui, quanh quanh, quẩn quẩn trong cuộc sống hằng ngày. Chuyện có đủ giản dị và cũng không thiếu phức tạp để trình bày rõ ràng những hình ảnh sống động mà chúng ta vẫn bắt gặp. Người viết truyện ngắn, kẻ viết truyện dài, người viết tùy bút, kẻ viết hồi ký...Viết cái gì tác giả cũng có, cũng cần một mục đích. Có và cần luôn luôn giúp ngòi bút vững mạnh hơn. Giá trị của mỗi trang chữ nằm trong suy tư và lối diễn đạt của người viết, không cứ gì ở thể loại.

... Riêng tôi rất chịu cái lối kể chuyện đầy ngẫu hứng của Song Thao. Dí dỏm, duyên dáng lẫn thông minh đã giúp ngòi bút của ông tạo nên những trang chữ linh động.”

Nhà thơ Du Tử Lê trên trang tin văn học:

“...Với sức sáng tác mạnh mẽ và rộng khắp nhiều lãnh vực, lần này, tuyển tập truyện “Phiếm” của Song Thao mang lại cho người đọc một chân dung khác. Chân dung một nhà văn với nụ cười hóm hỉnh, cùng những nhận xét tinh tế, bất ngờ, thú vị.”

Nhà văn Trà Lũ trong một bài nói chuyện với thính giả:

“Đọc xong 380 trang sách trong cuốn Phiếm, tôi thấy mình được thư giãn hoàn toàn vì được cười rất thoải mái. Ông bà ta nói : Một tiếng cười bằng 10 thang thuốc bổ. Xin cám ơn “Bác Sĩ Song Thao” đã cho tôi rất nhiều thuốc bổ. Ngoài ra, tôi còn được tăng thêm kiến thức và học hỏi được rất nhiều điều vừa mới lạ vừa bổ ích. Xin cám ơn “Giáo Sư Song Thao”.

2. trích đoạn trong *“Comment” trong ngày 30-5-2020:*

“Ông này có lý lịch văn học cụ thể: (cóp từ Tác Giả Việt Nam – Lê Bảo Hoàng): Tên thật Tạ Trung Sơn, sinh ngày 01-8-1938 tại Hà Nội. Học qua các trường Dũng Lạc (Hà Nội) Chu Văn An (Sài Gòn), Đại học Văn Khoa (Sài Gòn); tốt nghiệp Cử nhân Văn khoa năm 1964. Từ 1959 đến

1975 cộng tác với nhiều nhật báo, tuần báo, bán nguyệt san, nguyệt san tại Sài Gòn. Định cư tại Montréal từ 1985. Khởi viết truyện ngắn năm 1991, có bài đăng trên các tạp chí văn học tại Hải ngoại. Đã có trên 30 đầu sách được xuất bản, bán chạy.

Tuy quen ông lâu năm, nhưng mỗi lần đọc tên thật của ông, tôi cũng cảm thấy nặng nặng cả trăm ký lô những vui tính, lẫn sự nghiệp cầm bút bề thế, hấp dẫn.

Chúng tôi quen biết nhau tình cờ, đầy khép kín, có chút thủ thế, giữa những ngày cả hai cùng chờ đợi đi ra khỏi nước. Dù cùng đến một thành phố nhưng trên hai chuyến bay cách nhau non một tháng.

Bản tính đại khái của ông: hiền lành, điềm đạm, tháo vát, tận tâm, thành thật và chí tình cùng bạn bè. Niềm nở cởi mở cùng mọi người, hoạt bát linh động trước đám đông, tích cực trong mọi công việc... toàn là tính tốt. Ông có đạo Công Giáo, có vợ người Huế, chị Lê Thị Diệu Hương, con gái thầy Lê Nguyên Diệm, người soạn nhiều sách giáo khoa toán cùng thầy Bùi Tấn, nổi tiếng một thời.

Song Thao là người có nhiều bạn chơi. Theo tôi biết, bạn ông có nhiều nhóm, được chia ngầm theo thú tiêu khiển: văn chương, thể thao, du lịch, thưởng ngoạn vẻ đẹp của những báu vật của đời thường. Tôi thường tháp tùng ông cùng vài bạn khác trong thú giải trí lịch lãm này.

Đặc biệt về du lịch, ông là người có nhiều điều kiện thuận tiện: sức khỏe, tài chánh, thảnh thơi. Người thỉnh thoảng đồng hành trong các chuyến ngao du xa với hai vợ chồng ông là nhà văn Võ Kỳ Điền. Còn tôi chỉ thoảng gặp ông vài lần ở các bãi tắm, công viên thuộc tỉnh nhà.

Trong những sinh hoạt văn học ở xa như ra mắt sách, nói chuyện... tại Toronto, Boston... tôi đều đi ké xe ông. Khỏi cầm lái, không sợ xe mình hao tốn cây số, thậm chí đến cả tiền đổ xăng cũng không bận tâm. Nói tóm lại tôi là người từ nhỏ đến già có số, có lộc hưởng ké, ăn nhờ bè bạn…

3. Trích đoạn *"Giới thiệu Phiếm 28":*

"Không lặp lại định nghĩa và cách viết Phiếm thành tác phẩm văn chương của Song Thao - không ca ngợi sức viết và giá trị nội dung, xin phép nói qua chữ, mươi dòng: trong 28 đề tài, 28 bài viết ngắn dài, xúc tích khác nhau, đố quí bạn tôi chọn tên bài nào để đọc lại trước?

Tự giải đáp ngay:

Trước tiên, tôi chọn bài "Thái Giám", vì thường xem phim Tàu. Ở những bộ phim dựa vào ngoại sử thời xa xưa để sống lại, các ông Thái Giám tôi đã gặp khá nhiều, hầu hết các vị này khi có chức sắc thường tàn độc, hung ác. Đó là Thái Giám qua phim ảnh. Còn Thái Giám qua chữ nghĩa của Song Thao sẽ ra sao ? Tôi đọc tôi biết. Các bạn đọc các bạn tìm hiểu thêm, vậy nên các bạn cần nhanh tìm sách để đọc.

Chuyện thứ hai, tôi đọc là bài "Dựa Hơi Chó", bởi tôi đang phổ biến loạt bài "Dựa Hơi Bè Bạn" của tôi. Người và Chó, với người Việt chúng ta, nếu so sánh, sẽ sinh ra hiểu lầm. Ở bài viết của Song Thao dĩ nhiên không có sự so sánh nào. Ông chỉ chưng qua chữ nghĩa lẫn hình chụp, sự thương mến, thân thiện giữa hai sinh vật này. Người ở nhiều độ tuổi, giới tính, nghề nghiệp, chức vụ... Dĩ nhiên ông chọn giới thiệu, lên hình, những người tương đối đã lên mặt báo, cỡ như vũ công người Anh, Meardon, người mẫu Emily Ratajkowski, nam tài tử Daniel Radcliffe…(tôi không ghi lại đây những điều ông ST viết ra, chỉ xin tin gọn: lạ, vui, hấp dẫn và những ai đang chọn Chó làm thú cưng, có thể tìm thấy những điều đáng học). Trong bài viết này, Song Thao có dẫn chứng một đoạn viết của nhà văn Phạm xuân Nghiêm nói về nhà thơ Bảo Sinh (có in ảnh thi sĩ này) là người được Song Thao nhặt thơ làm duyên cho bài viết. Thơ trích thường ngắn, nên tôi không ngại gõ lại để các bạn cùng đọc:

đoạn trích ở trang 126:

làm thơ, nuôi chó, chọi gà

ba trò chơi ấy làm ta bơ phờ

suốt ngày nửa tỉnh nửa mơ

trông ai cũng thấy nửa thơ nửa gà

đoạn trích ở trang 128:

đêm qua anh đi chơi về

hương tình men rượu bay đi ít nhiều

vợ con chẳng nói một điều

chỉ con chó mực vẫy liều cái đuôi.

Bài tôi đọc tiếp theo là bài "Lấy Hay Không Lấy", vì tôi ngửi thấy mùi "Ba Hoa Huê Tình" ở trong câu chuyện này. Và đúng như vậy, tôi được đọc lại trích đoạn thơ bà Hồ Xuân Hương. Đừng ai hỏi bà Hồ Xuân Hương là bà nào nghe? Và sao không chưng ra bài trích? Tôi dành giờ gõ trích dẫn cho việc mời quí bạn đọc mấy câu kết bài của Song Thao: "*Viết tới đây tôi thấy ngậm ngùi. Nam nhi đã bị cho đi chỗ khác chơi. Thời buổi này, người ta không cần một bờ vai. Ông bạn tôi không nghĩ như vậy. Ông bảo dù có đơn thân sanh con, các bà cũng còn cần tới thứ nguyên liệu mà chỉ có đàn ông chúng tôi mới sản xuất ra được. Đâu có dễ gì cắt một nhịp cầu!"* (trang 227)

Đọc hết bài này tôi nghỉ mắt một chút, vén màn ngó ra trời còn tối, bỗng dưng nảy nòi mấy câu vần trắc, không ăn nhập đến chủ đề của Song Thao viết, nhưng thoáng thấy bùi ngùi khác với ngậm ngùi của Song Thao, và ít nhiều vui vui, xin góp vào đây tặng riêng những bạn tám túi của tôi:

> *Đã cứng mà còn ngắc*
> *Đó chính là bước ngoặt*
> *Từ giai đoạn loắt choắt*
> *Chuyển qua thời hoan tặc (h, không g)*
> *Bây chừ cứng hết ngắc*
> *Quả thật trời chơi ngặt*
> *Chỉ rục rịch lắt nhắt*
> *Nói chung gần bế tắc* (Luân Hoán).

Để tiếp theo, tôi biết Song Thao thường trích dẫn nhiều thơ trong các bài viết, nên tôi lật từng trang và thấy có thơ của Lê Nại, Luân Hoán, Quan Dương, Hoàng Quỳnh Mai, Bảo Sinh, Hoàng Lộc, bs Lê Văn Lân, Vũ Hoàng Chương, Tú Xương, Tú Mỡ, Ngô Đức Kế, Hồ Xuân Hương, Trần Đăng Khoa, Hoàng Cầm, Nguyễn Bính, Lê Đình Điểu, Lê Thị Thanh Dương…

Về những người sinh hoạt văn học nghệ thuật ông cũng nhắc đến với số lượng quá đông, trong nước cùng hải ngoại, không thể nào kê vào đây hết, riêng các bạn tôi có quen biết, gần như không sót ai, nào là Đỗ Hồng Ngọc, Hoàng Hải

Thủy, Khánh Trường, Thành Tôn, Hồ Đình Nghiêm, Trang Châu, Võ Kỳ Điền, Hoàng Xuân Sơn, Đỗ KH, Huy Phương, Phan kim Thịnh…

Phiếm-Song-Thao, ba chữ dính liền này, càng đọc càng thích, tôi định mở sách tìm bài theo kiểu bói Kiều, nhưng nghĩ lại bài nào cũng đáng và cần đọc, nên tạm gác lại từ từ sẽ đọc tiếp sau.

Cảm ơn nhà văn Song Thao tiếp tục cho tôi trọn bộ sách của anh, riêng Phiếm đã 28 cuốn rồi. Rất vui vẻ chào hàng đến quí bạn văn, bạn đọc Facebook của tôi.

Đa tạ.

Luân Hoán
4g30 sáng, 30-6-2022

SONG THAO MỘT KỲ QUAN
Trần Vấn Lệ

Song Thao, một bút danh quen thuộc của những người Việt mình ham đọc sách của người mình xuất bản ở Mỹ trong vòng hơn ba mươi năm nay, tính từ mười năm cuối của Thế Kỷ Hai Mươi và hai mươi năm hơn đầu Thế Kỷ hai mươi mốt. Chắc chắn còn lâu dài hơn nữa.

Tôi không sở hữu cuốn sách nào của tác giả Song Thao (truyện và phiếm) vì tôi không có khả năng mua sách. Tôi đọc Song Thao trên những tờ báo nào tôi có đọc để theo dõi nhiều tác giả. Bạn tôi, nhạc sĩ Nguyễn Phúc Liên Kỳ có lẽ là độc giả trung thành của tác giả Song Thao nhưng chỉ đọc Phiếm của Song Thao thôi. Tôi, mỗi lần, theo Nguyễn

Phúc Liên Kỳ xuống Orange County, Nam California, anh ấy đều ghé vào tiệm sách mua Phiếm của Song Thao. Cuốn mà Nguyễn Phúc Liên Kỳ mua bữa nọ, có tôi đi cùng, là cuốn Phiếm Song Thao số 26, bây giờ chắc anh ấy cũng đã mua tới cuốn 27, 28 và 29 rồi. Lâu lắm chúng tôi không đi chung. Hai đứa chúng tôi khi nói về "tác giả - tác phẩm" thường không giống nhau, Nguyễn Phúc Liên Kỳ quan tâm đến nhạc và truyện đọc nhẹ nhàng mà thích thú; phần tôi thì tạp chí, sách báo văn chương... Nói cho đỡ tội: hai đứa chúng tôi đều ăn tiền trợ cấp xã hội nên cuộc sống thực tế hạn chế đủ điều, mình không "hẹp hòi" với bạn bè là thấy hạnh phúc lắm lắm...

Tôi đọc Song Thao rời rạc. Bạn tôi, Nguyễn Phúc Liên Kỳ thì "chăm chú" nhưng không bàn ra tán vào, chỉ theo đạo Phật là... Thích Đội Mũ Ni! Ngày tháng êm đềm trôi qua trong đời tị nạn, như thế, nghĩ không sướng sao?

Nhưng hôm nay tôi không tự dưng mà viết một bài mông lung về Song Thao vì có một người bạn khác muốn tôi có "ý kiến" về tác giả không có thể chê được! Tôi, không vì "bất đắc dĩ" viết về Song Thao đâu mà phải viết, nên viết, một phần tôi-biết-viết, một phần bạn tôi cũng muốn cho anh bạn của tôi thấy cái tài-năng-hạn-hẹp của tôi ra sao! Tôi nghĩ lại mình từng bắt buộc học trò...viết, các em ấy viết, nộp bài, tôi đọc muốn đứt hơi. Nghĩ lại, nhớ lại cái thời trẻ trung của mình mà thương quá chừng chừng cái đám trẻ trâu của tôi. Tôi thử làm lại một thằng trẻ trâu chơi nha! Là viết về Song Thao như một bài "nhận định" cách tài tử! Có gì thì kêu ông Nguyễn Đình Chiểu ra "mày hép tao": *Lời quê dù vụng hay*

hèn / Cũng xin lượng biển uy đền thứ cho!
Tôi yên tâm. Tôi đi đây...

* * *

Qua tìm kiếm và tìm hiểu về Song Thao - một tác giả thời danh - tôi bật ngửa! Lâu nay tôi cứ nói Song Thao... Song Thao, tôi biết Song Thao có làm thơ sao Song Thao không là Nhà Thơ Song Thao nhỉ? Lạ! Tôi biết Song Thao có làm báo, viết bài cho nhiều báo, từ năm 1964 đến năm 1975 trong thời gian anh làm công chức dưới chế độ Việt Nam Cộng Hòa (thời gian này anh cũng có dạy học) sao Song Thao không là Nhà Báo Song Thao nhỉ? Lạ! Song Thao và gia đình mất mười năm vật vã với chế độ mới, Cộng Hòa Xã Hội Chủ Nghĩa Việt Nam, thời gian này Song Thao không làm "nhà" gì cả mà làm "người" trông ngóng chuyện đi ra nước ngoài. Anh toại nguyện và sống âm thầm tại Canada viết báo, viết truyện, viết phiếm và in sách, anh có "hoạt động" theo sở trường, nhiều người ái mộ anh, là viết văn... xuôi, vẫn không ai gọi anh là Nhà Văn Song Thao, cứ gọi trống không rất trìu mến, Song Thao. Lạ!

Lạ là Kỳ Quan. Kỳ quan là cái gì mình thấy nó đẹp, mình thán phục. Tôi hiểu từ lòng tôi: Song Thao là một Kỳ Quan trong giới chữ nghĩa!. Tôi cảm ơn tôi! Tôi tự hào khi nói thật lòng tôi, tôi "ưa" Song Thao, mà ưa nhất các bài phiếm dài thòng mà gọn gàng hết sức, do anh viết ra, do anh tập hợp chúng để in thành gần ba mươi cuốn sách rồi. Trong vòng hai mươi năm nay, Song Thao là tác giả một dòng sông lớn... dám lớn hơn sông Cửu Long nhiều, hơn Hoàng Hà chi thủy, hơn sông Nyl trong trẻo ngút trời...

Tôi không gọi Song Thao là "nhà" gì. Với tôi, Song Thao là một Kỳ Quan!

* * *

Từ ngày ở Mỹ xuất hiện Tạp Chí Ngôn Ngữ, hai tháng ra một kỳ, tôi là độc giả dài hạn. Một năm sáu số báo. Mỗi cuốn dày trên dưới một chút, ba trăm trang. Mỗi số báo chỉ bán 20$US. Nó "phá giá" tất cả các báo khác. Mắc dàng trời. Tôi không biết có nhiều người mua không. Mà nghĩ: biết để làm gì? Đọc một bài "tự sự" của Khánh Trường cho biết sẽ khai trương một tờ báo Văn Học Thuần Túy, Mở Nguồn, sau một thời gian dài, khá dài, chỉ có hai người đáp ứng "Mua dài hạn". Và số phận tờ Mở Nguồn là chết khi chưa thành trứng. Khánh Trường là một họa sĩ tài danh, là một nhà văn tài hoa, là một người chịu đựng tài ba...Nhiều năm anh ngồi xe lăn, vẫn cười vui với bạn bè, vẫn vẽ, vẫn giúp bạn bè điều gì có thể giúp được chẳng tính một đồng nào. Thế mà anh chết đứng trong cái thế ngồi ngẩng mặt! Trời thì cao. Đất thì thẳm. Im lặng là tuyệt vời...

Song Thao cùng với Luân Hoán, Hồ Đình Nghiêm, Nguyễn Vy Khanh cùng làm "Tổng Biên Tập" cuốn Ngôn Ngữ trong thầm lặng tại Canada hơn bốn năm nay. Họ im lặng. Công việc ấn loát diễn ra tại Mỹ dưới sự coi sóc của Lê Hân, một thi sĩ, em ruột của Luân Hoán, đã về hưu, sống được với tiền hưu. Cuốn Ngôn Ngữ, theo tôi biết, rất ít người mua (mua tại Amazon, online). Tôi hỏi vài anh em có bài "sao không mua, hãy coi nó là kỷ vật". Tiếng cười của họ làm tôi ràn rụa... Luân Hoán, Nguyễn Vy Khanh, Song Thao, Hồ Đình Nghiêm không hề than van. Họ ở Canada, *order* sách hay báo của họ do chính Nhà Xuất Bản Nhân Ảnh của họ đều phải trả tiền cho Amazon và cơ quan chuyển phát... Không ai "sinh lời" từ sản phẩm của mình được "bán" ra. Mỗi người có cái vốn sống của họ là hơi thở của họ theo từng nhịp tim đập! Tôi viết những dòng này...giống như tôi nghe những tiếng cười của vài anh em có bài đăng trong Ngôn Ngữ. "Chúng ta mất hết, chỉ còn nhau!". Còn nhau cái gì hả ông Vũ Hoàng Chương? Thơ ông đấy! Thơ ông đây: "Kiều Thu hề Tố hỡi em / Nghiêng chân rốn bể mà xem lửa bùng!".

Anh Song Thao ơi, không tự dưng mà tôi viết "tồ lô" thế này. Tôi định phần sau phần "nhập khẩu" tôi...xuất khẩu. Nhìn lại thấy cũng đã có bề dài. Đọc lại thì chỉ cần đọc một chữ Phiếm là đủ thấy "thốn tâm" thế nào. Chữ Kỳ Quan, tôi tự vẽ ra, tôi tự định nghĩa cho cái quan điểm của tôi nhìn về Song Thao, còn chữ Phiếm nó không là của anh, nó do đời sống quanh ta tạo ra và anh chỉ là người "nhiếp chính".

Tôi tìm hiểu Song Thao, gặp nhiều cái thú vị lắm cơ. Chúng nằm trong Google. Tôi bưng ra dễ dàng, nhưng tôi nghe lời Phật: Phiếm là Như Thị Như Thị!

Nói về Song Thao không cầu thị gì hơn ngoài chữ Phiếm. Song Thao đã khẳng đinh mình chỉ viết Phiếm, không viết Phiếm Luận và không biết gì về Phiếm Dị!

VÀI NHẬN XÉT THẾ GIỚI VĂN CHƯƠNG SONG THAO

Võ Kỳ Điền

Lần đầu tôi được gặp nhà văn Thụy Khuê là nhân dịp đến thăm thầy Nguyễn Văn Trung, Khoa Trưởng Đại Học Văn Khoa Sài Gòn, nhà ở khu Brossard miền nam thành phố Montréal, bên kia dòng Saint-Laurent vừa qua cầu Champlain là tới. Thầy tuy khá lớn tuổi nhưng hãy còn khỏe mạnh, trí óc vẫn còn minh mẫn, sức khỏe khá tốt đẹp. Có điều cặp mắt thầy suy yếu nghiêm trọng, thoạt nhìn thì thấy bình thường nhưng thiệt ra tầm nhìn rất hạn hẹp. Nhà văn Thụy Khuê từ Pháp qua thăm thầy với mục đích vừa phỏng vấn tìm hiểu các vấn đề văn học của miền Nam đã qua, vừa giúp thầy sưu tầm, cất giữ các tài liệu vào dĩa điện tử, gìn giữ dành cho mai sau các công trình văn học cả đời thầy đã sáng tác. Có lẽ đề tài Lục Châu Học thầy mới khám phá sau 1975 là quan trọng nhất, cả một nền văn học quốc ngữ của Miền Nam Lục Tỉnh đồ sộ mà chương trình giáo dục Việt Nam Cộng Hòa hình như đã bỏ quên. Thầy biết được tôi rất quí và thích công trình nầy nên rất vui.

Nhà văn Thụy Khuê thì tôi biết tiếng và hâm mộ từ lâu, là nhà phê bình văn học nổi tiếng hải ngoại, khi nhìn thấy chị thì không khác bao nhiêu với sự phỏng đoán của tôi. Chị mặc một bộ đồ lụa ngà mềm mại nền nã, vóc dáng trang nhã và cử chỉ khoan thai điềm đạm, nói năng hòa nhã. Tự nhiên tôi nghĩ tới câu thành ngữ "Thăng Long ngàn năm văn vật" Qua những câu chuyện xã giao thăm hỏi, chị có nói một câu bâng quơ khiến tôi giựt mình -nhà văn nào cũng có dáng vẻ khắc khổ.

Nghe xong tôi bèn suy nghĩ lung tung trong đầu, không có gì rõ ràng hết. Chắc chị nói chung chung. Có phải chị nói tôi không? Cũng có thể vì đang nói chuyện với nhau mà. Tôi có thể được gọi là nhà văn chưa? Ai mà biết. Tôi có dáng khắc khổ không? Cái đó thì có chắc rồi. Tôi cười nhẹ chấp nhận và tìm cách biện hộ -tại chị mới thấy có tôi thôi, phải chi có dịp gặp anh Song Thao thì chị không nói câu đó.

Tại sao tôi liều gan đưa anh Song Thao ra đại diện cho nam giới viết văn ở cái Xứ Lạnh Tình Nồng nầy. Tôi nói chắc như vậy mà không sợ trật. Anh Song Thao đừng trách tôi nghen, với tôi trong các anh em ở đây, anh đẹp trai số một. Người thanh tao, cao lớn, đi đứng khoan thai, mái tóc muối tiêu vẫn còn bềnh bồng, tuy đã nhiều tuổi lắm rồi nhưng tiêu vẫn nhiều hơn muối, mắt sáng mũi cao môi hồng, ăn nói lưu loát trang nhã, chừng mực. Ở Sài Gòn thời tôi mới lớn, thấy các bạn trẻ đăng trong mục tìm bạn bốn phương báo Văn Nghệ Tiền Phong, Phụ Nữ Diễn Đàn, bạn nào cũng viết câu tự giới thiệu mình "xấu đẹp tùy người đối diện". Nghe hoài thì thấy khách sáo, hoa mỹ nhưng ngẫm nghĩ thì không chê vào đâu cho được, hay quá trời luôn. Tôi bèn bắt chước để dùng, ai mà cười thì rụng mười cái răng. Tôi thấy rõ ràng, bạn tôi nhà văn Song Thao quả thiệt đẹp trai quá chừng chừng..

Tôi biết nhà văn Song Thao thời anh viết cho Thời Nay, lúc đó anh đã khá nổi tiếng rồi. Tờ Thời Nay ngày đó đã phổ biến rất rộng rãi. Tên tuổi Song Thao đã ngang hàng với các cao thủ như Nguyễn Văn Thái, Khánh Giang, Trọng Thăng, Nguyễn Phù Động, Nguyễn Trọng Khanh... Trong khi đó thì tôi thường vô các làng quê đánh tứ sắc với các bà già ăn trầu, đi ăn nhậu la cà với bạn bè cùng lứa, câu cá, tát đìa, ngày lễ ngày Tết thì suốt ngày ngoài đường phố coi múa hẩu, múa cù (ở Thủ Dầu Một không gọi là múa lân) ...

Nhưng cũng không biết tại sao lúc mới lớn đó, khi đọc Thời Nay có các bài viết của Song Thao, tôi cứ nghĩ ông thợ sắp chữ của nhà báo đã sắp thiếu dấu cho bút hiệu của nhà văn. Phải là Sông Thao chớ. Tôi biết ở đất Bắc có ba dòng sông lớn, sông Thao, sông Đà, sông Lô hợp lại với nhau chảy ngang về Ngã Ba Hạc Việt Trì, đổ vào Phú Thọ.

Sông Thao nước đục người đen
Ai lên phố Ẻn thì quên đường về.

Trong bụng cứ cho là như vậy, mà thiệt ra không phải như vậy. Khi đã quen thân nhau rồi, có lần tôi đắn đo hỏi bạn việc nầy. Bạn biết tôi dân Nam Kỳ rặt nên trả lời bằng hai câu trong Lục Vân Tiên:

Văn đà khởi phụng đằng giao,
Võ thêm ba lược, sáu thao ai bì

Vừa nghe xong tôi chợt hiểu ra nhảy nhổm. Trời đất, vậy mà cả chục năm nay mình đoán không ra, cứ cho là người ta viết trật. Tam Lược Lục Thao, bộ binh pháp nổi tiếng của Khương Tử Nha ai cũng biết mà. Trong sáu thao, văn thao, võ thao, long thao, hổ thao, báo thao, khuyển thao, bạn tôi giành lấy hai thao đầu tiên. Văn thao và võ thao là cách trị nước và cách dùng binh, hèn chi chữ Song Thao không có dấu mũ. Thiệt tình, phục bạn sát đất.

Tôi thường xuyên đi chơi xa với bạn nhiều lần nên có nhiều kỷ niệm chung, vui lắm. Một cái nón che đầu và một túi xách đeo vai, dáng vẻ một kẻ du hành điệu nghệ. Vậy mà có lần bạn tôi dở khóc dở cười. Vốn trong chuyến đi leo lên đỉnh núi Gibraltar chàng hớn hở ngắm nhìn bầy khỉ đói trên dốc đá. Một bên là biển xanh với xứ Maroc xa xa, một bên là đám khỉ lông nâu xám ghẻ chốc đầy mình... Nhè đâu có con khỉ lớn bằng đứa con nít vài tuổi, lẹ tay thọc vào túi xách nhanh như chớp mà lấy đi hộp thuốc mang theo, bạn ơ hờ không giành lại kịp và đứng trơ ra không biết phải làm sao. Cả hộp đầy thuốc men dành cho chuyến đi ba tuần lễ, lấy gì mà uống đây cho những ngày kế tiếp. Mà con khỉ mắc dịch sau khi lấy cắp xong đâu có chạy xa. Nó ngồi lại trên cục đá kế bên, nhe răng khọt khẹt như là muốn chọc quê bạn tôi vậy... Thiệt tình, khỉ thì lúc nào cũng làm trò khỉ. Thấy mà tức ứa gan, không biết phải làm sao. May quá, lúc đó có người giữ công viên đến dụ dỗ nó, lấy lại được hộp thuốc và giao trả cho bạn hiền. Nhờ đó mà vào buổi chiều chan hòa nắng đẹp Địa Trung Hải, tôi và bạn ngồi trên đỉnh núi đá cao chót vót của Gibraltar thuộc Anh Cát Lợi, vừa uống bia vừa nhắc tới chuyện con khỉ buổi sáng. Ôi, cuộc đời sao mà vui đến vậy, lon bia mát lạnh dưới trời nắng vàng trong, nhớ chuyện con khỉ buổi sáng, lon bia lúc đó ngon thiệt là ngon!

Có một chuyến đi đường trường bắt đầu từ tỉnh Toulouse nước Pháp hướng về phương Tây, len theo đường núi cheo leo vượt qua biên giới để vào Tây Ban Nha. Trời đã tối nhá nhem, anh em ghé vào một quán bên đường đèn đuốc sáng trưng để ăn tối. Tôi tò mò nhìn qua chỗ nầy chỗ kia vì phong cảnh nơi đây tất cả đều mới lạ mà có thấy được gì đâu, trời tối đen mù mù. Thấy cô đầm trẻ bán hàng vui vẻ, dáng dễ gần, tôi liền bắt chuyện và hỏi thăm đây là ở đâu, thuộc vùng nào? Được trả lời là đường núi đỉnh đèo Pyrenées phía bắc. Nghe xong tôi giựt mình, danh từ nầy nghe quen thuộc. Tự nhiên tôi chợt hỏi ngay, vậy có gần thung lũng Roncevaux không? Cô đưa tay chỉ về một hướng và nói cách gần đây nè... Vậy là có đề tài để nói chuyện cho qua cơn buồn ngủ. Trên xe tiếp tục cuộc hành trình, tôi và anh Song Thao cùng nhau nhắc lại trận chiến giữa Charlemagne với các bộ tộc Vascons Hồi Giáo, mà lần nầy quân đại đế bị rơi vào ổ phục kích, dũng sĩ Roland là cháu đại đế chiến đấu rất oai hùng nhưng bị tử thương. Trước khi mất, dũng sĩ thổi một hồi còi lảnh lót tuyệt vọng, tiếng còi vang động cả núi rừng.... Những câu thơ học hồi nhỏ còn nhớ lõm bõm của thi sĩ Alfred de Vigny đã viết bài Tiếng Còi (Le Cor) (Cái Còi Trận cũng có thể giống như cái Tù Và) đọc lại cho nhau nghe:

Ta yêu tiếng còi, buổi chiều, bên vách núi,
Tiếng tù và ngân cùng dòng lệ hươu nai..
(J'aime le son du cor, le soir, au fond des bois
- Soit qu'il chante, les pleurs de la biche aux abois)

.....

Roncevaux! Roncevaux! Trong bóng tối đồi núi chập
chùng
Hồn dũng sĩ Roland chưa từng được an ủi
(Roncevaux! Roncevaux! Dans ta sombre vallée
L'ombre du grand Roland n'est donc pas consolée)
Và cuối cùng bài thơ kết thúc bằng câu:

Trời ơi! sao mà tiếng còi buồn đến tận đáy rừng sâu
(Dieu! Que le son du cor est triste au fond des bois)
Tôi cũng còn nhớ mà nhắc đến câu cuối của bài Cái Chết
Của Con Chó Sói (*La mort du loup*) cũng của cùng tác giả:
Rên rỉ, khóc than, cầu xin, đều là hèn
(Gémir, crier, prier, est également lâche)
Giữa hai anh em chúng tôi bây giờ là tiếng quân reo,
tiếng ngựa hí, tiếng la hét, tiếng gươm giáo đâm chém nhau,
rừng núi như chìm trong cảnh long trời lở đất... cho đến khi
xe vừa tới khách sạn Tây Ban Nha thì trời khuya đã vào lúc
nửa đêm.

Chuyến đi xa rong ruổi để thăm Lourdes, rồi đến Portu-
gal để thăm Fatima, hai nơi linh thiêng được Đức Mẹ hiện
xuống báo tin cho các trẻ mục đồng. Kỳ lạ thiệt, tuy là hai
chuyến khác nhau hai xứ khác nhau mà bị cùng mưa to gió
lớn giống nhau y chang. Ở Fatima cây to gió lớn gãy đổ ngả
nghiêng, tôi phải mua một cây dù màu đen để che chắn, còn
ở Lourdes thì không có tiệm ăn phố xá gì kế cận, đành đưa
đầu chịu trận. Vừa đến nơi thì trời đã xế chiều, mây giông
đầy trời, anh em chạy lẹ vào tới hang đá có tượng Đức Mẹ
bên một vách núi và một nhà thờ cũng khá lớn bên trên.
Thiệt là xui xẻo. Đi du lịch mà trời đất u ám như vầy làm
sao mà quay phim, làm sao mà chụp hình! Tôi tuy không
có đạo, nhưng đứng trước tượng Đức Mẹ hiền hậu, uy nghi,
tôi cảm thấy một cảm giác kính mến chan hòa và đầy ơn đức
thiêng liêng. Tôi lâm râm khấn vái kính xin Đức Mẹ ban
phước lành ...

Anh Song Thao thì tay cầm một vỏ không một chai *plas-*

tic nước lọc. Tôi không để ý và cũng không biết để làm chi. Cứ nghĩ là đã uống hết nước và đang tìm thùng rác để quăng. Tôi không nhớ là anh có dù hay áo mưa để che chắn gì hay không, lúc đó tôi sợ bị ướt quần áo nên đứng nép sâu vào trong hang đá. Mưa vẫn tầm tã liên miên không dứt. Đến một hồi lâu, mưa đã giảm cường độ, chỉ còn lất phất từng cơn nhỏ. Thấy anh Song Thao chạy ra ngoài, đến bên chưn vách nhà thờ lớn, có một ống nước máy đặt ngang cao độ một thước với chừng độ hai mươi mấy cái vòi nước bằng đồng. Cùng lúc đó có một cô đầm trẻ tuổi, kéo một xe hai bánh chứa nhiều vỏ chai không đến. Rồi cũng có vài người nữa đến tay cầm chai không. Tất cả đều trùm áo mưa kín mít đứng cạnh nhau bên những vòi nước. Tôi tò mò, mấy người nầy họ làm cái gì vậy cà? Nước lọc thì trong khách sạn có để sẵn cho khách rồi mà, hứng nước nữa để làm chi?

Lấy nước suối Lộ Đức được dẫn về bể chứa.

Tôi tò mò theo dõi coi họ làm cái gì. À, hiểu rồi, thì ra họ lấy nước linh thiêng từ hang đá Đức Mẹ. Phải đi xa bao nhiêu dặm đường, tốn bao nhiêu công sức tiền của mới có được. Đâu phải dễ dàng gì. Anh Song Thao đã lấy đầy được một chai. Trời bắt đầu xẩm tối, tôi rủ anh đi về kẻo trễ. Anh nói chưa được, còn phải vô nhà thờ để Linh Mục làm phép. Trời bắt đầu tối mờ mờ, tôi sợ quá nói -thôi mình cứ về đi, khi tới Montréal nhờ Cha Khang ở nhà thờ Bélanger kế nhà làm phép cũng được vậy! Anh trố mắt nhìn sững tôi và khoát tay kêu tôi về trước. Cho đến bây giờ tôi vẫn không hiểu anh đã nghĩ gì trong đầu khi nghe tôi nói như vậy. Làm sao tôi biết được chớ anh Song Thao thì biết quá rõ tôi từ lâu rồi! Từ cái lúc tôi nhờ anh chụp giùm cái ảnh tôi ôm cây cột đá xanh to lớn chần dần của cái Aqueduct khi đi ngang tỉnh Segovia, tôi đã nói tỉnh bơ như vầy - anh biết không ngày xưa tôi đã từng là một tên lính La Mã đục đẽo mấy cục đá nặng nề nầy, nè anh coi kỹ mấy cái lỗ tròn trên mỗi cục, làm vậy để khiêng vác cho dễ. Anh cũng đã nhìn sững tôi y như vầy. Và ánh mắt sững sờ nầy đã nhìn tôi nhiều lần khác nữa khi nghe tôi nói chuyện trên trời dưới đất. Tội nghiệp cho anh bạn, ai biểu chơi thân với tôi làm chi!

Rồi những bước chân lang thang từ tỉnh nầy qua tỉnh kia, phố xá, thành quách, nhà thờ, tu viện, lâu đài nối tiếp nhau của hai xứ Tây Ban Nha, Bồ Đào Nha khiến tôi mê mẩn, đẹp quá và nhiều quá làm sao nhớ hết cho được. Có một buổi vào một nhà thờ rất lớn ở tỉnh Burgos, tôi ngắm nhìn miên man mà không biết đâu là đâu. Bên trong những hành lang dài là những công trình chạm trổ tuyệt mỹ tượng các thánh, tượng vua chúa bằng đá nối tiếp nhau... Nhiều quá đến độ tôi không còn chú ý đến tượng nào nữa hết. Bất ngờ nghe bên tai tiếng anh Song Thao nói. -Ô, nơi đây có mộ của Le Cid. Tôi bỗng giựt mình. Le Cid, làm sao mà tôi không biết được, Le Cid là một vở kịch nổi tiếng của Corneille mà...

Tôi ngó thấy bảng đề *Tumbe Del Cid*, hành lang thứ 5 mục số 15. Đúng rồi. Thắc mắc làm chi nữa, phải đến nơi coi cho biết. Khi đến thì thấy anh Song Thao đương chăm chú đọc mộ bia. Một tấm đá cẩm thạch lớn hình chữ nhựt vài thước vuông đặt trang trọng trên nền đá bóng loáng nhà thờ, có vòng rào bằng dây chắn lớn màu tím trên các cột đồng vàng óng xung quanh mộ. Tấm mộ bia đề chữ Tây Ban Nha, tên Rodericus Didacus Campidolior, tôi đoán là tên của Don Rodrigue, người yêu của Chimène mà tác giả Corneille đã viết lại trong vở kịch nổi tiếng thế giới. Chắc là như vậy. Nếu không phải tại sao người ta lại đề là Mộ Của Le Cid. Cách đó chừng mươi thước ở cửa ra có một hộp kiếng lớn chưng bày vài trang bản thảo vở kịch Le Cid chữ viết tay của tác giả Corneille, giấy xưa vàng ố, nét chữ lờ mờ không còn đọc được.

Bất chợt không ngờ trước, thấy được cảnh nầy tôi thực sự xúc động rung tay, cố ý chụp mấy tấm ảnh kỷ niệm, đến khi coi lại thì thấy ảnh chụp lu câm. Thiệt là tức mình. Cám ơn anh Song Thao, nếu không có anh thì tôi làm sao biết được Don Rodrigue đã yên giấc ngàn năm tại nhà thờ Burgos nầy.

Nhờ một thời gian quen nhau khá dài, những chuyến du lịch kỳ thú, tôi biết được con người Song Thao thêm chút ít. Đó là một nhà văn tài hoa, tinh tế, thông minh, phải nói là đầu óc quan sát cực kỳ bén nhạy, sức làm việc vượt xa mức bình thường. Cứ coi một cuốn Phiếm của anh, mỗi cuốn gần bốn, năm trăm trang dày đặc chữ. Vậy mà cứ hầu một năm anh ra một cuốn. Đến nay đã tới cuốn Phiếm số 29 rồi. Tôi không biết anh viết lúc nào và làm sao mà viết được nhiều như vậy. Mỗi tựa bài anh đặt chỉ một chữ và cho tới nay tất cả 29 quyển Phiếm của Song Thao có thể gôm lại các nhan đề theo thứ tự y như một cuốn tự điển. Năm nay anh đã 84 tuổi rồi, vậy mà sức viết vẫn bình thường, không hề suy giảm chút nào. Dễ nể thiệt tình.

Tôi nhớ lúc trước trong một buổi thuyết trình về cách

viết tùy bút của nhà văn Trà Lũ, tôi có nhắc tới cách viết phiếm của nhà văn Song Thao:

"Thể loại tùy bút, loại văn nầy có từ thời Lê mạt Nguyễn sơ, cuối thế kỷ 18, đầu thế kỷ 19. Các tác phẩm buổi ấy phần nhiều ghi chép những điều tác giả mắt thấy tai nghe, tùy bút là theo ngọn bút, gặp cái gì chép cái ấy. Hai quyển Vũ Trung Tùy Bút (theo ngọn bút viết khi mưa) và Tang Thương Ngẫu Lục (ghi nhanh các chuyện tang thương, viết chung với Nguyễn Án) của Phạm Đình Hổ là hai tác phẩm tiêu biểu, mẫu mực. Sau nầy thể loại tùy bút là sở trường của nhà văn Nguyễn Tuân (Chiếc Lư Đồng Mắt Cua, Chùa Đàn, Vang Bóng Một Thời)…Tùy bút dễ viết mà khó hay. Tại sao vậy? Bởi vì khi viết một truyện ngắn, tác giả phải suy nghĩ cho có lớp lang, và lúc nào cũng phải nhớ câu "văn thì phải có ý, thơ thì phải có tứ" Câu chuyện phải đặc biệt, phải hấp dẫn, bên trong phải có một thông điệp, phải có tình cảm đậm đà, ý phải cao xa để gởi gấm, bố cục phải chặt chẽ, các ý tưởng phải mạch lạc, thông suốt. Chuyện và văn không được giống những gì người đi trước đã viết. Trong khi đó thì tùy bút không đòi hỏi bất cứ điều gì, cứ đặt bút xuống, thấy gì viết nấy, đôi khi không cần đến mạch lạc, miễn sao tác giả và độc giả vui thích là được. Đọc tùy bút ta có cảm tưởng như đọc một cuốn sổ tay, tác giả ghi những điều chợt xảy ra trong óc hay nhân một việc gì đó mà nhớ đến chuyện nầy chuyện kia… Vì dễ viết và viết nhanh nên muốn cho hay, cho xuất sắc là điều rất khó. Văn bản cần giản dị nhưng phải làm sao đạt được tánh chất sinh động và hấp dẫn, bộc lộ được hết nét tài hoa, nét đặc thù. Nguyễn Tuân thành công lớn được nhờ

nét khinh thế ngạo vật, Võ Phiến nhờ tánh thâm trầm, quan sát tỉ mỉ, tinh tế... Hiện nay thì có Tưởng Năng Tiến ngang tàng, cười cợt, châm biếm (Sổ Tay Phó Thường Dân). Bùi Bảo Trúc thông minh, sắc sảo, tài hoa (Thư Gởi Bạn Ta)... Ở Canada mình cũng có hai nhà văn viết tùy bút nổi danh, được mọi người yêu mến, nhà văn Song Thao ở Montréal và nhà văn Trà Lũ ở Toronto của chúng ta. Ngòi bút Song Thao thì kỹ lưỡng, tỉ mỉ, viết chuyện nào ra chuyện đó, mỗi đề tài là một trọng tâm, các tài liệu được dẫn chứng đầy đủ, thượng thông thiên văn, hạ đạt địa lý, trung quán nhân sự. Nhà văn tài hoa vùng đất nói tiếng Tây thiệt là giỏi, bao nhiêu chuyện của nhân gian nầy ông viết hết không thiếu món ăn chơi nào. Ông gọi thể loại tùy bút là chuyện phiếm. Phiếm có nghĩa là nói chơi, nói tào lao, nói bao đồng, nói lông bông... Tuy là nói chơi mà nét tài hoa là thiệt, nếu không thiệt tại sao có nhiều người mê, không tin quí vị mua các quyển Phiếm (1, 2, 3, 4, 5...nay đã tới số 29) mà xem qua cho biết" (Võ Kỳ Điền, Trung Tâm Cộng Đồng St. Christopher Toronto, ngày 6 tháng 5 năm 2006)

Về phần phiếm thì tài hoa như vậy còn văn của Song Thao thì sao. Tôi xin mượn vài nhận xét của các bậc tài danh.

1. "Chân Mang Giày Số 6" với cái nhìn sâu sắc của Nguyễn Mộng Giác:

"Tập truyện của Song Thao mang đến cho tôi nhiều tin vui, trả lời cho tôi nhiều câu hỏi mà lâu nay tôi chưa tìm ra lời đáp. Anh là người lạc quan. Nhờ thế, nhân vật của anh lạc quan trong những tình huống đáng lẽ phải buồn thương chán nản. Người bệnh vẫn nói cười rôm rả. Người già sống

cô độc nhưng không hề cảm thấy lạc lõng. Mỗi truyện mới đọc tưởng là một thảm cảnh. Đang đọc thấy đúng là thảm cảnh. Nhưng đọc xong thấy lóe sáng niềm tin. Con người dù sao vẫn còn rất tốt. Cuộc đời dù đầy bất trắc nhưng vẫn là nơi đáng sống nhất. Xin cảm ơn anh Song Thao, về món quà quí giá này".

(Chân Mang Giày Số 6. California, Nguyễn Mộng Giác)

2. "Bên Lưng Những Con Chữ" qua nhà văn Nguyễn Đình Toàn;

"Trông bộ mặt ngây ngô của anh tức cười quá! Làm sao anh hiểu được. Em phải đầu đuôi đàng hoàng cho anh lấy lại cái vẻ đẹp trai mới được. Nguyên là sau bảy lăm, em phải đi dạy học. Nhà thì tuốt trên ngã tư Bảy Hiền mà trường thi tuốt bên Gia Định, mỗi ngày phải đạp xe từ đầu này tới đầu kia thành phố, mệt ná thở luôn. Nhưng mệt thì nghỉ xong là hết mệt. Cái lo là đạp xe như vậy mòn quần hết. Gia tài chỉ có hai chiếc quần đen mặc đi dạy, vải mua thì khó, lương lại chẳng đủ ăn tiền đâu mua vải, nên đạp xe mà chỉ lo chiếc quần. Nói thấy tức cười chứ lúc đó em lo chiếc quần hơn là lo cho sức khỏe của mình". Trong cách viết truyện ngắn của Song Thao người ta luôn bắt gặp một nụ cười đằng sau những giọt nước mắt. Cả hai điều chứng tỏ ông có cái nhìn sắc xảo và là một người có từ tâm".

(Nguyễn Đình Toàn, Đài Tiếng Nói Hoa Kỳ (VOA) ngày 4/9/2003)

3. Hoàng Ngọc Hiến "Cái đẹp hoàn hảo lơ lửng tỏa ra từ lối sống của cộng đồng":

"Một bạn đọc nói với tôi: "Trong thực tại không có người nào hoàn hảo như Loan! Loan chỉ là mơ ước, trăm

lần mơ ước của Song Thao". Cứ cho là trong thực tại không có người hoàn hảo như Loan, tại sao Song Thao không có quyền mơ ước một người như vậy. Cái "hoàn hảo lơ lửng" vừa là thực tại vừa là mơ ước; đây là cái lơ lửng thơ mộng. Trong thực tại, cái hoàn hảo của nhân vật Loan tản mạn ở nhiều người, có nét ở người này, có nét ở người kia, đậm nhạt khác nhau lại tùy ở từng người, người mang vẻ này, người mang vẻ nọ, cũng tùy từng người mà sắc thái khác nhau. Đây là cách hiểu của tôi về sự "lơ lửng" trong ý niệm "cái hoàn hảo lơ lửng" của Trần Anh Hùng.

(Đọc "Văn Học Hải Ngoại, Hoàng Ngọc Hiến)

4. Phạm Xuân Đài nhận xét tập truyện Chốn Cũ, Nhân Ảnh xb 2006:

Kẻ "tìm về" này, kể ra cũng thật là may mắn! Mấy ai, sau bao nhiêu biến đổi sâu xa của đất nước có tác động ghê gớm vào số phận con người, khi tìm về chốn cũ mà được gặp lại một tâm tình của tuổi mười ba còn sót lại như vậy. Dưới ngòi bút của Song Thao – có lẽ ông cũng viết với tâm tình của cậu bé 15 tuổi năm 1954 – câu chuyện diễn ra cảm động và rất đẹp. Trong tất cả những tâm tình viết về các chuyến đi về mà tôi đã được đọc, tôi rất thích truyện này, nó cho thấy thời gian, chiến tranh, chế độ chính trị v.v... có thể nhào nặn, biến đổi, làm méo mó xấu xí đi nhiều thứ, nhưng ẩn dưới bao nhiêu lam lũ và thô thiển của cuộc đời vẫn còn những mảnh kim cương ngời sáng của tình người, của tình yêu khi người ta vừa chớm lớn.

5. Hồ Đình Nghiêm đọc Bỏ Chốn Mù Sương.

"Cái đoạn cuối này cũng là cánh cửa sau cùng vừa đóng

lại. Gấp tập truyện trong tôi dồn lên nhiều cảm nghĩ. Một trong những cảm nghĩ cần thổ lộ ra trước tiên, đó là tôi mong mỏi nhà văn Song Thao cứ mãi trân trọng cầm lấy cây bút của mình. Không có chuyện đi biển một mình thì xin anh viết tới chuyện đi núi một mình, chuyện đi uống cà phê một mình, chuyện bát phố một mình hoặc thậm chí đến chuyện đi chợ một mình. Mang tiếng là một mình nhưng thực ra anh không đơn lẻ đâu, bởi vì văn của anh đầy lòng nhân ái thế kia và tôi tin là có ai mà nhắm mắt được, quay lưng lại được đối với những dòng chữ luôn ca tụng vẻ đẹp, sự giàu có lòng vị tha mà anh đã chắt chiu viết ra với cả một lòng thành. Văn chương hải ngoại, dù hoàn cảnh sáng tác có gặp khó khăn, vậy mà mỗi ngày một tăng trưởng. Tập truyện "Bỏ Chốn Mù Sương" của nhà văn Song Thao sẽ là một cây lúa mọc lên cứng cáp giữa cánh đồng phì nhiêu ấy. Tôi tin vào điều đó, cũng như tôi hy vọng rằng sang năm, nhà văn Song Thao sẽ gắng "đẻ" thêm một đứa con nữa. Và khi ấy, thay vì lên đứng nói một cách khó nhọc như thế này, tôi chỉ xin được đề nghị với nhà văn là hãy thử dùng một cái tên truyện cho lạc quan: "Về Lại Chốn Mù Sương". Hoặc là: "Nơi Ấy Đã Hết Sương Mù".

(Nắng Mới, Montreal, Canada, số 21, tháng 6/1993)

Con đường văn chương của Song Thao còn rất dài trước mặt và hứa hẹn rất nhiều. Tôi rất vui mà giới thiệu được một chút tài hoa và kỷ niệm với bạn những ngày sinh hoạt vui vẻ bên nhau. Tới đây chợt nhớ tới câu kệ trong bài Cáo Tật Thị Chúng của Thiền Sư Mãn Giác, xin được ghi tặng bạn đọc:

Mạc vị xuân tàn hoa lạc tận
Đình tiền tạc dạ nhất chi mai
Ngô Tất Tố đã dịch như vầy:
Chớ tưởng xuân tàn hoa rụng hết
Đêm qua sân trước nở nhành mai

Brossard, Québec, 18-03-2023

VỚI NHÀ VĂN SONG THAO

Quan Dương

Tôi qua Mỹ năm 1993 và không biết nổi hứng chi cũng tập tành làm thơ viết văn gửi đăng báo chơi . Chỉ là như vậy chứ không có chút ý niệm gì là một ngày nào đó sẽ được quen biết với nhà văn này hay nhà thơ nọ nhất là những nhà văn nhà thơ đã thành danh một thời trước năm 75 tại Miền Nam Việt Nam. Một bữa nọ con cháu ruột gọi tôi bằng cậu đang sinh sống tại Vancouver Canada gọi *phone* mét là con thấy trong bài viết của ông Song Thao đăng trên báo bên này có nhắc đến thơ của cậu. Nó còn tô đậm thêm "con khoái phiếm của ông Song Thao lâu rồi mà nay không ngờ cậu là bạn của ổng làm con thật là nở lỗ mũi ". Tôi không có tật thấy sang bắt quàng làm họ nhưng qua giọng nói của con cháu mà tôi rất cưng có vẻ phấn khích quá nên tôi không nỡ lòng nào đính chính là làm gì có chuyện cậu được làm bạn với một nhà văn lớn như nhà văn Song Thao. Tôi chỉ ậm ừ cho qua chuyện vì sợ con cháu của mình mất hứng . Đó là chưa kể bà chị thứ ba của tôi tức là má của nó cũng khoái phiếm của nhà văn Song Thao và hãnh diện thằng em của mình là bạn của ổng.

Năm 2005 cơn bão Katrina tấn công vào thành phố New Orleans nơi tôi đang sinh sống. Vì tôi không được gan dạ cho nên leo lên xe chở bà xã của mình chạy qua Houston lánh nạn. Vợ chồng tôi gặp anh Nguyễn Toàn Vẹn tức nhà báo Nguyễn Vĩnh Châu là phóng viên của VOA. Năm đó đại hội Võ Tánh - Nữ Trung Học Nha Trang được tổ chức tại Houston mà anh Nguyễn Toàn Vẹn làm trưởng ban. Sẵn trớn tôi cũng là một cựu học sinh Võ Tánh niên khoá 68-69 nên anh Vẹn kéo hai vợ chồng tôi cùng vào tham dự mà không phải đóng lệ phí . Sở dĩ tôi được tha không đóng lệ phí là vì tôi đang chạy bão Katrina mà vào lúc đó tất cả các đài truyền hình của nước Mỹ đang cập nhật tin nóng sốt từng giờ. Khi tôi bước vào thì nhà thơ Lê Mai Lĩnh đang làm MC có xướng tên tôi lên và tôi nghĩ cũng chẳng ai biết mình là ai. Vậy mà không ngờ anh Song Thao lại tìm đến bắt tay tôi và đó là lần đầu tôi diện kiến với anh. Nhìn anh trong bộ com lê ra dáng một ông thầy giáo bệ vệ ai mà ngờ rằng trong phiếm của anh lại "hiểm sâu" luôn mang tính thời sự và văn phong lại trẻ trung như vậy. Gặp được thần tượng của bà chị và con cháu của mình việc đầu tiên là xin chụp cùng anh một tấm hình để làm chứng. Lúc đó chưa có facebook và cũng không có iPhone như bây giờ chứ nếu có thì thế nào tôi cũng leo lên đó để mà "gáy".

Bây giờ thì đã có facebook nhưng tôi chưa có dịp lần nào diện kiến cùng anh Song Thao lần nữa vì tôi và anh hai người ở hai phương trời cách biệt. Anh ở tận Canada còn tôi thì ở tận bên Mỹ. Tuy là thế nhưng cũng nhờ có facebook mà tôi vẫn được thường xuyên thấy anh mỗi khi anh có một bài phiếm mới viết về một đề tài nào đó. Cho dù bất cứ đề tài nào anh đưa vào phiếm đều có một câu chuyện lịch sử ẩn náu phía bên trong. Thú thật có nhiều lúc tôi bị bí tư liệu, thay vì leo lên *google* để tìm tôi thường chui vào những bài phiếm của anh để tìm cho nhanh vì trong phiếm của anh như một thế giới thu nhỏ chứa đủ mọi thứ chuyện trên đời có gốc có ngọn hẳn hòi. Có thể nói những câu chuyện của anh là những câu chuyện từ chuyện nọ xọ chuyện kia nhưng câu chuyện nào cũng có nguồn gốc xuất xứ rõ ràng. Ví dụ như năm vừa qua có cúp bóng tròn thế giới tổ chức tại Qatar nhờ bài phiếm của anh về World Cup 2022 mà tôi mới biết Doha là thủ đô của Qatar, nơi có sân vận động khai mạc ngày hội đá banh lớn nhất của hành tinh này. Tóm lại anh viết phiếm nhưng nó không hạn hẹp trên các bàn cà phê mà phe ta ngồi tán dóc hay cà khịa với nhau mà nó rộng lớn bao phủ khắp cả toàn cầu. Đề tài của anh thượng vàng hạ cám và hình như qua 29 cuốn phiếm (mỗi cuốn dày cỡ 4 trăm trang) chưa có chuyện gì xảy ra trên thế giới này mà không có trong phiếm của anh. Nội công của anh vô cùng thâm hậu thiệt là đáng nể. Càng đáng nể hơn là bước vào năm 2023 dù tuổi anh đã bước qua bờ bát thập nhưng vẫn chưa có dấu hiệu gì cho thấy anh sắp sửa thu chưởng lại. Anh vẫn còn tả xung hữu đột khắp mọi miền ngóc ngách trên trái địa cầu này .

Khi mà hầu hết các nhà văn nhà thơ thành danh trước năm 75 di tản ra hải ngoại này không còn bao nhiêu người thì ở Montreal, Canada, lại qui tụ được ba lão tiền bối là nhà thơ Hoàng Xuân Sơn, nhà thơ Luân Hoán và nhà văn Song Thao. Đọc Thần Điêu Đại Hiệp mối tình giữa Dương Quá và Tiểu Long Nữ chỉ có song kiếm hợp bích nhưng phải phối hợp giữa âm và dương mới tạo thành. Còn ở Canada trên sân văn học thì đã có tam kiếm hợp bích không cần phối hợp âm dương giữa ba nhà văn thơ đã thành danh nói trên. Bằng chứng những quyển bí kíp có tên là Ngôn Ngữ vẫn được phổ cập trong mỗi chu kỳ hai tháng mà vẫn chưa có triệu chứng gì ngừng lại. Anh Luân Hoán gần như thở ra thơ từng giờ trong mỗi ngày, anh Hoàng Xuân Sơn ngoài chuyện luôn miệt mài làm mới chữ nghĩa anh còn là một ca sĩ đưa nhạc vô thơ. Còn anh Song Thao thì hết biết luôn vì ngoài 29 tác phẩm chủ đề Phiếm anh còn có nhiều tuyển tập truyện ngắn. Khi anh còn trẻ từ trong nước đến khi ra hải ngoại ở thế kỷ 20 muốn sanh một đứa con tinh thần thì anh phải cần tới vài ba năm nhưng khi bước qua thế kỷ 21 thì lại khác. Hầu như năm nào anh cũng có tác phẩm mới để cho ra đời. Có những năm anh lại sanh đôi mới độc. Tính từ đầu thế kỷ 21 tới nay chưa tới 23 năm vậy mà anh đã cho ra đời gần 30 tác phẩm. Vua Minh Mạng có nhiều con là nhờ ỷ làm vua nên mới có toa thuốc minh mạng hỗ trợ chứ còn anh Song Thao chỉ là dân dã làm gì có chuyện đó. Ngoài chuyện viết lách anh còn phải lo chuyện áo cơm nữa chứ đâu phải ở không đâu. Vậy mà không biết anh uống trúng loại thuốc đại bổ nào mà lại vô cùng sung mãn như vậy. Càng chơi với anh tôi càng lé mắt mỗi khi anh tung chưởng lực. Những cú chưởng của anh luôn khác lạ khiến cho người đọc không biết đường mà đoán chỉ trừ khi phải đọc hết câu chuyện đó. Anh có lối viết khéo nhử mồi người đọc khi bắt đầu khơi mào cho mỗi câu chuyện. Như ai cũng biết trong thời buổi *internet* qua face-book, youtube, các diễn đàn, các *blog* cá nhân có rất nhiều tiết mục trên trời dưới đất không riêng gì văn thơ cho nên phạm vi giải trí của thiên hạ toả rộng ra chứ không giống như trước đây chỉ biết ôm quyển sách mỗi khi cần đọc. Cũng vì quá dư nhiều tiết mục mà người viết văn phải cũng phải tự làm mới mình mới chinh phục được người đọc. Vấn đề nằm ở chỗ khi người đọc lướt ngang một câu chuyện nào đó nếu phần nhập đề của tác giả quá khô khốc thì chẳng còn bao nhiêu người có kiên nhẫn để đọc tiếp. Anh Song Thao thì trái lại vì anh có ngón để trị cái vụ này. Những câu chuyện phiếm của anh khi mới bắt đầu thì đã dụ dỗ được người đọc phải tò mò đọc tiếp theo phần sau cho rõ chứ nếu không thì tức không chịu nổi .

Tóm lại viết về anh Song Thao thì cho dù có viết cả trăm trang cũng không hết chuyện để viết vì sự nghiệp văn chương của anh phong phú quá mà tôi chỉ là một đàn em ở tận hai phương trời xa cách. Khi anh Song Thao đã thành danh tôi còn chưa biết làm thơ đăng báo cho nên gọi là góp ý phê bình văn chương của anh thì tôi không có cửa đó đâu. Bài viết này chẳng qua chỉ là một cách bày tỏ cảm tình của một độc giả ái mộ dành cho tác giả mà mình thích. Cảm tình đó là rất khoái chí khi đọc bất cứ một bài phiếm nào của anh vì mỗi lần đọc là mỗi lần tôi được học hỏi thêm vài điều lý thú .

Nhìn nhan sắc của nhà văn Song Thao đã hơn bát tuần rồi mà vẫn còn khoẻ mạnh trẻ trung thì có nhiều người tò mò không biết anh có bí quyết gì không? Theo tôi thì chắc anh viết phiếm nhiều nên luôn trẻ bởi vì điều kiện nấu một tô phiếm cần có đủ món hỉ nộ ái ố ai lạc dục để làm gia vị nêm nếm. Những món đó là cảm xúc. Những ai vẫn còn có cảm xúc tức nhiên là còn có sức khoẻ. Còn có sức khoẻ có nghĩa là còn trẻ vì nếu già thì anh đã gác kiếm qui ẩn rồi. Do đó có thấy anh Song Thao còn trẻ hơn tuổi của anh ấy thì chẳng có gì là ngạc nhiên cả.

New Orleans, 04/2023

VIẾT VU VƠ VỀ CHÚ SONG THAO

Orchid Lamquynh

Tôi chẳng phải người cầm bút. Lâu lâu, quỡn thì cũng có viết vài tùy bút vu vơ để tạm thấy mình cũng có viết lách đôi chút. Tuy nhiên, khi đặt bút xuống, tôi thường khoác cho bài viết của mình một màu sắc hơi u uất, chẳng phải tôi mang tâm trạng u buồn. Đời sống ai mà chẳng mong có nụ cười. Đem đến nụ cười qua ngòi bút của mình lại càng là điều nhiều người mơ ước, nhưng liệu có mấy ai làm được. Vậy mà có những nhà văn, đặt bút xuống là phiếm cứ hiện ra như một phép mầu, nghĩ mà phát... ghét. Một trong số ít nhà văn chọc tức những đứa có lòng đố kỵ như tôi là nhà văn Song Thao.

Đến đây xin cho tôi đổi cách gọi, để được nhắc đến ông bằng đúng cách xưng hô quen thuộc của tôi dành cho nhà văn tài hoa này. Dù chú Song Thao với tôi gặp nhau độ dưới chục lần, nhưng tôi luôn cảm nhận được sự thân thuộc của hai chú cháu. Có lẽ vì tôi thường xuyên đọc bài của chú, cũng có thể do tôi thấy người sang bắt quàng làm họ! Nhưng thú thật, thà làm người dưng và ở thật xa chú, tôi cảm thấy an toàn hơn. Vì nếu ở gần, có thể chú sẽ đem mình vào phiếm! Tôi có cảm giác, nhìn thấy điều gì, chú cũng có thể viết thành một bài, thật dài, nhưng đọc không hề ngán! Nếu không tin, quý bạn đọc có thể kiểm chứng. Phụ nữ chân dài thì quá chừng người viết. Nhưng qua ngòi bút của chú Song Thao, thì chân ngắn cũng kéo ra cho nó thành dài. Viết về chân dài chân ngắn của phụ nữ đã đành, đấng mày râu cũng bị ông đem ra kể dài, kể ngắn, với những thứ to và cả những đồ nhỏ. Quý vị hãy đọc ông viết về Putin, ắt sẽ hiểu chuyện "nhỏ," cũng bị ông xé ra cho to!

Người thật như Putin bị đem ra mổ xẻ đã đành, tiến sĩ giấy ông cũng chẳng tha. Nhưng rồi hình như viết mãi về người ông lại ngán, ông chuyển sang viết về chó. Khi chán thú bốn chân thì ông lại chuyển sang thú hai chân, chuyện vịt. Khi hết chuyện những con vật trên bờ thì ông lao xuống nước để viết chuyện tôm hùm!

Cách đây vài ngày, tôi gặp một người bạn, vì vốn liếng tiếng Việt hạn hẹp, nên khi tôi nhắc đến chữ Phiếm, bạn tôi không hiểu. Sau một hồi giải thích, bạn tôi nói một câu rất đơn giản, nhưng phản ảnh chính xác sự thật: "Người viết Phiếm là người nhiều chuyện." Tuy nhiên, không phải ai nhiều chuyện cũng viết Phiếm được. Trong chữ "Phiếm" có chữ "hiếm." Phiếm của nhà văn Song Thao là hàng hiếm.

Đến đây, xin cho tôi được làm một việc đang rất thời thượng bây giờ, là sửa lời một câu thơ của Bố tôi.

"Chữ cũng như người VUI biết bao"

Đối với đời sống hiện tại, ta cần lắm những nụ cười, ta cần lắm thứ hàng hiếm như Phiếm của nhà văn Song Thao.

04/2023

ĐÔI DÒNG KỶ NIỆM CÓ VỚI NHÀ VĂN SONG THAO

Lê Hân

Tôi có nhiều năm định cư tại thành phố Mississauga, một thành phố trẻ, sát nách thành phố Toronto, thành phố lớn nhất nhì của Canada. Sau khi có tư gia, cơ quan làm việc quen chỗ và ít đi công tác tại nhiều quốc gia, đời bỗng nhiên có phần hơi nhàm chán, tôi trở lại sinh hoạt với Việt ngữ.

Nhớ thời Tuổi Xanh xa vời, nhớ Việt Nam loáng thoáng, bởi tôi hay đi về, nhất là sau khi thành lập và tham gia vào một tổ chức từ thiện, dựng lớp tiểu học nhỏ ở Mũi Né Phan Thiết để giúp các em mù chữ biết đọc, biết viết. Thơ dần dà trở lại đọc và viết trong tinh thần giải trí là chính. Lúc này tôi có được vài người bạn cũ, thêm một số bạn mới, cụ thể như các anh Đoàn Phế, nhạc sĩ Trường Sa, nhạc sĩ Phạm Mạnh Cương, nhạc sĩ Từ Công Phụng, nhạc sĩ Lê Dinh, nhạc sĩ Vĩnh Điện, nhạc sĩ Phan Ni Tấn… và một số bạn trong nhóm Chu Văn An - Trưng Vương v.v.…

Rồi chúng tôi cao hứng thực hiện đặc san Trưng Vương - Chu Văn An liên tiếp những năm 2001, 2002, 2003. Đặc san năm 2002 có bài của anh Song Thao với tựa "Chuyến Đi Không Hẹn". Tôi xuất thân trường Chu Văn An (tuy chỉ học có năm cuối cùng), liền sau trường Phan Châu Trinh Đà Nẵng. Chu Văn An, cư xá Đắc Lộ cũng là nơi mở đầu cho việc được học bổng và du học xứ cờ hoa của tôi. Tôi đảm nhận gần tổng quát trong việc làm đặc san này, gom bài, lên trang, trình bày, góp tiền và in ấn. Cùng lúc này, anh trai tôi ở Montréal lập ra nhà xuất bản Nhân Ảnh, thay thế nhà xuất bản Ngưỡng Cửa và nhà xuất bản Thơ mà anh ấy dựng ra trước 1975 tại miền Trung Việt Nam. Chủ yếu nhà xuất bản Nhân Ảnh lúc này, anh tôi đảm nhiệm và cho tái bản những thi phẩm cũ của anh như "Viên Đạn Cho Người Yêu Dấu", "Rượu Hồng Đã Rót" v…v… Ngoài sách của anh tôi, tôi còn giúp luôn sách của bạn anh tôi. Và người bạn này của anh tôi, sau này tôi được làm bạn, đó chính là nhà văn Song Thao.

Tôi nhớ khi tái bản 3 cuốn Phiếm đầu tiên của anh Song Thao (Phiếm 1, 2 và 3) lúc đầu in theo lối thủ công, nghĩa là tôi in cái ruột, rồi in bìa màu ở một nhà in khác, xong tìm một công ty lo việc đóng gáy. Sau ngày về hưu thì những sách Phiếm của anh Song Thao cho tái bản trên Amazon (qua Creatspace), rồi lúc Amazon không cho in sách tiếng

Việt nữa, các tác phẩm Phiếm sau này của anh Song Thao vẫn tiếp tục in với Ingram, Barnes & Noble hay LuLu. Tất cả Phiếm của anh Song Thao đều do anh Tạ Quốc Quang (em ruột anh Song Thao, gốc Sĩ quan Hải quân VNCH, hiện định cư tại Houston) đảm nhiệm phần dàn trang và làm bìa trong thời gian đầu, sau này bìa do họa sĩ Khánh Trường hay Uyên Nguyên Trần Triết giúp nhưng anh Tạ Quốc Quang lo làm lại cho cân đối chính xác các bìa sách, sau khi các họa sĩ đã trình bày, anh Quang cũng là người lo giúp phần kỹ thuật cho nhiều đầu sách do Nhân Ảnh xuất bản từ trước cho đến bây giờ.

Sau khi tôi chăm sóc tái bản lần đầu tiên cuốn "Tác Giả Việt Nam" của Lê Bảo Hoàng, một bút danh khác của anh tôi, anh Song Thao cũng có nhiều tác phẩm mới. Chúng tôi đã tổ chức ra mắt sách chung nhiều lần tại một hội trường ở Mississauga. Chung trong các buổi ra mắt sách này là phần âm nhạc mà chúng tôi mời được một số nhạc sĩ tên tuổi như nhạc sĩ Từ Công Phụng, nhạc sĩ Nhật Ngân, nhạc sĩ Phạm Mạnh Cương, nhạc sĩ Trường Sa v.v... Nhà tôi trở thành nơi tập dượt, lui tới của một số anh chị sinh hoạt ca hát của thành phố và là nơi đón tiếp thêm nhạc sĩ Nhật Ngân, nhạc sĩ Từ Công Phụng, nhà báo Trường Kỳ v.v...từ xa đến.

Thi phẩm đầu tay của tôi ("Tình Thơm Mấy Nhánh", xuất bản năm 2003 theo lối thủ công như Phiếm 1, 2, 3 của anh Song Thao) cũng được trình làng bên cạnh sách và nhạc của anh Phan Ni Tấn.

Thân tình giữa tôi và nhà văn Song Thao diễn tiến vô cùng tốt đẹp, bởi anh viết mạnh, rất mạnh trong lúc này, mỗi năm ít nhất anh hoàn tất một hay hai cuốn Phiếm, chưa kể truyện ngắn.

Phiếm của anh Song Thao tiêu thụ rất mạnh, gần như khắp thế giới, nơi nào có người Việt cư ngụ đều có Phiếm của Song Thao. Nhận định về thể loại này đã có quá nhiều tên tuổi bề thế trong sinh hoạt văn học hải ngoại lên tiếng tán dương, cụ thể có thể kể quí vị Võ Phiến, Nguyễn Mộng Giác, Nguyễn Xuân Hoàng, Phạm Xuân Đài, Hồ Đình Nghiêm, Võ Kỳ Điền, Nguyễn Vy Khanh… Nhưng điều tôi vừa tiết lộ về lực lượng độc giả của Phiếm ở trên mới cụ thể nói lên giá trị Phiếm của Song Thao. Phát biểu bằng cách sở hữu và đọc từ đám đông có tinh thần yêu quí cái tâm cái hồn của quốc ngữ, là tiếng nói thiết thực, đáng tin cậy nhất.

Không thể và cũng không chuyên việc đề cao một tác giả, nên tôi gặp khó trong việc góp bài vào phần đặc biệt, dành riêng giới thiệu nhà văn Song Thao của số Ngôn Ngữ 25 này. Nhưng nếu không viết sẽ tiếc cũng như thấy thiếu thiếu một cái gì quí lắm. Cái đó hẳn là tình cảm chúng tôi dành cho nhau. Anh Song Thao lớn hơn anh tôi 2 tuổi, cũng có nghĩa sẽ có một con số chênh lệch khá lớn so với tôi. Chín năm cách biệt là khoảng cách hai chúng tôi ra đời. Nhưng thật kỳ diệu, tình bạn vẫn đúng là tình bạn. Lâu nay tôi thân và liên lạc nhiều với anh Song Thao hơn hẳn với anh trai ruột tôi. Chuyện không đáng nói, nhưng tôi nhắc ở đây để chứng minh. Nếu tôi có dịp nào lì xì tiền quà cho anh tôi, tôi đều nhờ anh Song Thao ứng giao trước, rồi tôi sẽ hoàn trả lại anh sau. Tin tưởng về tài chánh đến như vậy, chẳng lẽ không đủ thân. Về việc in ấn sách của anh, tôi vẫn tiếp tục lo cho anh, phát hành, giải quyết chuyện sách thất lạc… anh em luôn gọi báo cho nhau.

Anh chị Song Thao cũng đôi lần ghé thăm tôi khi tôi ở San Jose, trước khi tôi rời nhà xuống quận Cam này. Một lần ngồi chờ anh chị đến, tôi có viết mấy câu thơ, xin trích dưới đây, để kết thúc một bài viết nhiều lúng túng chuyện riêng tư.

Chờ Song Thao

vừa mới đi chơi về mấy ngày
bạn xưa sắp sửa ghé chơi đây
thèm làm Nguyễn Khuyến chào đón bạn
tài yếu, ngồi nhìn suông bàn tay

bàn tay không viết được chữ nào
nghe chừng nó cũng rất nôn nao
bạn tuy vai lớn nhưng thân thiết
tứ hải giai huynh đệ ngọt ngào

được giữ vai em thuận tuổi đời
bạn vì nhiều lúc cùng vui chơi
trong văn trong rượu trong thơ nhạc
cùng hít thở chung lượng tình người

anh đến, à quên, bạn thơ văn
nói cười hai đứa hở phơi răng
hương bay không phải là hương lạ

hương của đời cho biết nói năng

chờ bạn đến không hay bận rộn
cả năm mới ghé đến Cali
Thành Tôn cùng với nhiều bạn giữ
ta uống nước cùng thơ nhâm nhi

Lê Hân

Hình chụp trong một lần ra mắt sách và nhạc với nhạc sĩ Nhật Ngân năm 2006 tại Mississauga, Canada. Hàng đầu từ trái sang phải: Võ Kỳ Điền, Lê Hân, Luân Hoán, Song Thao

HAI THẰNG TUỔI CỌP
Trang Châu

Ở Montréal cái nhóm viết lách còn tiếp tục cuộc chơi chữ nghĩa và thỉnh thoảng gặp nhau cụng ly, đếm được 7 mạng: Luân Hoán, Hoàng Xuân Sơn, Võ Kỳ Điền, Hồ Đình Nghiêm, Lưu Nguyễn, Song Thao và tôi. Già nhất đám là tôi và Song Thao. Hai đứa cùng tuổi Cọp. Nếu tính theo tháng tôi lớn hơn Song Thao vài ba tháng. Nhưng sức mấy mà tôi dám tranh hay dám nhận cái chức sư trưởng. Mỗi lần Song Thao hú lên một tiếng họp mặt ăn nhậu ở quán nào, ngày nào, giờ nào là hầu như mọi người có mặt đông đủ. Còn tôi, dù từ lâu, về già, tôi quan niệm mình cần bạn hơn cần con và vài dịp còn bạo gan nghĩ mình cần bạn hơn cả vợ; chỉ nên thấy cái tốt của nhau, còn vài chút xấu ai mà chẳng có, quên đi, bỏ đi tám! Cho nên lâu lâu nhớ bạn, thèm cụng ly, tôi nhẹ nhàng rủ khẽ vài câu mời anh em, thế mà lúc nào cũng có đứa vắng mặt vì lý do này hay lý do khác. Tôi không nghĩ vì mình tuổi Cọp nên bẩm sinh tính tình hung hăng. Cho nên có lần tôi thử chứng minh mình là loại cọp hiền nên nói với vợ: "Anh là cọp sở thú". Vợ tôi háy mắt nhìn tôi, mở miệng xì một tiếng rồi thôi. Tôi tin cọp Song Thao uy tín hơn tôi nhiều, anh thuộc loại cọp hoàng gia, vương giả, tân tiến, thị thành.

Song Thao đã cho xuất bản 7 tập truyện ngắn: *Bỏ chốn mù sương- Đong đưa cuộc tình- Còn đó bóng hình- Chân mang giày số 6- Cuối ngày một lần ngồi lại- Bên lưng những con chữ- Chốn cũ.* Người ta thường hay nói: "Nhất ảnh vạn từ". Hình ảnh thể hiện trong một bức hình bằng vạn lời diễn tả. Tôi cũng bắt chước, dựa theo mấy cái tựa sách của Song Thao, để nghìn lần đoán mò về con đường tình ái của anh. Tôi nghĩ Song Thao, trên đường tình, biết tiến biết lùi. Cho nên "đong đưa cuộc tình" cho lắm rồi rút cuộc cũng chỉ "còn đó bóng hình". Và cứ thế, câu anh yêu em, anh chỉ có em "cuối ngày một lần ngồi lại".

Cái tựa: "Bên lưng những con chữ" thể hiện sức sáng tác sung mãn của Song Thao. Nói đến tên Song Thao, đôi khi người ta quên nhà văn dày dạn phong sương mà chỉ thấy chàng phiếm sĩ, bốn mùa xuân hạ thu đông, tung hoành múa bút. Với cuốn Phiếm thứ 29 vừa chào đời vào đầu năm 2023 này, tính trung bình mỗi cuốn Phiếm dày 400 trang, sơ sơ

Song Thao đã gởi cho chúng ta đọc khoảng 11.600 chữ dành cho Phiếm. Mỗi cuốn Phiếm có trung bình 28 bài đủ thứ đề tài: chính trị, khoa học, lịch sử, âm nhạc, ẩm thực, nhân tình thế thái v.v. Lấy 28 đề tài nhân cho 29 cuốn Phiếm chúng ta có 812 mục Phiếm! Dư sức để làm một mini tự điển Phiếm. Đọc Phiếm của Song Thao ta nằm nhà mà biết rõ mọi chuyện, xưa cho tới nay, từ năm châu bốn bể, từ thể xác đến tâm hồn. Khỏi cần đi du lịch, khỏi cần tìm tòi, nghiên cứu. Song Thao bao hết cho chúng ta. Không những làm kỹ, làm tròn mà còn châm chút chút muối tiêu, chút chút đường ớt cho hương vị đậm đà, nồng cay.

Ngoài đời Song Thao là người liên lạc với tôi nhiều nhất qua *mail* hay qua *phone*. Những liên lạc không đề cập gì nhiều đến chuyện văn chương viết lách mà về bệnh tật hay thuốc men. Ngoài đời, hai người, ngoài bạn văn còn là thân chủ của tôi là Lưu Nguyễn và Song Thao. Lưu Nguyễn có con gái là bác sĩ chuyên khoa, nhưng khi có chuyện toàn khoa thì hắn đến gặp tôi. Tôi chăm sóc Song Thao rất kỹ. Tuy là cọp nhưng vì cứ nhập tâm mình là cọp sở thú nên đôi lúc tôi đâm ra nhát gan. Tôi hay tự dặn lòng: "Song Thao hắn viết phiếm, loạng quạng với hắn, hắn giận cho mình vào phiếm, chua thêm chút ớt, chút muối vào là mình bỏ mạng". Cho nên khi đọc được một bài nghiên cứu nói rằng người bị bệnh *gout* chỉ nên tránh uống bia hay các loại rượu mạnh như whisky, cognac, còn rượu vang thì uống được, tôi liền thông báo ngay cho Song Thao. Thế là trong một bài phiếm nói về rượu vang, Song Thao nhắc tên tôi và gọi tôi là bạn vàng. Tôi vui quá! Nhưng có lúc lại lo không biết nhà in có in nhầm chữ vang thành chữ vàng không.

Ông bạn thơ của tôi, nhà thơ Luân Hoán, *mail* cho tôi nhờ tôi viết một bài về Song Thao cho báo Ngôn Ngữ. Nhận định về thơ văn của một tác giả không phải là sở trường của tôi. Tôi nhận lời viết với tư cách một bạn văn. Với tôi, tôi không nghĩ phiếm của Song Thao là những dòng phù phiếm. Với tôi, phiếm của Song Thao phải được xem là những đóng góp phong phú giúp làm giàu hiểu biết của người đọc.

03/2023

SONG THAO, VUA PHIẾM...

Trần Yên Hòa

Năm 2011, tôi dự định Ra Mắt Sách truyện dài "Đi Mỹ", tác phẩm tôi ấp ủ đã mấy năm. Để cuộc Ra Mắt Sách có màu sắc tôi đã mời các bạn văn nghệ đàn anh mà tôi thân thiết như mời được nhạc sĩ Nhật Ngân và nhà văn Nguyễn Đình Toàn... lên nói về chuyện tác phẩm của tôi... Với Nhật Ngân sẽ lên nói về trường hợp phổ bài thơ Khan Cổ Gọi Tình, Về và bà xã của Nhật Ngân sẽ lên hát bài này. Mọi chuyện đều suông sẻ, tôi chỉ đợi đến ngày Ra Mắt Sách.

Chủ nhật tuần đó, tôi điện thoại cho nhà thơ Thành Tôn để mời Thành Tôn đi uống cà phê, Thành Tôn cho biết có nhà văn Song Thao từ Canada qua chơi. Tôi nói Thành Tôn mời luôn Song Thao, dù chưa gặp anh lần nào. Đó là lần đầu tiên tôi gặp Song Thao tại Quán Phở Quang Trung.

Trong lần gặp đầu tiên, thời điểm 2011. Song Thao còn rất trẻ, cao ráo, đẹp trai, nói giọng Bắc. Giọng nói của người đàn ông Hà Nội, rất nhẹ nhàng, hấp dẫn.

Chúng tôi nói chuyện văn nghệ "văn gừng", rồi nói đến

nhạc sĩ Nhật Ngân. Thành Tôn cho biết tin Nhật Ngân bịnh nặng, đang nằm bịnh viện, rồi Thành Tôn bảo:

- Sẵn đây, tụi mình đi thăm Nhật Ngân nghe.

Tất cả đồng ý, ủy thác tôi điện thoại cho Nhật Ngân. Tôi bấm điện thoại thì có giọng nữ trả lời:

- Tôi là vợ Nhật Ngân đây.

Tôi nói:

- Chúng tôi muốn đến thăm Nhật Ngân bây giờ, được không chị?

Chị bảo:

- Anh Nhật Ngân mới uống thuốc xong nên còn mệt lắm, thôi để lúc khác. Xin cảm ơn mấy anh.

Thế là chúng tôi qua Factory uống cà phê.

Tôi gặp Song Thao lần đầu trong trường hợp như vậy.

Và trong cuộc Ra Mắt Sách lần đó của tôi, (dĩ nhiên) có nhà viết Phiếm Song Thao tham dự. Trong lời giới thiệu với các quan khách, tôi đã gọi anh là Vua Phiếm, dù lúc đó, tôi đọc những tác phẩm Phiếm của anh rất ít, đâu ba, bốn cuốn (bài) gì đó, do anh Thành Tôn gởi tặng thay Song Thao, mà (thật ra) không đọc được hết cuốn nào.

* * *

Phiếm nói chung là những bài viết, ý tưởng nói lan man, không chủ đích... như chuyện Phiếm... chẳng hạn

Tra trên Google thì từ Phiếm có nghĩa là:

Tĩnh từ có nghĩa là: (trò chuyện, chơi đùa) chung chung, không thiết thực, không đâu vào đâu.

Động từ: (Ít dùng) bàn luận chung chung, không thiết

thực

Nhưng tôi thấy chữ Phiếm sau này đã bị lạm dụng nhiều qua sách báo, như những bài Phiếm luận của các nhà báo thường bày tỏ quan niệm của mình và thường chỉ trích, đả kích các ý của các tác giả khác. Các tác giả thường thì đả kích có lúc nhẹ nhàng, lịch sự, nhưng cũng có tác giả lợi dụng chữ phiếm để đả kích thật mạnh vào tác giả đối nghịch, nhiều khi đem đời tư của người ta ra mà nói (xấu). Có một thời, ở Nam Cali có tờ báo có mục Phiếm dị, thường gây nên những nỗi lo sợ cho nhiều người, vì những bài Phiếm này thường hay gây sóng gió trong cộng đồng .

* * *

Nhưng với Song Thao thì khác, chủ đích Phiếm của Song Thao là bàn những đề tài chung chung, nhưng xoáy sâu vào các vấn đề qua cái nhìn từ đông tây kim cổ, khiến người đọc mở rộng thêm tầm nhìn. Với văn phong dí dỏm, nhẹ nhàng, khiến người đọc muốn đọc bài viết từ đầu đến cuối. Đó cũng là biệt tài của Song Thao.

Như vậy, dù bàn chuyện chung chung mà đến nay, Song Thao đã xuất bản đến 29 cuốn Phiếm, cuốn nào cũng dày trên 300 trang, thật là dễ nể. Nên (từ năm 2011), tôi gọi Song Thao là Vua Phiếm cũng không ngoa tí nào..

Tôi thường thích bộ môn truyện ngắn hơn. Truyện ngắn của một tác giả nào tôi yêu thích là tôi đọc say mê từ đầu đến cuối, thế mà Phiếm Song Thao, cũng đã hấp dẫn không kém, khiến tôi đọc thường hết một bài. Như vậy, cũng đã nói lên tài viết Phiếm của anh.

(Bây giờ, tôi thường chọn những truyện, thơ, được viết ngắn, chứ dài lê thê, nhiều chữ quá (dù hay) tôi cũng đọc không hết, có lẽ não trạng tôi đã bị lão hóa mất rồi chăng.)

Ngoài Phiếm ra, Song Thao còn viết truyện ngắn nữa. Anh đã in được 7 tập truyện là: *Bỏ chốn mù sương, Đong đưa cuộc tình, Còn đó bóng hình, Chân mang giày số 6, Cuối ngày, một lần ngồi lại, Bên Lưng những con chữ, Chốn cũ...*

Với 29 tập Phiếm và 7 tập truyện ngắn... Song Thao đã cho chúng ta thấy sức viết của anh rất mạnh, bây giờ ở tuổi trên hàng tám, mà anh vẫn đều đều cho ra sách.

Cách đây khoảng 3, 4 năm, tôi lại gặp Song Thao ở nhà Thành Tôn. Thành Tôn có ý chiêu đãi vợ chồng Song Thao, khi có chị Song Thao đi cùng anh qua thăm bà con ở Nam Cali. Trong bàn tiệc, nghe giới thiệu, chị Song Thao là con gái của ông bà giáo sư Lê Nguyên Diệm, người đã cùng các giáo sư Bùi Tấn, Đinh Quy, ra sách Toán Giáo Khoa từ đệ thất đến đệ tứ hồi đó, học trò chúng tôi ai cũng học, nên ai cũng biết ba vị giáo sư này. Thầy Lê Nguyên Diệm có thời gian làm hiệu trưởng trường trung học Võ Tánh, Nha Trang.

Hôm đó ăn uống (nhậu nhẹt chút đỉnh) xong, chúng tôi bắt tay nhau ra về trong vui vẻ. Từ nhà Thành Tôn, đi một đoạn ngắn thì xe của nhà văn Phạm Phú Minh bị xẹp lốp, nhà thơ Thành Tôn chủ nhà, đành phải xăn tay áo, mở cốp sau lấy bánh xe "sơ cua" ra thay cho xe anh Phạm Phú Minh. Ở đây, toàn là các nhà văn, nhà thơ "chân yếu tay mềm", chỉ biết cầm cây bút thôi, mà nay phải hì hục sửa xe... thật là đáng nể. Công đầu phải dành cho nhà thơ Thành Tôn, anh sửa xe rất giỏi. Còn chúng tôi chỉ thợ vịn...

Một kỷ niệm đáng ghi nhớ.

* * *

Nay, từ nam Cali, nhìn qua đất nước Canada thật xa vời vợi, tôi vẫn mãi nhớ anh Song Thao, anh Luân Hoán. Mong các anh luôn luôn khỏe mạnh. Nếu có dịp, các anh qua thăm nam Cali, chơi với chúng tôi thì vui biết mấy. Chúng ta cùng uống với nhau vài ly rượu nhẹ thôi cũng vui lắm rồi.

Được thế thì vui biết bao nhiêu há vua Phiếm Song Thao!

04/2023

GỞI NHÀ VĂN PHIẾM CHỦ
SONG THAO

Trúc Lan

Đồng môn, đồng nghiệp, không đồng lớp
*Ánh sao họ **Tạ** vụt sáng ngời*
Quê cũ: "Thời Nay" đồng biên tập
Xứ người: "Ngôn Ngữ" nhập cuộc chơi
Chuyện Phiếm Song Thao hăm chín cuốn
Truyện ngắn tròm trèm chửa đủ mười
"Còn Đó Bóng Hình" luôn hoài niệm
"Bên Lưng Con Chữ" dệt tơ đời
"Bỏ Chốn Mù Sương" xua "Nỗi Nhọc"

"Cuối Ngày Nhìn Lại" vẫn chưa ngơi
"Đong Đưa Cuộc Tình" ngoài tám chục
Đến ngày chung cuộc mới thảnh thơi!

III/.2023

ÔNG ANH

Hoàng Quân

Montreal 10/2022.

Khoảng đầu thế kỷ 21, tôi quen ông Song Thao. Nói quen cho oai, chứ đấy chỉ là tình một chiều. Thuở ấy, mỗi khi có tờ nguyệt san Thế Kỷ 21 trên tay, tôi nhanh nhẹn dò mục lục, tìm bài Phiếm của ông Song Thao, đọc ngấu nghiến. Một ngày đẹp trời (ít nhất là đối với tôi), ông "thấy" tôi trên Diễn Đàn Thế Kỷ, ông hỏi ông chủ bút Phạm Phú Minh: "Hoàng Quân là ai?" Thế là tôi bắt được nhịp cầu tri âm với ông "trùm" Phiếm. Tự đó đến nay, tính ra đã gần chục rưỡi năm. Ban đầu, biết ông là người người sang, tên tuổi ngất trời, tôi không dám bắt quàng làm họ. Tôi quen ông qua anh Phạm Phú Minh. Biết ông trang lứa với anh Minh, nên tôi xin phép gọi ông bằng anh (cho công bình). Dần dà, thư đi, tin lại, tôi nghĩ đến ông như ông anh quý mến. Ông có rất nhiều bạn. Bạn "ảo" trên Facebook quây quần quanh ông lên đến gần bốn ngàn người. Số bạn ông trà đàm, tửu đàm bên bàn tròn văn chương dễ có đến vài trăm. Thế mà, giữa lúc say sưa chuyện trò với những bạn bè đồng thanh, đồng khí của ông trên vuông chiếu chữ nghĩa, ông chợt chú ý đến con bé Hoàng Quân lấp ló ngoài cổng hóng chuyện. Ông ân cần mở cửa cho con bé bước vào sân chơi.

Tôi có cơ hội nhìn ông, nghe ông trong những cuộc phỏng vấn trên truyền hình hải ngoại. Còn nhân dáng của tôi đối với ông, chỉ là những dòng chữ đều đặn của *font cali-bri* hoặc *arial* trong điện thư và những bài viết tôi gửi đăng trên báo mạng. Thế mà, đã bao lần tôi được ông nhắc nhở, dìu dắt. Ông nghe tôi vất vả lúc làm cuốn sách đầu đời, ông mách nhỏ: "Hãy đến nhà xuất bản Nhân Ảnh." Khi các ông Khánh Trường, Luân Hoán, Nguyễn Vy Khanh lên chương trình thực hiện bộ sách "44 Năm Văn Học Việt Nam Hải Ngoại (1975-2019)", ông "tiến cử" tôi vào danh sách. Năm 2018, tôi ngạc nhiên và cảm động vô cùng, được ông cho một chỗ đứng trong mục "Viết Cho Bè Bạn". Với bài điểm sách: "Đọc "Đứng Ngẩn Trông Vời" của Hoàng Quân", ông đã "nắm tay" tôi chu du khắp Gia Nã Đại, Mỹ và Úc, không chỉ trên các trang mạng văn học mà cả báo giấy. Chị Tiểu Thu (đồng hương Montréal của ông) xuýt xoa: "Em trúng số độc đắc đó nhe." Bạn Phạm Công Luận bên Việt nam nhận xét: "Anh Song Thao có vẻ quý trọng người viết qua trang văn." Tôi nhớ có lần ông bảo, ông tính rủ tôi viết chung phiếm. Nghe ông nói vậy, tôi vui khấp khởi, mở cờ trong bụng. Nhưng ngẫm nghĩ, thuở tôi chưa biết đánh vần, ông đã làm báo, đã bắt đầu phiếm trong mục "Những điều trông thấy" trên những tờ tạp chí hàng đầu ngày ấy. Giờ đây, hơn nửa thế kỷ trôi qua, ông tung hoành, vẫy vùng trong cõi phiếm của ông. Nhìn ông, xét phận mình, tôi thấy hình ảnh đôi đũa mốc cời cố chòi mâm son lịch lãm. Thế mà, có lẽ do nghiện phiếm của ông, tôi rón rén viết thử bài phiếm. Tôi ấp úng, hỏi ông: "Giống phiếm chưa, cần thêm mắm muối gì nữa không?" Thì ông cười, khích lệ tinh thần (tôi đoán vậy): "Viết như vậy mà còn hỏi đã... phiếm chưa. Cứ... phiếm như vậy cho thiên hạ nhờ! Mắm bây giờ cũng leo thang, khỏi cần thêm thắt chi cho đỡ túi tiền." Một đôi lần, tôi lề mề, đến hạn góp bài cho tạp chí Ngôn Ngữ. Tôi chạy hớt hải, sợ lỡ tàu. Đang lí nhí lời xin lỗi, thì nghe tiếng ông nhẹ nhàng: "Yên tâm, trước khi cài then, cũng ráng giữ cửa chờ cô em chứ."

Có thể ông xem những chuyện cỏn con này không đáng kể. Nhưng với tôi, tôi rất trân trọng sự ưu ái của ông dành cho tôi.

Ông viết khỏe, viết hay, viết đẹp. Ngay cả đề tài "xấu xí" như dịch bệnh cũng trở nên dễ coi dưới ngòi viết của ông. Năm 2020, thời gian đầu đại dịch, tôi ngại xem, đọc tin tức, vì biết thêm chi tiết, càng thấy đen tối hơn. Nhưng loạt bài về dịch của ông, cho tôi thấy được ánh sáng cuối đường hầm. Lòng có lo lắng, hoang mang, mà đọc bài của ông tôi vẫn cười được, tinh thần bớt căng thẳng. Chuyện "già khú đế" thường thường rất khó nghe, mà qua giọng ông kể, cũng thành êm tai, dễ chịu. Trong bài viết về bệnh của mắt: cườm khô, cườm nước, khi ông liên tưởng đến mì khô, mì nước tôi đã cười ha ha một đỗi. Khôi hài đến như vậy, với tôi, quả là vô tiền khoáng hậu. Mỗi lần đi nhuộm tóc, tôi tủm tỉm cười một mình, vang vang trong tưởng tượng câu nói dí dỏm mà rất có duyên của ông: "Nhuộm tóc có thể bị dị ứng, nhưng không nhuộm, thì dị òm."

Nghe ông phiếm về món ăn, tôi vừa mừng, vừa lo. Mừng, được ăn uống hàm thụ, tha hồ thưởng thức của ngon vật lạ, món nóng, thổi phù phù cho mau nguội, món cay, hít hà, cứ tự nhiên gắp gắp, lùa lùa, không phải băn khoăn cao đường, cao muối, cao mỡ... Nhưng rồi tôi lại lo. Vì, ăn ảo xong, đầu óc cứ mơ mơ, màng màng được ăn thật. Mà những món ông kể, đâu phải chạy ra phố, ra chợ là có đâu. Ông trầm trồ món bún chả Hà Nội, ông nhắc chuyện bún này với ông Obama, rồi ông quay qua chuyện bún xưa của các ông Thạch Lam, Vũ Ngọc Phan, Vũ Bằng. Đọc tới đâu, ghiền tới đó. Ghiền mà không được ăn, khổ tâm lắm. Món "ta" ông nhem thèm đã đành, ông kể món "tây" cho độc giả thưởng thức nữa chứ: Tổ đường (Cabane à sucre), đọc mà thấy ngon nhức cả răng.

Không biết ông có bao nhiêu nốt ruồi son ở bàn chân, mà năm châu bốn bể, dường như chỗ nào ông cũng *lang bạt*". Đến đâu, mắt ông ngó từng ngóc ngách, tai ông nghe từng tiếng động. Bởi thế, du lịch hàm thụ theo *"dấu chân"* của ông, thích thú vô cùng. Có những chốn tôi đã đi qua, nay nghe ông kể lại, tôi há hốc cả mồm: "Ủa! Chuyện này ngộ ghê. Ủa! Chỗ kia lạ thiệt...” Nơi nào chưa biết, nghe ông vẽ vời quá hấp dẫn, tôi ao ước được có ngày đến đấy, để thấy được những kỳ diệu của đất trời, của con người.

Ông cho biết, truyện ngắn đầu tay của ông, truyện “Tiếng Nước Dội” đăng trên Thời Nay số 37, phát hành khoảng tháng 3 năm 1961. Tôi lầm nhẩm tính, lúc đó ông vừa ngoài hai mươi. Eo ui, ổng nhẩn nha kể tiếng nước dội mà tôi hồi hộp, run run hỏi thầm: “Rồi sao nữa, rồi sao nữa?” Tôi thót tim mãi cho đến kết cục mới thở phào nhẹ nhõm. *“Chàng cảm thấy vừa vui mừng vừa tiếc. Cái tiếc như vừa đánh rớt mất một vật gì. Bóng người con gái vừa đi đâu về vào cửa... Thành ngơ ngẩn nhìn theo.”* Ồ, kỳ vậy ta! Văn là người, người trẻ măng, nhưng văn đầu đời đã “già” rồi. Tôi viết *email* chúc mừng đứa con đầu lòng của ông, khen cháu quá tra trắng. Ông hóm hỉnh trả lời: “Tác giả truyện này già từ khi ở trong bụng mẹ, nên không có tuổi trẻ. Già đáu!”

Trong thế giới chữ nghĩa của ông, ông là người “đứng tuổi”. Ông bước vào tuổi văn lực sung mãn, rồi đứng luôn ở tuổi đó. Ông không già. Mà ông cũng từng nói: *“Già đâu mà già! Tuổi chỉ là những con số.”* Ngòi viết của ông vi vút trên mặt giấy, chính xác hơn là tay ông bấm rào rào trên bàn phím với tốc độ kinh hồn. Tự đó đến nay, ông đều đều cho những cháu bé tinh thần ra đời. Mùa Giáng Sinh năm 2004, ông sanh bé Phiếm đầu lòng: Phiếm 1. Thế mà tháng Hai năm nay, năm 2023, thêm một cháu bé khôi ngô chào đời: Phiếm 29. Tôi nhíu mày, nhăn trán cộng trừ nhân chia. Thế ra, ông không những sanh con năm một, mà có nhiều năm ông sanh đôi nữa kia.

Trong chuyến cưỡi ngựa xem lá mùa thu Canada năm 2022, tôi xé lẻ đoàn du lịch từ Đức, hẹn gặp anh Song Thao ở Montréal. Tôi không xài điện thoại ở Canada, chỉ liên lạc với anh qua viber mỗi khi có mạng. Các du khách Đức có hai giờ đồng hồ để vào thăm trong Nhà thờ Đức Bà. Tôi bồn chồn đi tới, đi lui trước Nhà thờ chờ anh. Ngày thu trời đẹp, người qua, kẻ lại nườm nượp. Tôi lo, mình không thấy anh, hoặc anh thấy, mà không nhận ra tôi. Cuối cùng, không bõ công tôi lóng ngóng, tôi được gặp không những anh Song Thao mà cả chị Diệu Hương. Gặp anh chị lần đầu, mà tôi cảm thấy như quen, như thân. Tôi liên tưởng đến câu thơ thi sĩ Luân Hoán vẽ anh chị:

Diệu Hương thoang thoảng diệu hương
Bên ông một chữ trăm phương phiếm thần

Giọng Huế của chị ngọt ngào. Giọng Bắc của anh du dương. Ôi, tuyệt vời, đào rất Huế, kép thật Bắc. Tôi không kịp thì giờ vào trong nhà thờ để chiêm ngưỡng kiến trúc độc đáo, chạm khắc tinh xảo. Không hề chi. Cuộc gặp gỡ chớp nhoáng với anh chị Song Thao đã làm chuyến đi ngắm thu vàng ở Canada của tôi đáng nhớ hơn.

Ông anh Song Thao ơi,

Có nhiều người gọi anh là vua phiếm, trùm phiếm, phiếm chủ... Em thấy "tước vị" nào cũng đúng cả. Với em, hơn thế nữa, anh là ông anh, tuy xa mà gần, em rất mực quý mến. Những món quà tinh thần anh tặng là những nguồn vui lấp lánh trong tâm hồn em. Em vẫn muốn nói đi, nói lại lời cám ơn. Cám ơn anh thật nhiều. Hy vọng ông anh sẽ không mắng: "Cái cô em này, sao bày vẽ quá. Anh hiểu rồi."

Tháng Tư 2023

TẢN MẠN VỚI CHÚ SONG THAO
Nguyễn Dạ Quỳnh

Gọi nhà văn Song Thao là chú, kể ra em trèo (quá) cao (nhưng hông té đau) . Người gọi Ông là chú, có thể là ba mẹ em nếu xét về tuổi tác theo kiểu người mình. Vậy mà nhiều khi chú cháu giỡn giỡn trên Facebook, có khi còn gọi nhau là bạn. Nói vậy để thấy tâm hồn Ông rất trẻ và sức làm việc của ông còn hơn cả nhiều người trẻ tuổi - chắc chắn là hơn đứa lười biếng như em nhiều lắm. Và vì chưa có dịp gặp mặt Ông, trong cái đầu ngược ngạo của em tha hồ hình dung ra ông cùng thế hệ với mình (!). Chứ sao? Biết ông từ Facebook cũng được vài năm, trong thời gian đó ông hoàn thành thêm rất nhiều tác phẩm làm em đọc không kịp luôn, nói gì đến việc tìm đọc những tác phẩm cũ của ông. (Vậy chớ em vẫn tìm đọc những khi ăn cắp được thời gian từ Sếp em). Văn phong trong sáng, hóm hỉnh rất đặc trưng Song Thao, mà không phải một lão tiền bối Song Thao râu dài tóc bạc đâu nhé – chắc chắn là một trung niên văn sĩ dư sức tung hứng gõ phím nhanh như chớp không sai chữ nào và cực kỳ chuẩn mực về văn phạm, chính tả, không bao giờ viết tắt hoặc không bỏ dấu trong những lần hiếm hoi hai chú cháu *inbox*. Em yêu tiếng Việt, nên em khá khó tính trong cách đọc tiếng Việt. Nhà văn Song Thao – với em – là một bậc thầy tiếng Việt cũng như các văn sĩ, thi sĩ cùng thời với Ông. Em trân trọng điều đó. Với ông, em học được rất nhiều từ tuy cũ mà không cũ, nghe vẫn rất thân quen như thời ông bà ngoại em vẫn nói cùng nhau, ví dụ như "già khú đế". Em đi hỏi bà ngoại (bà ngoại con vẫn kém chú tới 5 tuổi đó chú ơi, hihi) "già sao là già khú đế ạ?". Bà nói, chắc là già như trái cà bị khú. Em lại hỏi cà bị khú là sao? Bà lại lan man giải thích tới việc muối dưa muối cà dư muối và để quá lâu thì người ta gọi là dưa bị khú, còn "đế" là gì thì bà làm lơ luôn. Kể ra em có thể nhờ *Google* giải thích, nhưng em thích tự em hình dung hơn, với em - già khú đế là kiểu một gương mặt nhăn nheo như quả cà muối lâu, rất hóm hỉnh, rất đậm đà vị muối. Em chưa bao giờ hỏi nhà văn Song Thao về từ này, kệ, cứ hiểu theo cách của em. Với ông, em cũng học được những khái niệm lạ, ví dụ như "phở Dậu vong thân" - phở vong thân nghĩa là không còn như phở nữa mà là một thứ gì khác na ná phở, em nghĩ vậy.

Lần qua Canada năm 2019, do lịch *tour* quá dày và thời

gian quá ngắn nên em lỡ hẹn với nhà văn Song Thao. Nếu không, chắc chắn sẽ được ông dắt đi ăn đủ thứ ngon lành ở đó, chắc chắn sẽ có phở, ông hứa thế và em đã mơ như thế. Tiếc là giấc mơ nào đẹp thường không thành. Kể chuyện này chỉ để nhắc tới một trong những điểm tương đồng giữa ông và em - đó là thích … ăn ngon. Những bài viết của ông về các món ăn từng làm em chảy nước miếng. Điểm giống nhau nữa, có lẽ là thích đi ta bà thế giới. Những trang ký viết về các chuyến đi của ông đã từng làm em say mê và ao ước. Kệ, không đi thì đọc cũng được - tự an ủi mình như vậy. Nhưng phải công nhận, nếu em đi chưa chắc đã cảm nhận được hết sự hấp dẫn của chuyến đi như khi đọc ký sự của ông - rất chi tiết, rất chọn lọc và hấp dẫn (ngon nữa!). Ví dụ như bài viết về Phở Dậu với lời đề tặng thân ái của chú "Viết tặng cho cô bé già trước tuổi, thích tò mò những chuyện xưa" - đọc xong em phải lập tức gọi taxi tới quán để ăn thử và nói chuyện với ông cụ chủ quán vài câu.

"Tiệm không còn mang dấu vết chi của phở Dậu thời trước và ít năm sau 1975. Chỉ có địa điểm vẫn ở chỗ cũ khiến tôi nhắm mắt cũng chạy thẳng vào trước cửa tiệm được. Không biết những bệt xi măng trên đường có còn nhớ bánh xe của tôi không. Tôi nghĩ là không. Vật đổi sao dời hầu như đã xóa đi hết phở Dậu thời của chúng tôi. Thời đó, bàn ghế trong tiệm lỏng chỏng không đồng đều. Hình như chúng được gom dần trong nhiều thời gian khác nhau. Trông chúng cũ kỹ, đơn giản. Có lẽ chủ nhân chẳng cần để ý tới chúng. Cứ có chỗ ngồi và chỗ để tô phở là được. Khách cũng chẳng cần câu nệ. Miễn ăn được bát phở. Nếu những tiệm phở khác

thời đó dùng cái có thể gọi là "tô" thì phở Dậu chỉ có "bát". "Bát là tiếng Bắc, "tô" là tiếng Nam, chẳng phân biệt lớn nhỏ. Nhưng bát phở Dậu nhỏ hơn hẳn những tô phở của các tiệm phở khác. Người ăn khỏe, một bát vẫn thòm thèm. Phải hai bát. Cỡ tôi thì hai bát thì quá bụng nhưng một bát vẫn thiêu thiếu. Thường tôi gọi thêm một bát tái nước có tiết. Tiết là thứ chỉ có ở phở Dậu. Tiết tươi chan vào nước phở nóng tạo thành những màng màu nâu đục là thứ ngọt ơi là ngọt."

Trời ơi, bảo sao em không vừa đọc vừa chảy nước miếng?

Điểm khác nhau cơ bản của ông và em - đó là em cực kỳ làm biếng viết văn. Nhờ ông nhắc nhở, khuyến khích, thúc giục miết, em mới viết được vài truyện ngắn đăng trên tạp chí Ngôn Ngữ. Vậy mà đã xong đâu, ông còn phải biên tập lỗi chính tả, lỗi đánh máy cho đứa bạn nhỏ lười biếng này nữa chớ. Em rất biết ơn ông vì những gì ông đã làm cho em. Phong cách sống và làm việc của ông sẽ là tấm gương để em (từ từ) noi theo. Bây giờ thì chưa, nhưng biết đâu tới lúc nào đó em cũng trở thành nhà văn thì sao?

Trở thành nhà văn hay không thì chưa biết, nhưng thái độ làm việc nghiêm túc, tinh thần trách nhiệm và tình yêu đối với văn chương của ông và các thế hệ văn nhân thi nhân đi trước luôn là tấm gương sáng và nguồn động lực cho em những khi chán việc ham chơi. Như ông từng bảo em già trước tuổi vì thích tò mò tìm biết những chuyện xưa, ôi, nhà văn Song Thao như cả một thư viện to đùng mà em đọc mãi không hết những chuyện thú vị.

Đọc văn của ông rất nhiều, nhưng em vẫn tò mò muốn biết ông có làm thơ hay không. Chỉ vì có những câu văn ông viết đẹp như thơ : "Nhưng khi đó tôi không biết bà đã từ giã phở trần gian" - khi nói về bà chủ quán phở Dậu. Và đây là câu thơ của ông viết tặng nhà thơ Luân Hoán:

ở đây giấy bút quá thừa

bạn trao, ta cứ viết bừa cho vui

Có rất nhiều điều em muốn viết, muốn nói, muốn kể về chú Song Thao, nhà văn Song Thao và người bạn lớn Song Thao. Nhưng viết - với em là một thách thức, nhất là viết về một nhà văn lớn cả về nghĩa đen lẫn nghĩa bóng nên em xin mượn ý thơ ông để kết thúc bài viết này: "Chú ơi, con viết bừa như thế, chú đừng giận con nha!"

Sài Gòn, 04/2023

PHỤ LỤC

HỒ ĐÌNH NGHIÊM, TẬP 2

Đừng bao giờ chờ phôn của Hồ Đình Nghiêm, anh em Montreal ai cũng biết như vậy. Nghiêm không bao giờ phôn ai, chỉ nhận phôn. Phôn nhà, phôn tay có đủ, lại là thứ phôn xịn, iPhone đời gần mới nhất. Nói đời gần mới nhất là vì chàng ta chuyên ăn theo phôn của con. Thực ra chúng tôi ai cũng vậy. Con cái mua phôn mới, thải phôn cũ là chúng tôi thầu. Nghiêm may mắn có hai anh con trai là *fan* cứng của Apple. Apple ra phôn mới là chúng móc túi chi tiền không nghĩ ngợi. Nếu muốn Nghiêm có thể tay mặt một phôn tay trái một phôn, a-lô mệt nghỉ. Nhưng không phải vậy. Đi đâu cũng kè kè iPhone bên người nhưng phôn của Nghiêm không có *sim*. Chỉ dùng để chụp hình. Và khi tối trời làm đèn pin. Đây có lẽ là cái đèn pin xịn nhất.

Chỉ cần nói chuyện phôn phiếc đủ biết Nghiêm là người nhút nhát trong giao tiếp. Vòi chàng co lại. Nhưng nếu có họp mặt nhậu nhẹt thì Nghiêm mở máy nói với tốc độ khá hào hứng. Chàng ta nói huyên thuyên, vui như tết. Kể cũng lạ. Lạ nhất là chàng rất cởi mở. Tôi cho anh chàng này thuộc loại nói phải có đối tượng lù lù trước mắt mới có hứng. Nói phôn với…thinh không chẳng ra sao cả.

Là người ít tuổi nhất trong số anh em viết lách của thành phố này nhưng Nghiêm lại giao du với bệnh viện nhiều hơn ai hết. Té gãy xương bàn tọa, vào bệnh viện sắm bộ xương mới, chàng ta chống gậy đi họp…hội nghị. Trẻ nhất mà gậy gộc trông rất…hỗn. Ít lâu sau, chàng vứt được cây gậy đi, hỏi sự tình, chàng nói là bệnh viện mới thay cho mấy viên bi nên đi đứng trơn tru. Lần khác chàng bí đường tiểu. Tôi còn nhớ bữa đó có nhà văn Minh Ngọc từ New York sang chơi. Chàng bảo sẽ tới. Chờ mãi chẳng thấy bóng dáng cặp xương hông có bi, tưởng chàng xù. Sau chàng giải thích bữa đó sửa soạn ra đi thì bụng chướng lên, rặn không ra. Thay vì tới nhà hàng, chàng quẹo qua nhà thương. Bác sĩ, y tá xúm lại giải quyết sự tình. Một em y tá tóc vàng sợi nhỏ, xinh như mộng, đã thực hiện thao tác luồn ống vào đường tiểu tháo nước ra. Hỏi chàng cảm tưởng ra sao? Thằng em lúc đó tình trạng ra sao? Chàng lơ là: "Ốt dột chi đâu! Mặt trơ ra như đá!". Đề tài này là chủ đề thảo luận rất sôi nổi cho bữa nhậu đó. Nhiều anh em không nói ra nhưng bụng rất ưng được bí bách đường tiểu!

Cầu được ước thấy. Dòng đời đưa đẩy tới ngày tôi cũng vào nhà thương tuy không bí bách đường tiểu. Tôi chỉ được bác sĩ bảo đi soi bàng quang. Hồ Đình Nghiêm tháo nước ra, tôi bị cho cái camera vô. Ra vô khác nhau nhưng cùng qua một cửa hẹp. Ngồi chờ mà hồi hộp. Một em y tá, cũng tóc vàng sợi nhỏ, kêu vô. Leo lên chiếc ghế chuyên dụng, y chang như chiếc ghế của các bà bầu lúc lâm bồn, em bắt gác dạng chân trên hai cái càng hai bên, em kéo chiếc áo khoác bệnh viện lên, tơ hơ. Lúc đó tôi nghĩ tới Nghiêm và sự tình ngày đó. Đâu có ngờ tênh hênh lộ hàng một cách tức tưởi như vậy. Em báo sẽ xịt nước sát trùng. Một luồng nước lạnh tê tái, như cơn bão tuyết đổ xuống. Cây cối chi chịu thấu mà không ủ rũ. Cây muốn lặng mà tay em không ngừng. Rồi chiếc camera bé tí teo cũng tiến vào vị trí. Bịch nước vàng vàng chẳng biết là thứ chi treo trên cây cột được cho nhỏ tí tách từng giọt. Nhìn nước chậm rãi nhỏ trong khi thân dưới mát mẻ ông địa, lạy trời cho nước nhỏ nhanh nhanh, cứ như vậy biết chừng nào mới hết bịch nước to bằng hai bàn tay. Trời thương, không chờ tới hết bịch nước, cô bác sĩ trẻ tuổi, cũng tóc vàng sợi nhỏ, vô thao tác. Cô nắm mục tiêu, lắc qua lắc lại. Trên màn hình, bên trong bàng quang hiện ra một màu đỏ hồng. Bên ngoài, chắc mặt tôi cũng đỏ hồng. Rồi cũng xong. Nhưng chưa. Cô bác sĩ còn bonus một cú móc tay vào cửa hậu để khám prostate. Xong, đậy lại. Cười. Cười chi nổi, trời! Từ nay, mỗi khi gặp Nghiêm, chắc tôi cũng cười mỉm. Đồng bệnh tương lân, hiểu nhau quá, chuyện chúng mình hai đứa!

Trong thế giới thiệt, Nghiêm dè dặt, ưa trò chơi trốn tìm như vậy. Nhưng trong thế giới ảo của Facebook chuyện lại khác. Nhiều năm trước, khi chúng tôi ai cũng có một chỗ trên Facebook, tên tuổi trưng ra đàng hoàng thì Nghiêm, tuy trẻ nhất, vẫn ngậm tăm làm thợ lặn. Chàng ta không chơi trò này. Thỉnh thoảng ngứa…bút, chàng viết một vài lời trên Facebook của vợ, giấu biệt tên tuổi. Nhưng văn của Nghiêm thì lẫn lộn với ai được. Tôi biết nhưng làm ngơ để Nghiêm tiếp tục chơi trò anh hùng núp. Rồi tới một ngày anh hùng núp thò mặt ra. Chàng pháo kích *post* mỗi ngày lên Facebook, không chỉ một mà ba bốn cái mỗi ngày, anh em tối tăm mặt mũi. Hình như chàng chơi bù thời gian đã mất trước đó. Không chỉ tung ra chữ nghĩa, chàng Nghiêm còn *post* hình của mình lên nườm nượp. Hình đi chơi, hình đi chợ, hình đi mua áo quần, đồng hồ trong các tiệm bán đồ cũ. Có bữa hứng chí, chàng hết…nghiêm: chơi ngay một tấm hình

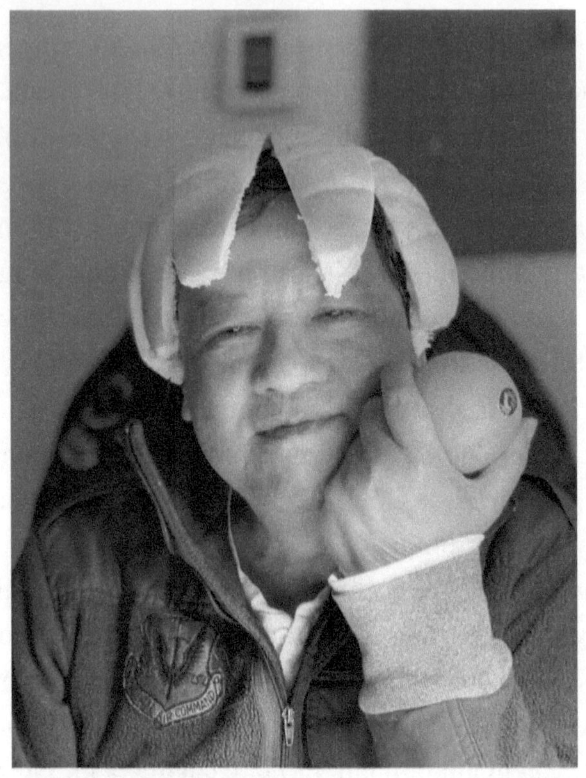

đội vỏ bưởi trên đầu với nụ cười nhí nhảnh khi ấy em còn thơ ngây. Gió đổi chiều, chàng bỗng "cháy" hết mình, anh em chép miệng chịu thua. Cuộc đời tình ái và sự nghiệp, chàng tung hết lên Facebook cho bà con thiên hạ tỏ tường. Mới đây, ngày Father's Day, chàng *post* dòng chữ mang tên "Three amigos". *"Three amigos đơn giản chỉ là ba người bạn. Father's Day hai ông bạn trẻ dẫn ông bạn già đi kéo ghế. Già ăn bún bò, một trẻ chọn phở và trẻ ít tuổi nhất lựa hủ tiếu khô. Hai trẻ đã ngầm hội ý, sau khi ăn lót lòng xong, sẽ thong thả cùng nhau xuống phố, xô cánh cửa gương sáng ánh điện có hình quả táo đã bị Adam cắn mất một miếng, mua tặng ông già cái MacBook Air bởi thấy ổng chăm viết lách lung tung đầu bù tóc rối".* Vậy là người chuyên mua đồ cổ, chuyên thửa iPhone *second hand*, cũng có cái mới toang.

Facebook của Nghiêm biến đổi không ngừng, thiên hình vạn trạng. Buổi sáng nói chuyện thể thao. Đội tuyển túc cầu nữ Việt Nam thi đấu nơi này nơi kia. Chưng hình ngôi sao *tennis* Sharapova trên sân đấu, váy viếc bay theo gió, lộ ra chốn hang cùng ngõ hẻm. Thoắt cái, nhảy qua chuyện hội họa. Kèm theo tranh, tranh các nhân vật nữ trần trụi. Chuyển qua chuyện đi chợ, vật giá bữa nay ra sao. Chuyển tiếp qua chuyện phim ảnh, minh tinh rạng rỡ cũng quần áo hụt trước thiếu sau. Hình trên Facebook của ông nhà văn rất mặn mà này cũng toàn là thứ không cần thêm muối. Kiểu chưng hình này đúng xì-tin của Nghiêm. Giới mày râu rất vừa ý.

Rất nhiều khi chán nói chuyện thiên hạ, chàng ta nói chuyện mình. Chuyện những ngày xưa khi ta còn bé kèm theo những tấm hình đen trắng rất mực ngây thơ, ngây thơ thiệt chứ khi đó chưa ngây thơ cụ. Những kỷ niệm xưa còn vương vấn với những bạn văn, người còn sống nhăn, người đã ra thiên cổ. Lâu lâu chàng lại lục chồng sách cũ do bè bạn ký tặng để nhắc lại một thời sách vở còn được trọng vọng. Nhiều khi chàng thảy lên một câu tiếng Anh của các tác giả nổi tiếng ngoại quốc. Có khi chàng *post* một loạt chuyện cười, đánh số đàng hoàng, mỗi lần khoảng chục chuyện. Hình như trang Facebook của Nghiêm là nơi chia sẻ những thứ đang ôm trong bụng, không nói được thì viết ra cho nhẹ bớt cái bao tử.

Có một điều mà nhà văn Hồ Đình Nghiêm đổi mới là kể từ khi chàng có Facebook, chàng bỗng nổi máu thơ thẩn. Ông Luân Hoán và ông Hoàng Xuân Sơn bỗng có thêm đồng nghiệp. Thơ chàng có bàu khí riêng, không giống ai. Thử đọc bài "Đổ, Tháo"

> Tìm đến nhau gieo mộng đầu
> Tới hồi gió lạnh thấm sầu ẩm trang
> Giấy vàng chữ chít khăn tang
> Em còn đọc thấy đôi hàng nghĩa xưa ?
> Đem phơi tuồng tích nắng trưa
> Ký lô lệch đủ nặng lòng cân chưa ?
> Ngoài ngõ vắng tiếng rao vừa
> Người mua đồng nát dạm thưa gửi lời
> Tôi đi vẫn chậm với đời
> Trái cây chín rục chẳng mời mọc ai
> Bông lan nở tựa hoa nhài
> Dừng khe suối vắng sớm mai cởi truồng.

Montreal có ba người thuần viết văn. Võ Kỳ Điền, Hồ Đình Nghiêm và tôi. Thêm ông Trang Châu thỉnh thoảng phụ thơ nhảy qua văn. Nay ông Hồ Đình Nghiêm phụ văn nhảy qua thơ. Chỉ còn ông họ Võ và tôi trơ thân cụ làm đích tôn của văn. Kể cũng cô đơn. Nhưng học đòi đặt vần theo ông Hồ thì không đủ hơi sức. Tôi đã vậy, ông Võ Kỳ Điền lại càng xếp ve.

Mà tại răng ông Hồ Đình Nghiêm bỗng di chuyển chiến thuật như vậy? Tại vì ông biết đi chợ nấu ăn. Trong bài "Chuyện Trong Quán Phở", ông kể lại gặp một cố nhân tên Hồng Phương. Họ bàn chuyện thơ trong khói của tô phở:

... *Còn nhớ ông A không? Mới xem bài thơ ông ấy post lên, hay quá chừng quá đỗi.*

- Hay ra sao mà khen rối rít thế ?

- Ơ. Một người có hiếu với vợ lại thương con như ảnh thì làm thơ buộc phải hay thôi. Nói năng chi cũng bằng thừa.

- Vậy thì ông B, chị thấy sao ?

- Thèm vô ! Đây không quỡn, bộ hết cái để đọc rồi à ? Thằng cha này phụ bạc vợ con, tối ngày cứ thích mèo mả gà đồng. Thơ hay thế chó nào được.

- Thơ ông A cũng than van đôi ba cuộc tình tan vỡ, cũng yêu vung vít đó thôi.

- Xời, ảnh giả bộ đó, ảnh dựng chuyện, đừng có tin, tui rất mến một người suốt đời chỉ biết cơm nhà quà vợ. Thơ ảnh làm rất dễ thu phục cảm tình của người đọc như tui. Này, bộ không tính làm thơ hả ? Đi chợ nấu ăn chùi nhà đổ rác thêu thùa may vá công dung ngôn hạnh như anh thì làm thơ hay cho nhức nách, tin tui đi. Người mẫu mực đạo đức khi sáng tác phải hơn đàn ông quen thói trăng hoa.

- Thiệt hả ? Xin lãnh giáo lời khuyên nặng ký của chị. Tui làm thơ post lên facebook mà bị bà con ném đá là lỗi của chị đó nhen.

- Ừa. Tốt gỗ hơn tốt nước sơn. Thiệt vàng sợ chi lửa, cứ mần đại xem sao. Tui sẽ nhào vô comment "Thơ hay, ảnh kín đáo".

Túm lại, muốn làm thơ hay phải nội trợ giỏi. Thảo nào thơ Hồ Đình Nghiêm hay ớn. Các ông Hoàng Xuân Sơn, Lưu Nguyễn nội trợ giỏi hay không, tôi không rõ. Nhưng ông Luân Hoán thì tôi biết rõ. Ông thầy này thì nội trợ chi.

Vậy mà thơ ông hay…nhức nách!

Trong chốn ảo của mạng xã hội, ông Hồ Đình Nghiêm đã đổi lốt thấy rõ. Từ một ông thợ núp, ông chường mặt ra, hình hài rõ ràng, có hình *post* lia chia làm chứng. Tôi gọi sự đổi lốt này là Hồ Đình Nghiêm, Tập 2. Mong có ngày ông nhích thêm một chút, cũng đổi lốt trong thế giới thật, như đã từng trong thế giới ảo. Lúc đó chúng ta sẽ có Hồ Đình Nghiêm, Tập 3!

07/2023

ĐỌC LANG THANG TRÊN PHÍM CHỮ
CỦA ĐỖ CẨM SƠN

Đỗ Cẩm Sơn là bút hiệu của Đỗ Xuân Triều, một bạn học của tôi từ trường Dũng Lạc, Hà Nội, tới Chu văn An, Sài Gòn. Anh bạn học này có tài vẽ. Năm 1955, lớp Đệ Nhị C chúng tôi làm một tờ báo quay *ronéo* thuộc lọai xịn nhất trong các báo in *roneo* của các trường trung học thời bấy giờ. Thường báo quay bằng *roneo* thời đó chỉ có một màu đen. Năm đó, chúng tôi in nhiều màu trên cùng một trang. Tựa bài màu khác, nội dung bài màu khác. Rồi những hình vẽ trang trí cũng *technicolor* nhiều màu. Những hình vẽ trang trí đó là của Đỗ Xuân Triều. Anh vẽ đẹp. Chúng tôi mang báo đi bán tại các trường trong đó có cả trường Trưng Vương. Thiệt là một kinh nghiệm lý thú. Tôi còn nhớ đã đánh lô tô trong bụng ra sao khi đứng giới thiệu báo trước một lớp toàn nữ sinh. Nhưng tôi không nhớ hồi đó anh "họa sĩ" học trò Đỗ Xuân Triều có được phân công tới bán báo tại Trưng Vương hay không. Nếu có thì là một thử thách nghiêm trọng cho bạn tôi.

Đỗ Xuân Triều là một chủng sinh ngoại khóa hồi còn học tại trường Dũng Lạc. Anh được trừ nửa học phí. Nhưng một bữa anh đã trình với linh mục linh hướng xin thôi tu vì đã có ý tưởng trai gái. Khi học lớp Đệ Tam, chúng tôi còn ngơ ngác trong tình trường, thấy gái mặt đỏ bừng bừng thì anh đã khôn lớn. Phải xấp xỉ sáu chục năm sau, khi đọc cuốn hồi ký hết sức thành thật khai báo của anh "Lang Thang Trên Phím Chữ" này, tôi mới vỡ lẽ: *"May được mấy năm sống ở*

Hà Nội, tôi xong bốn năm Trung học Đệ Nhất Cấp. Có dịp tập hư. Hai mươi mốt năm ở Sài Gòn, miền Nam, đi học, đi làm, có tiền…lạc bước vào xã hội khép kín của các anh già lắm bạc, thích gõ trống bời, đặt "mê cung" ở lầu 3 building Everest…Tôi trai trẻ đủ 6 múi, chưa có mảnh bằng đủ lớn vác vai, nhưng có số hên, không hên ở đường thi cử, vì lười học, dốt, nhưng hên trong việc làm, tình trường".

Cái vỡ lẽ của tôi là trong lúc chúng tôi chỉ vùi đầu trong những cuốn sách giáo khoa, anh đã mở trang đời trong chốn tình trường. Học giỏi hay học dốt không hẳn từ mỗi người nhưng một phần tùy thuộc vào môi trường sống chung quanh. Đỗ Xuân Triều không có môi trường thích hợp với sách vở. Trong bài thơ tự do nằm ở đầu sách, anh viết:

"Tình chẵn, tình lẻ đong đầy, dậy cho những ngón tay biết mở khuy áo hay kéo zipper, khi tín hiệu phát ra bằng những mi mắt chớp, liếc sâu thẳm, những bờ môi hé mỉm nụ cười đồng lõa, khuyến khích.

Những năm tuổi trẻ phung phí thời gian".

Dĩ nhiên anh không may mắn trong thi cử. Chúng tôi cắm đầu vào học để làm thân cá vượt ngũ môn. Chuyện thi cử thời đó là cả một bi kịch, nhất là với ban C, ban Văn Chương chúng tôi. Mười người thi may ra được một người bảng vàng đề danh. Học hành sao cho lấy được cái bằng Đại học để rồi đầu tắt mặt tối trong công việc. Những năm học sau đó, vắng bóng anh bạn Đỗ Xuân Triều. Anh không may nhưng không hẳn vậy. Đường đời đâu chỉ dành cho những người có bằng cấp. Vốn liếng thời mài đũng quần trên ghế trung học cũng đủ cho anh vin lối mòn vào đời.

Số phận vẫn chiều chuộng anh. Từ một quen biết tình cờ tại thư viện với một người Anh tên James, anh bước vào nghề phiên dịch. Sự quen biết cũng bắt nguồn từ chuyện phiên dịch. Anh thích cuốn *Animal Farm* của George Orwell nên mày mò dịch sang tiếng Việt. Chuyện này anh đeo đuổi cả đời. Ít năm trước tôi nhận được bản dịch "Trại Súc Vật" do anh gởi tặng. Năm 2019, tại phi trường Nội Bài, Hà Nội, cảnh sát di trú đã vứt ra bàn cuốn sách chống Cộng này để tra hỏi anh.

Từ chuyện nhận công việc phiên dịch đầu tiên, anh đã dần dần bước vào thế giới sở Mỹ. Leo từ dưới lên trên, thành một viên chức đầy vai vế trong chốn mà chúng ta thường nghe tới nhưng không biết rõ ràng. Ngày đó tôi rất lơ mơ về các cơ quan của Mỹ. Chỉ biết USAID, USOM, MACV, JUSPAO. Đọc cuốn hồi ký này, tôi mới biết ngọn ngành các cơ quan và xã hội người Việt làm cho Mỹ thời đó. Sở Mỹ đa dạng và thay đổi tùy theo thời gian và mức độ can thiệp của Hoa Kỳ vào cuộc chiến tranh và đời sống dân Việt. Những CTI, SACPO, PSG, OCPD là những cái tên lạ hoắc. Đó là tên viết tắt của những cơ quan mà Triều đã làm việc. Đọc hết cuốn sách, những cái tên này vẫn lạ hoắc với tôi vì đó chỉ là những tên tắt mà tác giả không "giải mã". Chắc anh tưởng ai cũng biết những tên này.

Trong thời gian cuối của cuộc chiến, tác giả đã làm cho DAO, một cái tên mà hồi đó những người cuống cuồng tìm một chỗ trên máy bay di tản đều thuộc nằm lòng. Triều là một chức sắc của DAO trên Tân Sơn Nhất ngày đó. Anh đã giúp cho nhiều người leo lên máy bay. Gặp nhau tại Cali sau này, anh mắng mỏ tôi: "Ngày đó tụi mày biến đâu hết? Nếu có liên lạc với tao thì đâu có phải nếm mùi tù Cộng sản". Quả thực tôi không giữ liên lạc với Triều ngay từ khi Triều rời ghế trường Chu văn An. Công ăn việc làm đã chia chúng tôi ra thành những ốc đảo riêng rẽ. Triều kể trong cuốn hồi ký là chỉ gặp lại hai người bạn học thời đó. Người thứ nhất là Võ Sửu. Tết Mậu Thân, Triều bị thương vào nằm bệnh viện. Một toán phóng viên đài truyền hình của hãng AP vào quay phim. Sửu có mặt trong đám phóng viên thu hình đó. Anh nhắn Sửu tin cho gia đình biết anh đang nằm tại đây. Người thứ hai là Trần Như Tráng. Khi đó Tráng đã đi du học tại Mỹ về, lấy được bằng Tiến Sĩ, dạy tại trường Luật, Vạn Hạnh và Đại học Đà Lạt. Cuộc gặp gỡ này làm anh nghĩ ngợi: *"Trao đổi với nhau vài câu, suốt ngày hôm đó tôi tự trách mình lười nên thua bạn bè. Họ đã bỏ tôi quá xa, thành danh và giữ nhiều địa vị trong xã hội"*. Và anh đã quyết định tự học và đi thi lại. Khi là học sinh, chỉ việc học thì công không thành danh không toại vì cái tội hư sớm. Khi đã có trong tay địa vị và tiền bạc thì lại chăm chỉ. Vào vấn đáp, gặp lại thầy cũ. *"Ngày vào thi vấn đáp, thầy Nguyễn Xuân Kỳ nhận ra tôi học năm Đệ Tam C trước đây, hỏi: "Sao chậm thế?". Chắc ý thầy hỏi tôi đi đâu bây giờ mới đậu!"... Ngày xướng danh kết quả thi tôi không ra xem, mấy hôm sau coi báo thấy có tên. Thôi dù sao cũng đã trả xong món nợ sách đèn thời trung học. Hiện tại đang kiếm tiền, văn bằng đó giữ làm kỷ niệm một thời ham chơi, gái gú nên học dốt!"*.

Đỗ Cẩm Sơn đã mở ra một khung cửa sổ cho độc giả nhìn vào thế giới sở Mỹ mà nhiều người, trong đó có tôi, rất lơ mơ. Cái khung cửa thứ hai mà tác giả mở hé cho chúng ta thấy là chuyện của những người di tản sớm ngay từ những ngày cuối tháng tư năm 1975. Tôi còn kẹt lại Việt nam đúng 10 năm, chỉ thoát ra khỏi nước vào tháng 6 năm 1985. Thời gian tôi qua thì loạt di tản 1975 đã ổn định. Nhìn vào cuộc sống đã định nếp của những bạn bè may mắn này, tôi nghĩ họ là những người để bọc điều. Nhưng không hẳn vậy. Cuộc di tản sớm sủa của họ cũng nhiều gian nan vất vả.

Khi làm việc tại Việt Nam, Triều quen và làm bạn với Thiếu Tá W.C. Dowdy. Viên Thiếu Tá này đã gọi điện thoại tới trại tỵ nạn Fort Chaffee, nơi gia đình Triều tá túc. Dowdy nay đã giải ngũ và đang làm chủ một trang trại tại tiểu bang Mississippi muốn bảo lãnh gia đình anh về làm việc tại trang trại. Triều kể lại: *"Tôi nghĩ đã đến lúc nên xuất trại. Từ ngày bỏ nước ra đi đến nay đã hơn hai tháng sống trong tình trạng tạm dung. Con cháu không đi học, suốt ngày cùng với các bạn mới lên xe buýt rong chơi khắp bốn khu trong trại, đến bữa chúng táp vào một nhà ăn nào đó, xếp hàng lấy phần ăn. Buổi tối khu nào có chiếu phim hay ngoài trời, chúng ở lại coi. Phim không vừa ý, sang khu khác. Lo cho tương lai các con đang tuổi đi học mà sống trong cảnh này, không an tâm chút nào. Tôi bàn với vợ nên nhận lời ra với anh này vì dù sao cũng đã biết nhau từ trước, và thiện chí của anh ta đối với mình như vậy là tốt. Cứ xuất trại để bớt điều lo lắng hiện tại, ra với xã hội bên ngoài mới tính được, có thể tìm cách liên lạc với nhóm bạn cũ ngày mới đi làm, nay đã lớn tuổi, có thể giúp ý kiến hay một cách nào đó"*.

Nơi gia đình tác giả tới là một làng quê tên Pontotoc, cái tên của người da đỏ. Anh được nhà thờ địa phương giúp đỡ các phương tiện cho cuộc sống mới. Nhưng đang là một dân Sài Gòn chính hiệu, ăn chơi mút mùa, giờ trở thành nông dân, tương lai nơi nào, Triều quyết định phải thay đổi cuộc sống. Anh xin vào làm cho hãng Keystone, lương 2.53$ một giờ.

Nhẩm tính ngày làm 8 tiếng, tháng cũng được 242 đô, vậy là mừng. Mừng nhưng vẫn cần vươn lên. Anh ước có một chiếc xe tốt để đi xuyên bang coi nơi nào có thể sống được tốt hơn. *"Ước thế thôi chứ làm gì có tiền mua được xe tốt. Hiện tại đã có mấy xe nhưng toàn xe cũ, giá như ở trong nước, các xe này đậu trước cửa nhà cũng le chán. Nhưng ở Mỹ, nhu cầu cao hơn. Hơn nữa, đang dự tính làm một chuyến đi xa"*. Nhà thờ tìm xin cho anh được một chiếc xe Plymouth Valiant đời 1971. *"Khi ký tên vào giấy chứng nhận chủ quyền xe, tay tôi run vì ước mơ đang thành sự thật. Cảm tạ Chúa vì Ngài đã đáp ứng lời cầu xin của tôi, cho tôi một cơ hội mới. Hôm đó là ngày 19 tháng 11 năm 1975"*.

Triều lái xe tới Michigan, xin ở lại đây. Đời sống vật chất coi như tạm ổn, no bụng mới nghĩ tới phần linh hồn. Giáo dân Việt Nam xin tòa giám mục sở tại một linh mục Việt Nam làm linh hướng cho cộng đồng nhỏ bé của họ. *"Buổi tiếp xúc đầu tiên với linh mục Việt Nam không ngờ đó là Nguyễn văn Lý, một bạn học của tôi năm Đệ Tam C trường Chu văn An niên khóa 1954-1955. Ngày đó dòng Đồng Công mới lập, chưa có phương tiện để đào tạo văn hóa cho chủng sinh, năm "chú" vào học Chu văn An, ngồi ở góc trong cùng, cuối lớp. Các chú ngoan, hiền, bẽn lẽn như con gái, cử chỉ, giao tiếp rụt rè, tôi gọi hai bàn các chú là "xóm Đạo". Hai chục năm ở Sài Gòn, tôi như quên hẳn dân Xóm Đạo. Phần "cha" Lý, ở đất khách quê người, anh nhận ra tôi, nhưng còn dè dặt chưa dám kết thân, có lẽ anh còn nhớ tôi là "thành phần bất hảo" ngày ở ghế nhà trường. Chỉ sau lần chúng tôi mời Lý ăn bữa cơm gia đình, Lý mới kể tên *những bạn học cũ ở Chu văn An, nhắc lại những lần tôi chọc phá thầy giám thị Tự và Giáo sư Ý, "bác Lý" mới tỏ ra thân thiết. Mỗi lần tới thăm, bác cho con gái út 3 tuổi của tôi mấy thanh kẹo chewing gum. Khi đã nhận ra nhau, một dân Xóm Đạo nay là "thầy cả" được nhà Dòng ký giao kèo thuê mướn với giáo phận, nhận "bài sai" đến coi đàn chiên trong đó có một tên từng là đồng môn hư hỏng, chúng tôi vẫn cư xử với nhau bằng tình bạn".*

Cái lạnh buốt da buốt thịt đã khiến tác giả lại tìm lối thoát mới. Lần này anh tìm tới nơi người Việt tập trung về: California. Lại loay hoay cho cuộc sống mới. Lại tìm việc. Anh được giới thiệu làm quản gia cho cựu Tổng Thống Ford. Hai vợ chồng được Tổng Thống Ford tiếp, nói về việc làm. Họ sẽ được cấp chỗ ở trong nhà. *"Nói chung công việc của hai vợ chồng đòi hỏi tính tháo vát và rất chi tiết. Đã vậy, ngoài đồng lương, không có bảo hiểm y tế, và cuộc sống sẽ bị cô lập trong một không gian an ninh tối đa. Tổng Thống nói rất chậm, nhỏ nhẹ, điềm đạm, thái độ bình dân".* Sau khi cân nhắc, anh đã từ chối công việc này vì phải xa cách bạn bè và người thân. Ngoài ra đây là công việc riêng do Tổng Thống trả lương bằng tiền túi chứ không phải là một *job* của chính phủ liên bang. Cuối cùng anh tìm được việc nơi hãng Arlon, chuyên sản xuất *vinyl* và gặp đúng dịp tiến thân cho tới khi về hưu.

Cuộc đời của anh bạn Đỗ Xuân Triều đầy sôi động. Cuốn hồi ký "Lang Thang Trên Phím Chữ" được anh kể lại bằng một giọng văn mộc mạc, chân thật. Chỉ tiếc một điều là anh chấm ngòi viết vào bình mực quá sâu nên nội dung cuốn hồi ký nhiều khi bị anh đưa đi quá đà khiến loãng nội dung. Nếu những đoạn anh sa đà quá đáng được sửa lại hoặc cắt bỏ, người đọc sẽ dễ theo ngòi viết của anh hơn.

Có một chuyện tôi cố tình không nhắc tới trong bài này: những cuộc tình anh kể lại trong suốt quãng đời sống động của một người sớm bước vào tình trường và may mắn có nhiều bến đợi. Chuyện này tôi xin dành cho các bạn hưởng cái thú tự khám phá!

01/2023

Phiếm 10 (Nhân Ảnh, Toronto, Canada 2011)

    (In lần thứ hai - Nhân Ảnh, San Jose, 2016)

Phiếm 11 (Nhân Ảnh, Toronto, Canada 2012)

    (In lần thứ hai - Nhân Ảnh, San Jose, 2016)

Phiếm 12 (Nhân Ảnh, Toronto, Canada 2012)

    (In lần thứ hai - Nhân Ảnh, San Jose, 2016)

Tuyển Tập Truyện Ngắn Song Thao, Tập I

    (Nhân Ảnh, Toronto, Canada 2013)

    (In lần thứ hai - Nhân Ảnh, Toronto, 2015)

Phiếm 13 (Nhân Ảnh, Toronto, Canada 2013)

    (In lần thứ hai - Nhân Ảnh, San Jose, 2016)

Tuyển Tập Truyện Ngắn Song Thao, Tập II

    (Nhân Ảnh, Toronto, Canada 2013)

Phiếm 14 (Nhân Ảnh, Toronto, Canada 2014)

    (In lần thứ hai - Nhân Ảnh, San Jose, 2016)

Tuyển Tập Truyện Ngắn Song Thao, Tập III

    (Nhân Ảnh, Toronto, Canada 2014)

Tuyển Tập Truyện Ngắn Song Thao, Tập IV

    (Nhân Ảnh, Toronto, Canada 2014)

Phiếm 15 (Nhân Ảnh, Toronto, Canada 2014)

    (In lần thứ hai - Nhân Ảnh, San Jose, 2016)

Phiếm 16 (Nhân Ảnh, Toronto, Canada 2015)

Phiếm 17 (Nhân Ảnh, Toronto, Canada 2016)

Phiếm 18 (Nhân Ảnh, Toronto, Canada 2016)

Dấu Chân Lang Bạt I (Nhân Ảnh, Toronto, Canada 2016)

    (In lần thứ hai - Nhân Ảnh, Huntington Beach, Hoa Kỳ 2022)

Phiếm 19 (Nhân Ảnh, San José, Hoa Kỳ 2017)

Phiếm 20 (Nhân Ảnh, San José, Hoa Kỳ 2017)

Phiếm 21 (Nhân Ảnh, San José, Hoa Kỳ 2018)

Phiếm 22 (Nhân Ảnh, San José, Hoa Kỳ 2019)

Nhà xuất bản NHÂN ẢNH
18366 Mapledale LN
Huntington Beach, CA 95678
U.S.A.
E-mail: han.le3359@gmail.com

Liên lạc với tác giả:
TẠ TRUNG SƠN
7805 Claire Fauteux, #1
Montréal, Qc., H1K 5B6 - Canada
Điện thoại: 514-354-5338
Cell: 514-916-5338
Email: tatrungson@hotmail.com